ऋग्वेद अर्थसार

(वैज्ञानिक स्पष्टीकरणे आणि पौराणिक विश्लेषणांसह)

बापू भानुदास कुंभार

#AnyoneCanPublish with
सकाळ प्रकाशन

#AnyoneCanPublish with
सकाळ प्रकाशन

Rugwed Arthasar

(Vaidnyanik Spashtikarane ani Pauranik Vishleshanansah)

ऋग्वेद अर्थसार

(वैज्ञानिक स्पष्टीकरणे आणि पौराणिक विश्लेषणांसह)

प्रथम आवृत्ती : फेब्रुवारी २०२४

प्रकाशक : सकाळ मीडिया प्रा. लि.
५९५, बुधवार पेठ,
पुणे ४११ ००२

संपादन : ऐश्वर्या कुमठेकर

मुखपृष्ठ : संदीप देशपांडे

मांडणी : संदीप घावरे

मुद्रणस्थळ : विकास प्रिंटिंग अँड कॅरिअर्स प्रा. लि.
प्लॉट नं. ३२, एमआयडीसी, सातपूर, नाशिक

ISBN : 978-81-19311-96-5

संपर्क : ०२०-२४४० ५६७८ / ८८८८८ ४९०५०
sakalprakashan@esakal.com

टीप : ऋग्वेदातील ऋचांचा लेखकाने सांगितलेला अर्थ ही संपूर्णपणे लेखकाची विचारधारा आहे.

हिंदू धर्मामध्ये अनंत हालअपेष्टा सोसून सुद्धा आणि इतर धर्मीयांच्या जोर-जबरदस्तीला
आणि प्रलोभनांना बळी न पडता जे दलित
आणि आदिवासी हिंदू (जैन, बौद्ध, शीख) धर्माशी एकनिष्ठ राहिले,
त्या सर्वांना हे पुस्तक अर्पण ...

स्वस्तिवाचन

सोलापूरचे बापू भानुदास कुंभार यांनी लिहिलेले *ऋग्वेद अर्थसार – वैज्ञानिक स्पष्टीकरणे आणि पौराणिक विश्लेषणे* असे भारदस्त नाव असलेले पुस्तक समोर आले आणि क्षणभर स्तिमित झालो. या विषयावर आजवर झालेल्या विपुल लेखनाशी माझा कमी-अधिक परिचय आहे. त्यांच्या मान्यवर लेखकांची नावेही ज्ञात आहेत. त्यात श्री. कुंभार यांचे नाव कधी ऐकले नव्हते. त्यातून ते कॉमर्सचे पदवीधर आणि रेल्वेत तिकीट तपासनीसाची नोकरी करणारे, हे ऐकल्यावर तर भुवया उंचावणे स्वाभाविक होते. पण मुक्यालाही वक्ता करणाऱ्या आणि पांगळ्यालाही गिर्यारोहक बनवणाऱ्या त्या भगवंताची कृपा कोणावर कशी होईल, याचा नेम नाही, हे माहिती असल्या ने 'Don`t judge a book by its cover.' या म्हणीनुसार पुस्तकाचे परिशीलन केले.

पुस्तकाच्या प्रारंभीचे लेखकाचे मनोगत त्यांची प्रेरणा, परिश्रम आणि तळमळीची साक्ष देणारे आहे, तर अनुक्रमणिकेतील विषयसूची त्यांचा व्यासंग दर्शवते. पण त्याचबरोबर लेखकाला आपल्या उणीवा व मर्यादांचीही जाणीव आहे. त्यामुळे त्यांच्या लेखनात 'मी म्हणतो तेच प्रमाण,' असा अभिनिवेश आढळत नाही .

वस्तुतः प्राचीनतम असलेल्या व खरोखरीच सर्वांना दुर्बोध वाटणाऱ्या वैदिक वाङ्मयातील उल्लेखातून वैज्ञानिक सिद्धान्तांची जुळवाजुळव करण्याचा प्रयत्न अत्यंत साहसी होय. विराट सृष्टिचक्रापासून शरीरांतर्गत अतिसूक्ष्म रचनाचक्रापर्यंतच्या बाबींचा वैज्ञानिक व योगपूरक उलगडा करण्याचा अत्यंत थोर व्यासंगी विद्वानांचा प्रयत्न पाहिला की, आश्चर्यचकित व्हायला होते. त्या दिशेने श्री. कुंभार यांनी केलेले साहित्यिक साहस अभिनंदनीय होय! यात कोणता भाग कुणाला कितपत पटेल हे प्रत्येकाच्या व्यासंगावर व परिपक्वतेवर अवलंबून राहील. पण असे मतभेद स्वाभाविक असले तरी या प्रकारचा प्रयत्न करणे, कौतुकास्पदच आहे.

पारंपरिक प्रचलित समजुतींनुसार वेद हे आपले 'धर्म ग्रंथ' आहेत. त्यामुळे त्यातील कथा, प्रार्थना, स्तुती यांचा आणि खगोलशास्त्र, भूगर्भशास्त्र, ऐतिहासिक घटना यांचा काय संबंध आहे, असे वाटणे स्वाभाविक आहे. पण *परोक्षप्रिया हि देवाः।* हे सूत्र ध्यानात घेतले तर वाच्यार्थ आणि लक्षितार्थ अथवा व्यंगार्थ असा भेद करून हा संबंध दर्शविण्याचा प्रयत्न तर नक्कीच करता येईल. श्री. कुंभार यांनी तो त्यांच्या परीने चांगलाच केला आहे. तो परिपूर्ण आहे, असा खुद्द त्यांचाही दावा नाही. पण या क्षेत्रातील जाणकार अभ्यासकांनी त्याची दखल घ्यावी, चिकित्सा करावी एवढे त्याचे मोल निश्चितच आहे, असे मला वाटते. या दृष्टीने या पुस्तकाचे मुद्रण होऊन ते जाणकारांपर्यंत पोहोचावे, यासाठी बापूसाहेब कुंभार यांना अभिनंदनपूर्वक शुभेच्छा!!

श्री ज्ञानेश्वरपदाश्रित

– स्वामी गोविंददेवगिरी महाराज

आचार्य, डी. लिट. (मानद) कोषाध्यक्ष,

श्री रामजन्मभूमी तीर्थ क्षेत्र (ट्रस्ट), अयोध्या

ज्येष्ठ व. १३

युगाब्द ५१२५

दि. १५/०६/२०२३

अभिप्राय

बापू भानुदास कुंभार यांनी लिहिलेले *ऋग्वेद अर्थसार – वैज्ञानिक स्पष्टीकरणे आणि पौराणिक विश्लेषणे* हे पुस्तक मी वाचले.

ऋग्वेदातील काही निवडक ऋचांचा त्यांनी वैज्ञानिक दृष्टीने अभ्यास केला आहे.

ऋग्वेदात वर्णिलेल्या विविध घटना उदाहरणार्थ, इंद्राचा जन्म झाल्यावर द्यावा-पृथ्वी भयकंपित झाली आणि काही वैदिक देवता (उदाहरणार्थ, इंद्र, अग्नि, अश्विनी, ऋभु) यांच्या स्वरूपात काही एक गूढ अर्थ दडलेला आहे आणि तो गूढ अर्थ म्हणजे खगोलीय घडामोडी आहेत, असे लेखकाचे म्हणणे त्यांनी या पुस्तकात सविस्तर मांडले आहे. आपल्या म्हणण्याच्या पुष्ट्यर्थ त्यांनी काही निवडक ऋचांच्या भाषांतराची उद्धृते दिली आहेत. किंबहुना ऋग्वेदातील देवतांच्या स्वरूपाबद्दल त्यांनी जे चिंतन केले आहे, त्याचा आधारच सदर म. म. सिद्धेश्वर शास्त्री चित्राव यांनी केलेल्या ऋग्वेदाचे मराठी भाषांतर हा आहे. लेखकाची चिंतनशीलता, विविध मंडळांतील ऋचांमध्ये विखुरलेले त्या त्या देवतेचे संदर्भ गोळा करण्यातील चिकाटी, त्यांच्या मांडणीसाठी घेतलेले कष्ट, देवतेच्या मूळ स्वरूपाचा शोध घेण्यामागची जिज्ञासा या गोष्टी सदर पुस्तकातून प्रतीत होतात.

ऋग्वेदातील देवता हा विषय प्राचीन काळापासूनच विचारवंतांना मोहिनी घालत आला आहे. निरुक्तकार यास्क (इ.स. पू. ६ वे शतक - काळ विवाद्य) यांनी देवतांच्या स्वरूपाविषयी अभ्यासपूर्वक मत मांडणाऱ्या परिव्राजक, ऐतिहासिक व नैरुक्त या तीन संप्रदायांचा उल्लेख केला आहे (निरुक्त २.१६). एवढेच नव्हे तर वृत्राच्या स्वरूपाबद्दल तो त्वष्ट्याचा मुलगा असला पाहिजे, असे मत ऐतिहासिक मांडतात, तर मेघ असला पाहिजे, असे मत नैरुक्तांचे आहे अशी नोंद केली आहे. साहजिकच इंद्र व वृत्र यांचा संघर्ष झाला अशी जी वर्णने ऋग्वेदात आली आहेत, त्यांची उपपत्ती कशी लावावी? या प्रश्नावर नैरुक्त संप्रदायी म्हणतात की, पाण्याचा ढग आणि वीज एकत्र येतात आणि

मग कडकडाट, गडगडाट होऊन पाऊस पडतो. या घडामोडीचे वर्णन वैदिक आर्य इंद्र वृत्र युद्धाच्या भाषेत करतात.

हे सविस्तर एवढ्यासाठी सांगितले की, देवतांचे वर्णन करणारे शब्द वाच्यार्थाने न स्वीकारता रूपकात्मक समजावयाचे व ते रूपक उलगडण्याचा प्रयत्न करावयाचा, ही वैदिक देवतांच्या अभ्यासाची फार प्राचीन विचारसरणी आहे.

एकदा का शब्द वाच्यार्थाने न घेता रूपकात्मक अर्थाने घ्यावयाचा असे मानले की, रूपक हा विषय येतो आणि साहजिकच तिथे व्यक्तिनिष्ठतेला वाव राहतो आणि परिणामतः एका देवतेचे स्वरूप उलगडणाऱ्या अनेक उपपत्ती पुढे येतात. डॉ. रा. ना. दांडेकर यांनी *वैदिक देवतांचे अभिनव निदर्शन* या आपल्या पुस्तकात वरुण, इंद्र, रुद्र या देवतांच्या स्वरूपाविषयीच्या विविध उपपत्तींचा मोठ्या साक्षेपाने आढावा घेतला आहे.

लेखकांनी 'वैज्ञानिक स्पष्टीकरणे' असा शब्द वापरला आहे आणि मनोगतातही भूगर्भशास्त्र, भूगोल इ. सहा शास्त्रांची यादी दिली आहे. व्ही. जी. रेळे यांनी *The Vedic Gods : As Figures of Biology* या ग्रंथात 'या सर्व वैदिक देवता म्हणजे मुळातील शरीरातील अवयवांचे झालेले दैवतीकरण होय,' असा पक्ष मांडला आहे. योगी अरविंदांनी या देवतांना विशिष्ट गतीच्या रूपात पाहिले (The Secret of Vedas). पंधरा-वीस वर्षांपूर्वी श्री. भालेराव यांनी फक्त रुद्रसूक्तांचा भूगर्भशास्त्राच्या दृष्टीने साद्यंत अभ्यास मांडला होता. (रुद्र म्हणजे ज्वालामुखी असे त्यांचे मत आहे). इंद्राच्या सूक्तांचा पृथ्वीच्या निर्मितीच्या दृष्टीने रवींद्र गोडबोले यांनी केलेला 'इंद्राचा जन्म' अभ्यास प्रसिद्ध झाला आहे, डॉ . शरदचंद्र इंगळे यांनीही वैदिक देवतांचे मूळ रूप 'खगोलात पाहिले आहे.' (*ऋग्वेदाचे वैज्ञानिक आकलन* हे ही पुस्तक प्रसिद्ध झाले आहे.) म्हणजे वैज्ञानिक स्पष्टीकरणे अनेकांनी केली आहेत आणि ती त्यांच्या त्यांच्या परीने सुसंगत व परिपूर्णही आहेत.

या पार्श्वभूमीवर श्री. कुंभार यांचे हे पुस्तक म्हणजे पुढची कडी ठरते.

फक्त वेदांतीलच नाही तर पुराणांमधील कथांमधेसुद्धा कोणते ना कोणते शास्त्रीय सत्य असते. त्या त्या वेळच्या ऋषींना समजलेले विश्वरचनेचे गूढ त्यांनी कथेद्वारे समाजात ठेवले. कथा असल्यामुळे त्या या पिढीकडून त्या पिढीकडे गेल्या. मात्र फक्त कथाच पुढे गेल्या, त्यातील वैज्ञानिक माहितीची दखल घेतली गेली नाही. श्री. कुंभार यांचे हे चिंतन महत्त्वाचे आहे. त्यांनी आपल्या परीने अनेक कथा व समजुतींचा असा वैज्ञानिक उलगडा केला आहे. उदा. प्रजापतीने चंद्राला शाप दिला ही कथा, ऋग्वेदातील इंद्र, आदित्य, पृथ्वी या देवता इत्यादी.

मनोगतात लेखकाने आपल्या काही मर्यादा प्रांजळपणे कबूल केल्या आहेत. त्या मर्यादांच्या पलीकडे जाऊन ऋग्वेदासारख्या प्राचीनतम ग्रंथातील – ज्याची भाषासुद्धा

अभिजात संस्कृत नसल्यामुळे दुर्बोधच आहे – देवतास्वरूप या गुंतागुंतीच्या तसेच विविध आयाम असणाऱ्या विषयाचा मागोवा घ्यावा, काही आलोचना करावी असे वाटणे व तसा प्रयत्न करणे, ही गोष्ट प्रशंसनीयच म्हणायला लागेल.

श्री. कुंभार यांचे या ग्रंथासाठी मनःपूर्वक अभिनंदन. त्यांचे हातून अशीच सारस्वत सेवा घडो ही शुभेच्छा .

– डॉ. भाग्यलता पाटसकर

संचालक, वैदिक संशोधन मंडळ

(आदर्श संस्कृत संशोधन संस्था), पुणे

मनोगत

वेदांची निर्मिती ही सुमारे पंचवीस हजार वर्षांपूर्वी झाली. उच्चारण पद्धतीच्या शास्त्रामुळे आणि मुखोद्गत पद्धतीने वेदातील मंत्र जसेच्या तसे आजही उपलब्ध आहेत. शिष्यवर्गाकडून यज्ञकार्यासाठी या मंत्राचे पाठांतर करून घेतले जात असे; परंतु त्या मंत्राच्या अर्थाचे स्पष्टीकरण शिष्यवर्गाला समजावून सांगितले जात नसे. त्यामुळे एका पिढीकडून दुसऱ्या पिढीकडे अर्थाचे हस्तांतरण झाले नाही. त्यामुळे पुढे या मंत्राचे अर्थ लुप्त झाले. सध्या वेदमंत्रकर्त्या ऋषीला अभिप्रेत असणारा अर्थ कोणता हे निश्चित करता येत नाही. तसेच काही मंत्रांचे अर्थ लावणेही अशक्य झाले आहे. एकाच मंत्राचे अनेक अर्थ निष्पन्न होतात. त्यामुळे योग्य अर्थ कोणता, याबद्दल विद्वानांमध्ये मतभेद होतात.

शौनक ऋषींनी आपल्या *ऋषि आणि देवता क्रमणी* या ग्रंथामध्ये मंत्रकर्ता ऋषि आणि त्या मंत्रामधील देवता यांचे स्पष्टीकरण दिलेले आहे. यास्काचार्यांनी 'निरुक्त' हा वैदिक शब्दकोश तयार केलेला आहे. वेदांमध्ये आलेली नाम, विशेषणे, क्रियापदे यांचा शब्दविग्रह करून त्यांचा अर्थ त्यांनी स्पष्ट केला आहे. पदांचे चार भेद, शब्दांचे नित्यत्व स्थापन, षट्विकार इत्यादींचा अभ्यास करून अर्थ लावला आहे. ऋग्वेदामधील सर्व देवतांच्या व्याख्या केलेल्या आहेत. परंतु त्यांनी ऋग्वेदामधील ऋचांचा संपूर्ण अर्थ दिला नाही.

यानंतर सायणाचार्यांनी आपल्या *सायणभाष्य* या ग्रंथामध्ये ऋग्वेदाचा यज्ञप्रधान अर्थ लावला आहे. त्यासाठी ऋग्वेदाशी संबंधित एतरेय ब्राह्मण, शिक्षा अशा परंपरागत प्राचीन साहित्याचा आधार घेतलेला आहे. सध्या हाच ग्रंथ ऋग्वेदाच्या अभ्यासासाठी प्रमाण मानला जातो. परदेशी अभ्यासकांनी ऋग्वेदाचा अभ्यास करण्यासाठी *सायणभाष्य* या ग्रंथाचाच आधार घेतलेला आहे.

मध्वाचार्यासारखे आचार्य आणि स्वामी दयानंद यांनी ऋग्वेद ईश्वरप्रणीत मानला आहे. ईश्वर हा निराकार असल्यामुळे त्यांनी अग्नी इंद्र अशा देवतांना ईश्वरार्थक मानलेले आहे.

योगी अरविंदांच्या मते तपाने शुद्ध झालेला ज्ञानी आणि सिद्ध पुरुषच ऋग्वेदाचा अर्थ लावण्यास समर्थ होतो. त्यांच्या मते ऋग्वेदातील 'अग्नी' हा प्राणाचे प्रतीक आहे. 'गो', 'अश्व', 'घृत' हे अनुक्रमे ज्ञान, सामर्थ्य, तपोबल आणि प्रकाश यांचे प्रतीक आहेत.

अलीकडच्या काळामध्ये सर्वश्री. भालेराव, रवींद्र गोडबोले, डॉ. शरदचंद्र इंगळे यांनी ऋग्वेदाची खगोलीय आणि वैज्ञानिक स्पष्टीकरणे दिली आहेत, जी सुसंगत आणि परिपूर्ण आहेत.

मीही या पुस्तकामध्ये माझ्या परीने ऋग्वेदाची वैज्ञानिक आणि खगोलीय स्पष्टीकरणे दिली आहेत. बुद्धिप्रामाण्यवादाशी एकनिष्ट राहून, कर्मठपणा बाजूला ठेवून, ऋग्वेदावर पूर्ण श्रद्धा ठेवून तसेच पूर्वाचार्यांचा पूर्ण आदर ठेवून मी स्पष्टीकरणे दिली आहेत. ही स्पष्टीकरणे देताना मी पुढील शास्त्रांचा विचार केलेला आहे –

- **भूगर्भशास्त्र :** त्या वेळच्या आर्यावर्ताची भूरचना, प्रदेशाचा विस्तार, भूप्रदेशाची निर्मिती, मागे हटणारा समुद्र, हिमालयाची निर्मिती, त्याची वाढत जाणारी उंची, हिमालयात होणारे भूकंप यांचा विचार केला आहे.
- **भूगोल :** आर्यावर्तामधील अरण्ये, भूभाग, नद्या, पर्वत यांचा विचार केला आहे.
- **हवामानशास्त्र :** पाऊस, ऊन, वारा, थंड आणि उष्ण, कोरडे हवामान, पावसाळी ढग, आर्द्रता, धुके, अतिवृष्टी, दुष्काळ, नद्यांचे पूर इत्यादींचा विचार केला आहे.
- **समाजशास्त्र :** मध्य आशियातून येणाऱ्या रानटी टोळ्या, त्यांचे नागरी जीवनाशी झालेले संघर्ष, त्या वेळचे लोकांचे राहणीमान, त्या वेळची शेती, पिके, अग्नीचा शोध, त्याचा वापर, यज्ञसंस्था, आश्रम, देवदेवता मंत्ररचना इत्यादी विचार केला आहे.
- **इतिहास :** आर्यावर्तातील राज्ये, राजवंश, बाहेरील टोळ्यांबरोबर तसेच एकमेकांतील युद्धे, त्या वेळची शस्त्रे, लोकराज्य पद्धत, वसिष्ठ आणि अत्रिसमुदायाचा स्थानिक लोकांशी झालेला संघर्ष, वसिष्ठ आणि विश्वामित्रांचा संघर्ष असा विचार केला आहे.
- **खगोलशास्त्र :** ब्रह्मांडनिर्मितीबद्दल आर्यांचे विचार, सूर्यनिर्मिती, पृथ्वीची उत्पत्ती, तारे, तारका, राशी, नक्षत्रे यांचा शोध, वेदांग ज्योतिष, ग्रहांचा शोध, सृष्टी निर्मितीसंबंधी आर्यांचे विचार, सूर्याची रचना, सूर्यप्रकाश, सूर्यकिरणे याबद्दल शास्त्रीय माहिती, ध्रुव तारा, सप्तर्षी, ताऱ्यांची निर्मिती आणि त्यांचा अंत इत्यादींचा विचार केला आहे.

अनेक पाश्चिमात्त्य इतिहासकार वेदरचनेचा कालखंड पाच हजार वर्षांच्या आतील मानत असताना मी मात्र वेदरचनेचा कालखंड या पुस्तकामध्ये पंचवीस हजार

वर्षांपूर्वी घेतलेला आहे, हे पाहून वाचकांच्या मनात प्रश्नचिन्ह उपस्थित होईल. वेदरचनेचा एवढा प्राचीन कालखंड कोणत्या आधारावर घेतला आहे, असे त्यांना वाटण्याची शक्यता आहे. मी ऋग्वेदाचा कालखंड निश्चित करताना डॉ. पी. व्ही. वर्तक यांनी लिहिलेल्या *वास्तव रामायण* या पुस्तकाचा आधार घेतलेला आहे. या पुस्तकामध्ये त्यांनी केलेला तर्कसंगत युक्तिवाद सर्वांना मान्य करण्यास हरकत नसावी. एवढेच नव्हे तर त्यांनी घेतलेला तेवीस हजार सातशे वर्षे एवढा कालखंड मी त्यापेक्षा अजून एक हजार तीनशे वर्षे मागे घेतला आहे. डॉ. वर्तकांनी शतपथ ब्राह्मण, गोपथ ब्राह्मण, पंचवीस ब्राह्मण, सांख्यायन यामंधील ऋचांचा आधार घेतला आहे. डॉ. वर्तक यांचे कालनिश्चितीसाठीचे स्पष्टीकरण पुढीलप्रमाणे आहे –

त्या काळी फाल्गुनी पौर्णिमेला नवीन वर्ष आणि वसंत ऋतू चालू होत असे. त्यावरून वसंत संपात हा उत्तरा भाद्रपद नक्षत्रावर सुरू होत होता. आजही वसंत संपात हा उत्तरा भाद्रपद नक्षत्रावर आहे, पण सध्या वेद निर्माण झालेले नाहीत. वसंत संपात हा नक्षत्र चक्रातून उलट गतीने फिरतो. वसंत संपाताची नक्षत्र चक्रातून एक फेरी पूर्ण होण्यासाठी साधारणपणे तेवीस हजार वर्षे एवढा काळ लागतो.

इ. स. २८०मध्ये वसंत संपात हा अश्विनी नक्षत्रावर असला पाहिजे. मग इ. स. पूर्व फाल्गुन मासी वसंत ऋतू चालू होण्यासाठी वसंत संपाताची नक्षत्र चक्रातून एक फेरी पूर्ण झालेली असली पाहिजे. हा युक्तिवाद अत्यंत बुद्धिनिष्ठ आणि तर्कसंगत आहे. यावरून समजते की, इ. स. पूर्व तेवीस हजार सातशेमध्ये वसंत संपात हा उत्तरा भाद्रपदाच्या आरंभी असला पाहिजे. सूर्य, तारे, नक्षत्रे, राशी, ग्रह यांचा शोध लागल्यानंतर ऋषिमुनींनी त्यांच्या भ्रमण गतीचा दीर्घकाळ अभ्यास करून वेदांग ज्योतिष तयार केले. वेदांग ज्योतिष तयार होण्याचा काळ म्हणजे ऋषींच्या उच्च बुद्धिमत्तेचा आणि ज्ञानाचा काळ होता. अशी परिपक्वता येण्यासाठी हजार ते दीड हजार वर्षे लागली असतील. वेदांग ज्योतिष तयार होण्याच्या अगोदर वेदनिर्मितीसठी कमीत कमी एक हजार वर्षांचा काळ गेला असेल. वेदांग ज्योतिष तयार होण्याअगोदर वेदनिर्मिती झाली होती. म्हणून मी आणखी मागे जाऊन वेदनिर्मितीचा काळ पंचवीस हजार वर्षे मागे घेतला आहे, जो योग्य आहे. तो मान्य करण्यासाठी कोणाचीही हरकत नसावी. ऋग्वेदाच्या रचनेचा कालखंड विचारात घेताना इतिहासकारांनी पुराव्याबरोबर ज्योतिषशास्त्राचीही सांगड घातली पाहिजे.

आपण सध्या ज्यांना देव मानतो, त्या सर्वांनाच यास्काचार्यांनी निरुक्तमध्ये 'वायू' अशीच उपाधी दिलेली आहे. मित्रावरुणामधील 'मित्रा' म्हणजे 'प्राणवायू' आणि 'वरुण' म्हणजे 'हायड्रोजन वायू' आहे. त्वष्ट्रयाला अत्यंत वेगाने फैलावणारा, वाकडातिकडा, (कुटील) सुंदर, अंधुक तसेच विश्वनिर्मितीमधील प्रमुख वायू असे

म्हटले आहे. हा वायू सर्वांचा उत्पादक, सर्वस्वरूप प्रकाशमय वायू आहे. (हा हेलियम वायू असावा) 'ब्रह्मणस्पती' हा वैश्विक मेघरक्षक वायू आहे. 'बृहस्पती' हा विश्वाचा रक्षणकर्ता वायू आहे. 'प्रजापती', 'वेन', 'सुपर्ण्', 'श्येन', 'वैश्वानर' या सर्वांना यास्काचार्यांनी 'वायू' असेच संबोधले आहे. आज विज्ञानानेही अनेक प्रकारचे वायू शोधून काढले आहेत. यास्काचार्यांनी त्यांना संस्कृत नावेही दिली आहेत. यास्काचार्यांनी सांगितलेल्या वायूंना त्यांच्या गुणधर्मांवरून, त्यांच्या वैशिष्ट्यांवरून तसेच त्यांच्या कार्यावरून विज्ञानाच्या परिभाषेत जोडणे आवश्यक आहे.

ऋग्वेद १/१६२मध्ये यज्ञीय अश्वांचे वर्णन आलेले आहे. सुंदर वस्त्रे परिधान करून, सजवून बळी देण्यासाठी अश्वाला यज्ञकुंडाजवळ आणले जाते. प्रत्यक्ष अश्व बळी देतानाचे संपूर्ण वर्णन यात केलेले आहे. शेवटी त्या अश्वाला स्वर्गामध्ये सद्गती लाभो, अशी प्रार्थना केली आहे. अश्वाच्या चौतीस बरगड्यांमध्ये सुरी घुसते आहे, असे वर्णन केले आहे. सायणाचार्यांनी या बरगड्यांना देवतास्वरूप मानून त्यांना देवतांची नावे दिली आहेत. ती नावे अशी : 'एकादशरुद्र', 'द्वादश आदित्य', 'अष्टवसू', प्रत्येकी एक 'प्रजापती' आणि 'वषट्कार'.

ऋग्वेदाच्या प्राथमिक कालखंडामध्ये सर्वश्रेष्ठ, विश्वनिर्मितीमध्ये अत्यंत सक्रिय आणि ब्रह्मदेवाचे स्थान असणाऱ्या 'त्वष्ट्ट' या देवतेला प्रचंड महत्त्व होते. या देवतेची स्तुतिपर सूक्ते ऋग्वेदामध्ये रचली असावीत. पण नंतरच्या काळामध्ये तिच्या कृष्णकृत्यांमुळे ही देवता असुरांमध्ये गणली जाऊ लागली. त्यामुळे वेदांचे संहिताकरण करताना त्वष्ट्टवर रचलेली काही सूक्ते काढून टाकली असावीत.

ऋग्वेद १/१३०/९मध्ये सूर्यरथाचे चाक इंद्राने फेकले, अशा अर्थाची ऋचा आलेली आहे. रथ म्हटले की तो गमन करणारा असतोच, असा अर्थ होतो. प्राथमिक कालखंडात सूर्य आपल्या रथाच्या साहाय्याने पृथ्वीभोवती फिरतो, असा गैरसमज होता. नंतर पृथ्वी स्वत:भोवती आणि सूर्याभोवती फिरते, असा शोध लागला. पृथ्वीच्या स्वत:भोवती फिरण्यामुळे सूर्योदय आणि सूर्यास्त होतो. तसेच सूर्याभोवती फिरण्याने एक संवत्सर होते. सूर्य पृथ्वीभोवती फिरतो, हा गैरसमज जनमानसातून कायमचा दूर व्हावा म्हणून सूर्यरथाचे चाक इंद्राने फेकून दिले, अशी ऋचा रचली. या ऋचेमुळे सूर्य एकाच जागी स्थिर आहे, असा अर्थ होतो.

उषासूक्तामध्ये उषेच्या रथाचे वर्णन आले आहे. परंतु परत असे लक्षात आले की, उषा कोठेही गमन करीत नाही. ती पूर्व दिशेला एका जागी स्थिर आहे. ही चूक सुधारण्यासाठी ऋग्वेद २/१५/६ ही ऋचा रचण्यात आली. या ऋचेमध्ये इंद्राने उषेच्या रथाचा चुराडा केला, असे वर्णन करून उषा ही रथहीन आहे असे दर्शविले गेले. इंद्राने सूर्याचे एक चाक का फेकून दिले, तसेच इंद्राने उषेच्या रथाचा का चुराडा केला यांचे

उत्तर संपूर्ण ऋग्वेदामध्ये कोठेही सापडत नाही. म्हणून मी माझ्या बुद्धीने या प्रश्नांचे उत्तर देण्याचा प्रयत्न केला आहे.

ऋग्वेद म्हणजे कर्मकांड, यज्ञयाग आणि त्यांचे मंत्र यांचा भरणा ही मानसिकता प्रत्येक भारतीयाने मनातून काढून टाकली पाहिजे. ऋग्वेदामध्ये इतिहास, भूगोल, खगोल आणि भूगर्भशास्त्र यांची माहिती टिच्चून भरली आहे. खगोलशास्त्र हा तर ऋग्वेदाचा गाभा आहे. खगोलशास्त्रामध्ये विश्वनिर्मिती, सूर्यनिर्मिती, तारेनिर्मिती, ताऱ्यांचे विश्वामधील स्थान, राशी, नक्षत्रे, सप्तर्षी, ध्रुवतारा यांची आश्चर्यकारक माहिती दडलेली आहे. प्राचीन भारतीयांनी प्राप्त केलेल्या खगोलीय ज्ञानापर्यंत अजून आजचे शास्त्रज्ञ पोहोचले नाहीत. मानवाच्या प्राथमिक अवस्थेत निसर्गाच्या प्रत्येक भागाला त्यांनी देव मानले होते; परंतु त्यांच्या बुद्धीच्या कक्षा जसजशा विस्तारत गेल्या तसतसे विश्वनिर्मितीचे कोडे उलगडण्याचा तसेच सूर्याची उत्पत्ती व त्याचे अंतरंग शोधण्याचा, त्याच्या इंधन पुरवठ्याचा स्त्रोत शोधण्याचा त्यांनी प्रयत्न केला. सूर्यालासुद्धा चंद्राप्रमाणे कला आहेत, हे आमच्या ऋषींनी शोधले आहे. या कलांची संख्या तेरा आहे. त्यांची नावे अशी – जालिनी, किरनी, दाहिनी, दीपिनी, ज्योतिषी, तेजिनी, विद्या, मोहिनी, जीतनी, शंखिनी, प्रकाशिनी, दीपकलिका व स्वयंप्रकाशिका. या कलेमध्ये सूर्याचे आकारमान, दीप्ती आणि दाहकता यांमध्ये फरक पडतो. आजचे शास्त्रज्ञ वेगळ्या भाषेत हेच सांगतात. त्यांच्या मते सूर्यावर चुंबकीय वादळे होतात. त्यामुळे सूर्यामधून निघणाऱ्या प्रकाशात आणि उष्णतेमध्ये काही कालावधीमध्ये फरक पडतो. काहींच्या मते सूर्यावर काही कालांतराने अणुस्फोट हेतो. त्यामुळे प्रकाशाच्या सातत्यामध्ये फरक पडतो. परंतु त्यांची वारंवारता आणि प्रकार ते निश्चित करू शकले नाहीत. आमच्या ऋषींनी अनेक शोध लावले, ते केवळ आत्मचक्षूच्या साहाय्याने. कोणतीही तांत्रिक साधने न वापरता आमचे ऋषी आजच्या शास्त्रज्ञांपेक्षाही मोठे ठरतात. परंतु त्यांचे मूल्य आपल्याला नाही. आमच्या ऋषींनी प्राचीन काळी अग्निनिर्मितीचा शोध लावला. हा शोध त्या काळी आजच्या विजेच्या शोधपेक्षाही मोठा होता. हे सर्व शोध त्यांनी मंत्ररूपाने शब्दबद्ध केले. याचेही महत्त्व फार मोठे आहे. भरपूर अन्नपाण्याच्या प्राप्तीसाठी प्राथमिक अवस्थेत निसर्गदेवतेच्या पूजा आणि प्रार्थना त्यांनी वेगळ्या प्रकारांनी केल्या. त्या पद्धती आता खुळचट वाटतात. एखाद्या देवतेला हविरूपाने अन्न भरवून संतुष्ट करणे आणि त्यांच्या प्रसन्नतेसाठी प्रार्थना करण्यात त्यांचे काय चुकले? आजही आपण देवांना नैवेद्य दाखवून त्यांचे आचरण करीतच असतो.

प्राचीन भारतीयांना भौतिक सुखाचे अजिबात आकर्षण नव्हते. त्यांचा ओढा अधिभौतिक म्हणजे आत्म्याच्या शाश्वत सुखाकडे होता. भौतिक सुखासाठी त्यांनी

तांत्रिक विज्ञानामध्येसुद्धा भरपूर प्रगती केली असती. याच्या सत्यतेसाठी एक उदाहरण घेता येते. श्रीरामाने रावणाला ठार करून त्यांच्या पुष्पक विमानावर हक्क प्रस्थापित केला होता. श्रीराम या पुष्पक विमानाने लंकेहून अयोध्येला परत आले. त्यांच्याबरोबर लंकेचा राजा बिभिषणही होता. रामांचा राज्याभिषेक सोहळा संपल्यानंतर बिभिषण लंकेस परत निघाला. श्रीरामांनी बिभिषणाला पुष्पक विमान परत घेऊन जाण्याची आज्ञा केली. बिभिषणने अनेकदा विनंती करूनसुद्धा ते विमान ठेवून घेण्यास त्यांनी नकार दिला. सर्वत्र हिंडण्या-फिरण्यासाठी राम त्या विमानाचा वापर करू शकले असते, पण त्यांनी ते सुख नाकारले.

'खगोलशास्त्र' या विषयावर श्रीमद्भागवत तसेच काही पुराणांमध्ये अनेक कथा रचलेल्या आहेत. उदाहरणार्थ, ध्रुवबाळ कथा, तारकासूर कथा, गणपती चरित्र इ. ध्रुव ताऱ्याचे उत्तर दिशेला असणारे अनंत काळपर्यंतचे अस्तित्व दाखविण्यासाठी ध्रुवबाळ कथा रचली आहे. तारकासुर कथेतील 'तारकासुर' या नावातच तारा आला आहे. कृतिका नक्षत्रामध्ये एका नवीन ताऱ्याची निर्मिती दाखविण्यासाठी कार्तिकेय कथा रचली गेली. कृतिका नक्षत्रातील सहा ताऱ्यांमुळे त्याला 'षडानन' किंवा 'कार्तिकेय' असे नाव दिले. त्यानेच तारकासुराचा वध केला. या नवीन ताऱ्याच्या निर्मितीमुळे किंवा जन्मामुळे जवळपासचा एखादा मोठा तारा नष्ट झाला होता. ही अत्यंत प्राचीन काळची खगोलीय घटना असावी. पार्वती स्नान करीत असता अंग चोळून जो मळ निघाला त्या मळाच्या खड्यापासून गणपतीचा जन्म झाला, अशी गणपती जन्माची एक कथा सांगितली जाते. विश्वामध्ये अनेक तारे आयुष्याच्या शेवटी नष्ट होत असतात. या वेळी यामध्ये स्फोट होऊन त्या ताऱ्यामधील घन धूलीकण अवकाशात पसरतात. याच धूलीकणापासून अनेक वेळेस नवीन तारा उत्पन्न होतो. गणपती जन्मकथेमध्ये हेच खगोलीय रहस्य दडले आहे. दक्ष प्रजापतीच्या यज्ञामध्ये शिवपत्नी सतीने उडी घेऊन आपले जीवन संपविले. या वेळी युद्ध होऊन शिवगणांनी अनेक देवदेवता तसेच ऋषींचा वध केला. दक्ष प्रजापतीचा तो साधा यज्ञ नव्हता. तो यज्ञ विश्वामधील तारे-तारका निर्मितीचा व ते नष्ट करण्याचा विश्वसृट यज्ञ होता. कधी कधी विश्वामधील ताऱ्यांचा चुंबकीय समतोल बिघडतो व त्यामध्ये अनेक तारे तारका नष्ट होतात. शिवगण आणि देवगण यामध्ये झालेले युद्ध म्हणजे तारे तारकांमधील वैश्विक युद्ध होते.

दक्ष प्रजापतीला साठ कन्या होत्या. त्यापैकी सत्तावीस चंद्राला दिल्या, असा एक उल्लेख आपल्या ग्रंथामध्ये आला आहे. या कथेचा अर्थ असा की, या वेळेपर्यंत आमच्या ऋषींनी विश्वातील साठ तारका समूह शोधले होते. हे तारका समूह ओळखता यावेत, म्हणून जवळच्या मोठ्या ताऱ्याला अर्पण केले, असे दाखविले आहे. या साठ मुलींपैकी सत्तावीस चंद्राला दिल्या. याच अर्थ ही सत्तावीस नक्षत्रे आहेत. रोहिणी

ताऱ्याचे वेगळे वैशिष्ट्य दाखविण्यासाठी चंद्र रोहिणीची प्रेमकथा, पुढे इतर पत्नी नाराज, नंतर पित्याचा चंद्राला शाप हे सर्व चंद्राला असलेल्या कला दर्शविण्यासाठी केले. आमच्या ऋषिमुनींनी खगोल, भूगोल, इतिहास, योग, विज्ञान तसेच इतरही अनेक शोध लावले होते. त्यांनी अनेक माहिती संकलित केलेली होती. ते सर्व ज्ञान कायमचे जिवंत ठेवण्यासाठी, त्यांची लोकांना विनासायास माहिती देण्यासाठी त्यांनी एक अत्यंत चमत्कारिक माध्यम निवडले होते. या माध्यमाद्वारे सर्व ज्ञान आणि तेही जसेच्या तसे हजारो पिढ्यांपर्यंत टिकून राहिले. ते माध्यम म्हणजे सुरसकथा. या कथांद्वारे प्राचीन काळापासून आजपर्यंत सर्व भारतीय लोकांना ऋषींनी मिळवलेले ज्ञान माहीत झाले. फक्त त्या कथेतील मूळ ज्ञानाचा अर्थ समजणे महत्त्वाचे आहे. उदाहरणार्थ, शंखासुर तुलसी कथेमध्ये शंख आणि शंखाचे भस्म, शंखाचे चूर्ण, तसेच तुळशी पाने, तुळशीच्या मंजिरी यांचे मानवी शारीरिक व्याधीसाठी असणारे महत्त्व विषद केलेले आहे. हा कथेचा मूळ गाभा लोकांनी लक्षात घेणे आवश्यक आहे.

मी माझ्या या पुस्तकामध्ये वैश्विक उदकाच्या संबंधाने ज्वलनशील उदक ज्वालाग्राही उदक, असे म्हटले आहे. याचे कारण असे की, ऋग्वेद १०/२७/१७मध्ये 'प्रजापती प्रीत्यर्थ पुष्ट अज शिजविला,' असे वर्णन आले आहे तसेच १०/२७/१८मध्ये देवांना शिजविलेला तसेच न शिजविलेला हवी अर्पण असे वर्णन आले आहे. या दोन्ही ही ऋचा सूर्यउत्पत्तीच्या संदर्भाने आल्या आहेत. याचा सारांश म्हणजे सूर्यगर्भ उष्ण पाण्यात शिजविला, असा आहे. यावरून असे वाटते की, वैश्विक उदक हे अतिउष्ण असावे. वैश्विक उदक हे विश्वातील सर्व मूलतत्त्वांचे रसायन असावे. मूलतत्त्व हा आध्यात्मिक शब्द आहे. विज्ञान शास्त्रामध्ये याचाच अर्थ मूलद्रव्ये (मौलिक) असा घेतला पाहिजे. एका मूलद्रव्यामध्ये लहान कणामध्ये एकाच प्रकारचे अणू असतात. वैश्विक उदक हे विश्वातील अनेक मूलद्रव्यांचे रसायन असावे. अशा अनेक मूलद्रव्यांच्या संयोगामुळे ताऱ्यांची उत्पत्ती होते. त्यासाठी काळ हा घटक महत्त्वाचा आहे. मूलद्रव्यांच्या लाखो वर्षांच्या संयोगानंतर ताऱ्याची उत्पत्ती होते.

ऋग्वेदाचा अभ्यास करताना एक गोष्ट लक्षात येते की, जेव्हा एखाद्या ऋचाकर्ता ऋषीला एखाद्या राजाचे नाव माहिती नसेल तर त्या राजाच्या संबंधाने वर्णन करताना त्या राजाला 'इंद्र' हे सामान्यनाम दिलेले आहे. एवढेच नव्हे तर ऋग्वेद कालखंडामध्ये राज्याचा प्रमुख म्हणजे 'राजा' हा शब्द प्रचलित नव्हता. जनतेचा प्रमुख म्हणजे 'इंद्र' हाच शब्द प्रचलित होता. त्यामुळे भारतीयांचा असा एक समज झाला आहे की, आपल्या दैवी शक्तीमुळे इंद्र कोणत्याही स्थळी कोणत्याही काळी प्रकट होऊ शकत होता.

तसेच ऋचाकर्ता ऋषीला एखाद्या ताऱ्याचे नाव माहिती नसेल आणि त्या ताऱ्याच्या संबंधाने काही वर्णन करावयाचे असेल तर त्या ताऱ्याला 'इंद्र' असे नाव

दिलेले आहे. कारण विश्वामध्ये अनंत तारे आहेत. प्रत्येकाला नाव देणे शक्य नाही तसेच ऋग्वेदामध्ये पुष्कळ ठिकाणी सूर्याला इंद्र असे म्हटले आहे.

या पुस्तकामध्ये मी दिलेली स्पष्टीकरणे शंभर टक्के बरोबर आहेत, असा माझा मुळीच दावा नाही. माझ्या बुद्धीच्या परीने मी माझी स्पष्टीकरणे दिलेली आहेत. मी ऋग्वेदाचा विद्वान किंवा तज्ज्ञ नाही. त्यामुळे ऋग्वेदाच्या अभ्यासकांनी माझी स्पष्टीकरणे दुरुस्त केल्यास किंवा त्यामध्ये काही बदल केल्यास त्यांचे स्वागतच होईल. येनकेनप्रकारेण ऋग्वेदाचा सर्वमान्य अर्थ लागावा, ही इच्छा आहे.

ऋग्वेदामध्ये देवांचा यज्ञ, ब्रह्मदेवाचा यज्ञ, महादेवाचा यज्ञ, बृहस्पतीचा यज्ञ असे अनेक ठिकाणी म्हटले आहे. देवांचा यज्ञ म्हणजे ऋषि-मुनी करतात तसा यज्ञ नव्हता. देवांचा यज्ञ म्हणजे ब्रह्मांडनिर्मितीचा यज्ञ आहे. ऋग्वेदामध्ये ब्रह्मांडनिर्मितीच्या प्रक्रियेला 'देवांचा यज्ञ' असे म्हटले आहे.

प्राचीन ऋषींना विश्वातील वस्तुमात्रांमधील गुरुत्वाकर्षण शक्तीचे ज्ञान होते. ऋग्वेदामध्ये सूर्य तसेच मित्रावरुणाच्या संदर्भात 'स्तंभ आणि गुरूत्मान' हा शब्द वापरला आहे. स्तंभ याचा अर्थ प्रतिबंध किंवा नियमन असा होतो. स्तंभ याचा अर्थ गुरुत्वाकर्षण असा न होता गुरुत्व प्रतिबंध असा होतो. सूर्य पृथ्वीला आकर्षित करतो असा अर्थ न होता सूर्य पृथ्वीला दूर जाण्यापासून प्रतिबंध (स्तंभन) करतो, असा होतो. मित्रावरुण हे स्तंभनाचे वैश्विक केंद्र आहे, असे ऋग्वेदात नमूद केले आहे. गुरुत्वाकर्षण या अर्थाने गुरूत्मान हा शब्द ऋग्वेदामध्ये आला आहे.

मी माझ्या या पुस्तकामध्ये अनेक ठिकाणी पृथ्वीचा जन्म सूर्याच्या अगोदर झाला आहे, असे विधान केले आहे. याबद्दल थोडे स्पष्टीकरण देत आहे. विश्वामध्ये आदित्य गर्भाची पूर्ण वाढ होण्याची प्रक्रिया उदकामध्ये पूर्ण झाली. आदित्याचे आकारमान पूर्ण वाढल्यानंतर आदित्यामधून ज्वालामुखीप्रमाणे द्रवरूप आणि घनरूप तसेच अत्यंत तप्त वस्तुमात्रांचा वर्षाव विश्वामध्ये होऊ लागला. हा वर्षाव लाखो वर्षे सुरू होता. या कालावधीमध्ये लहान दगडापासून ते मोठ्या ग्रहांच्या आकाराचे अगणित वस्तुमान विश्वामध्ये फेकले गेले. या प्रक्रियेमध्ये अनेक ग्रह, उपग्रह, पर्वतप्राय दगड, उल्का तसेच धूमकेतू विश्वामध्ये फिरू लागले. पृथ्वी ही यापैकीच एक आहे. या तप्त वस्तुमात्रांना थंड होण्यासाठी लाखो वर्षे लागली. भ्रमण क्रियेमध्ये पुष्कळांचा आकार गोल झाला. जेवढ्या प्रकारची घन, द्रव आणि वायूरूप तत्त्वे (घटक) आदित्यामध्ये तसेच विश्वामध्ये अस्तित्वात होती, त्या सर्व तत्त्वांचा समावेश या ग्रहामध्ये झाला आहे. म्हणूनच 'पिंडी ते ब्रह्मांडी' असे म्हटले जाते. पृथ्वी लाखो वर्षे विश्वामध्ये एकटीच भ्रमण करीत होती. सूर्याचा जन्म झाल्यानंतर ती सूर्याच्या कक्षेत भ्रमण करू लागली. त्या वेळेपासून सूर्य आणि पृथ्वी यांच्यामध्ये अंतरिक्ष निर्माण

झाले. सूर्य जन्मानंतर पृथ्वीची उत्पत्ती झाली. असे आजचे विज्ञान सांगते परंतु ऋग्वेद तसे मानत नाही.

अश्विनीकुमार हा अश्विनी नक्षत्रातील द्वैती तारा आहे, असे जर स्पष्टीकरण कोणी भारतीयांनी केले असते आणि विज्ञानाने तो शोध नंतर लावला असता तर ऋग्वेदाचे महत्त्व जगाला कळले असते. आज खगोलशास्त्रामध्ये विज्ञान नवनवीन शोध रोज लावते आहे आणि तो शोध आमच्या प्राचीन ग्रंथात लिहिलेला आहे असे म्हणण्याची पाळी आमच्यावर येते. एक साधे उदाहरण देता येईल. संजयला राजवाड्यात बसून कुरुक्षेत्रावर चाललेल्या महाभारत युद्धाचे प्रत्यक्ष दर्शन होणे आणि त्याने धृतराष्ट्राला ते कथन करणे हा दूरचित्रवाणीचाच एक प्रकार होता. आपले बुद्धिवादी असा प्रकार मान्य करीत नव्हते, पण नंतर जेव्हा टेलीव्हिजनचा शोध लागला तेव्हा संजयकडे असे काही उपकरण असेल, असे म्हणत त्याला आपण मान्यता दिली. अशी कितीतरी उदाहरणे देता येतील.

परदेशी इतिहासकार असे म्हणतात की, आर्य भारताबाहेरून आले. त्यांनी मूळ भारतीय लोकांवर आक्रमण केले. परंतु ऋग्वेदाचा अभ्यास केल्यानंतर असे दिसून येते की, आर्य हे मूळचे भारतामधीलच आहेत. ते बाहेरून कोठून आलेले नाहीत. त्यांनी येथे जन्मूनच वैदिक संस्कृतीचा विकास केला. वेदामध्ये उल्लेखित दाशराज्ञ युद्ध हे भारतातीलच अनेक राजांमधील युद्ध होते. मध्य आशियातून अनेक असंस्कृत आणि रानटी टोळ्या भारतामध्ये येत होत्या. या टोळ्या आणि भारतीय आर्य यांच्यामध्ये युद्धे होत होती. या टोळ्यांनाच आर्यांनी 'असुर' म्हटले आहे. हडप्पा (हाडप संस्कृती) मोहोनजो दाडो (दडून गप्प झालेले) ही शहरे ही स्थानिक आर्यांची होती.

मी लेखक किंवा वरदहस्त साहित्यिक नाही. केवळ वाचक अहे. वर्तमानपत्रापासून ते सर्व विषयांची पुस्तके वाचण्याचा मला छंद आहे. केवळ चिकित्सक वृत्ती, त्या विषयाचे चिंतन करणे हा माझा स्वभाव आहे. मला संस्कृत भाषेचे फारच अल्प ज्ञान असल्यामुळे हे पुस्तक लिहिताना मी ऋग्वेदाच्या मराठी भाषांतराचा आधार घेतला आहे. किंबहुना सिद्धेश्वरशास्त्री चित्राव यांनी ऋग्वेदाचे मराठी भाषांतर हे पुस्तक लिहिले नसते तर मी माझे पुस्तक लिहिले नसते. संस्कृतमध्ये बंद असलेले ऋग्वेदाचे ज्ञान शास्त्रीबुवांनी मराठी वाचकांना उपलब्ध करून दिले, हे त्यांचे फार मोठे उपकार मराठी वाचकांवर आहेत. ज्ञानेश्वरांनी जे कार्य केले, तेच कार्य डॉ. सिद्धेश्वरशास्त्री चित्राव यांनी केले आहे. त्यामुळे माझ्यासारख्या साध्या व्यक्तीला ऋग्वेदावर पुस्तक लिहिता आले. या पुस्तकामध्ये सर्व ऋचा घेतलेल्या नसून महत्त्वाच्या ऋचा मी घेतल्या आहेत. ज्या ऋचा अत्यंत साध्या-सरळ-सोप्या आणि सर्वसाधारण वाचकांना समजण्यासारख्या आहेत, त्या महत्त्वाच्या ऋचांचे स्पष्टीकरण मी दिलेले नाही. ज्या

ऋचा मराठी असूनसुद्धा अर्थ लावण्यास कठीण आहेत, त्या ऋचांचे मी स्पष्टीकरण दिले आहे. ऋचांचे चिंतन करून बुद्धीला जे स्फुरले, ते मी आपणापुढे सादर केले आहे.

असे मानले जाते की, एकाच ऋचेचे अनेक अर्थ निष्पन्न होतात. एखाद्या व्यक्तीने ऋग्वेदाच्या पारंपरिक अर्थापेक्षा वेगळा अर्थ लावला असेल तर त्या अर्थाची योग्य-अयोग्यता ऋग्वेदाच्या अभ्यासकांवर सोडली पाहिजे.

या पुस्तकामधील काही प्रकरणांचा ऋग्वेदाशी काही संबंध येत नाही. परंतु मी जमविलेली माहिती वाचकांना उपयोगी पडावी, म्हणून ती या पुस्तकामध्ये दिली आहे. तसेच त्यासाठी वेगळे पुस्तक काढणे मलाही शक्य नाही. तसेच वाचकांना नम्र विनंती आहे की, त्यांनी आपले अभिप्राय मात्र जरूर कळवावेत.

लहानपणापासून ग्रामीण भागातील राहणी, कॉमर्सचा पदवीधर आणि सोलापूर विभागात तिकीट तपासनीसाची नोकरी करून परत पारंपरिक शेतीव्यवसाय या सर्वांमुळे हे पुस्तक साहित्यिक दृष्टिकोनातून चांगल्या दर्जाचे लिहू शकलो नाही, याची मला खंत वाटते आहे. संस्कृतप्रचुर भाषेचे टंकलेखन करून दिल्याबद्दल क्लासिक ऑफसेट, माढाचे श्री. धनंजय शहाणे यांचा मी आभारी आहे. तसेच सकाळ प्रकाशनाने माझे हे पुस्तक छापून प्रसिद्ध केल्याबद्दल मी त्यांचा ऋणी आहे.

टीप : पहिला अंक ऋग्वेदातील मंडलाचा आहे, दुसरा अंक सूक्ताचा आहे, आणि तिसरा अंक ऋचेचा आहे हे कृपया वाचकांनी लक्षात घ्यावे.

प्रस्तावना

मी ऋग्वेद वाचलेला नाही. असे सांगितले जाते की, ऋग्वेद अत्यंत रटाळ, रुक्ष, नीरस आणि वाचण्यास कंटाळवाणा आहे. त्यामध्ये अनेक प्रार्थनांची पुनरावृत्ती झालेली आहे. त्यामध्ये अनेक कालबाह्य देवांच्या प्रार्थनांची पुनरावृत्ती झालेली आहे, परंतु जिज्ञासा म्हणून मी जेव्हा *ऋग्वेद अर्थसार आणि वैज्ञानिक स्पष्टीकरणे* पुस्तकाचा आराखडा वाचला तेव्हा माझा ऋग्वेदाबद्दल असणारा गैरसमज दूर झाला. ऋग्वेद म्हणजे नुसते कर्मकांड, मंत्र-तंत्र यज्ञविधी नसून यामध्ये खगोल, भूगोल, इतिहास इत्यादी शास्त्रांचा अंर्तभाव आहे. खगोल विज्ञान तर इतक्या उच्च पातळीचे आहे की, आजपर्यंत झालेले संशोधन ऋग्वेदाच्या एका कोपऱ्यात बसेल. ब्रह्मांडाची निर्मिती ज्वालाग्राही उदकातून होणे, सूर्य उत्पत्तीच्या वेळचे समग्र वर्णन, सूर्यामध्ये सात सूर्यांचा समावेश असणे, सूर्य हा एक वायुगोल असणे; सूर्याचा प्रचंड आवाज करणे, पृथ्वीची उत्पत्ती ही सूर्यजन्माच्या अगोदर असणे, अश्विनी, कुमार या जोडताऱ्याचा शोध अशी शास्त्रीय माहिती या पुस्तकातून समोर आली आहे. तारेतारकांची उत्पत्ती ज्वालाग्राही उदकामध्ये होते, असा सिद्धान्त या पुस्तकामध्ये मांडलेला आहे.

हे पुस्तक वाचल्यानंतर वेदाबद्दलची मानसिकता पार बदलून जाते. ऋग्वेद म्हणजे विज्ञानाचा एक गुप्त खजिना आहे, असे वाटू लागते. लेखकाने ऋग्वेदाचे पृथ:करण करून अनेक वेगवेगळी प्रकरणे लिहिली आहेत. त्यामुळे वेद समजून घेणे अत्यंत सोपे झाले आहे. लेखकाने वेदामधील मूळ महत्त्वाच्या ऋचांचे मराठी भाषांतर देऊन पुढे त्याचे स्पष्टीकरण केले आहे. दिलेली स्पष्टीकरणे स्वीकाराहर्य आहेत. त्याबद्दल दुमत होण्याचे कारण नाही. त्याचबरोबर महत्त्वाच्या ठिकाणी पूर्वाचार्यांनी दिलेली स्पष्टीकरणेही उद्धृत केलेली आहेत.

लेखकाने आपली स्पष्टीकरणे ही अत्यंत थोडक्यात दिली आहेत. त्यामुळे स्पष्टीकरणे समजण्यासाठी ती अनेक वेळा वाचावी लागतात. स्पष्टीकरण देताना लेखकाने त्याचे आणखी विश्लेषण केले असते तर सामान्य वाचकांना हे पुस्तक समजणे आणखी सोपे गेले असते. लेखकाने या पुस्तकाच्या शेवटी संदर्भयादी दिलेली आहे. ही यादी पाहून लेखकाचा या विषयावर दांडगा अभ्यास आहे, हे दिसून येते.

या पुस्तकाचा सारांश विचारात घेतला तर प्राचीन ऋषिमुनी तारे आणि नक्षत्रांना देव मानत होते, असे दिसते. सूर्यनारायण हा प्रथम देव आहे, सूर्य हा एक तारा आहे. म्हणजे सर्व तारे देवच आहेत, अशी यामागची भूमिका होती. म्हणून तेहतीस देवांची गणती करताना नक्षत्रांची २७ ही संख्या घेऊन ३३ देवांची बेरीज केलेली आहे.

अश्विनीकुमारांबाबत एक नवीन आणि आश्चर्यकारक स्पष्टीकरण लेखकाने केले आहे. अश्विनीकुमार म्हणजे अश्विन नक्षत्रातील दोन जुळे तारे आहेत, असे लेखकांचे प्रतिपादन आहे. त्याचप्रमाणे यम आणि यमी हे सुद्धा अश्विन नक्षत्रातील जुळे तारे होते, पण ते नष्ट झाले आहेत, असे लेखकाचे म्हणणे आहे. यावर विद्वानांनी विचार करणे आवश्यक आहे. ऋभू बंधूंबद्दल अत्यंत वास्तव स्पष्टीकरण केले आहे. ऋभू हे संशोधक आणि जनावरांचे वैद्य होते म्हणून ते मानव असूनसुद्धा त्यांना ऋग्वेदामध्ये अर्धदेवांचे स्थान दिले गेले आहे. लेखकाने इंद्रसूक्ते आणि अग्निसूक्ते यांचे सुंदर विश्लेषण केले आहे. ऋग्वेदकालीन प्रत्येक देवतांची वेगळी प्रकरणे केल्यामुळे प्रत्येक देवतेचे महत्त्व वाचकांच्या लक्षात येते. 'अस्य वामीय तत्त्वज्ञान' या प्रकरणामध्ये ब्रह्मांड निर्मितीचा तसेच सूर्य उत्पत्तीचा तर्कसंगत विचार मांडला आहे. 'बृहस्पती आणि तारा' तसेच 'उषा आणि प्रजापिता' या प्रकरणांमध्ये नवीन विचार मांडून तारा आणि प्रजापिता याबद्दल लोकमानसामध्ये असलेला गैरसमज दूर करण्याचा प्रयत्न केला आहे. 'ब्रह्मदेवाची कालगणना' या प्रकरणामध्ये कल्प, युगे, त्यांचा काल, तारेनिर्मितीचा काल तसेच विष्णूंच्या अवतारांचा काल निश्चित केलेला आहे. संपूर्ण पुस्तकामध्ये ऋग्वेद कालाचे भौगोलिक, ऐतिहासिक, सामाजिक, राजकीय आणि भूगर्भीय चित्र उभे केले आहे. इतर अनेक प्रकरणांमध्ये लेखकाने स्वत:चे विज्ञाननिष्ठ विचार मांडले आहेत, ते मान्य करण्यासारखे आहेत. एकूणच हे पुस्तक सुजाण, सुसंस्कृत, देशप्रेमी आणि संस्कृतीप्रेमी नागरिकांनी अभ्यासणे जरूर आहे.

लेखक हे रेल्वेमध्ये सोलापूर विभागात तिकीट निरीक्षक होते. सेवानिवृत्तीनंतर एक सामान्य वर्गातील व्यक्ती ऋग्वेदासारख्या गंभीर विषयावर तर्कसंगत आणि विद्वत्तापूर्ण लिखाण करते, वेदातील गूढ ज्ञान जगासमोर मांडते हे एक आश्चर्यच

आहे. लेखकाचे जेवढे म्हणून कौतुक करावे तेवढे थोडेच आहे. त्यांच्या भावी लेखनास माझ्या हार्दिक शुभेच्छा. त्यांच्याकडून नवनवीन ग्रंथसंपदा घडो, ही सदिच्छा.

– प्रा. डॉ. नामदेवराव रा. गरड
(एम.ए.,बी.एड.,एलएल.बी.,पीएच.डी.)
एम. ए. मराठी, एम. ए. इतिहास
माजी डीन व एम. सी. मेंबर, सोलापूर विद्यापीठ, सोलापूर
माजी उपाध्यक्ष – अखिल महाराष्ट्र इतिहास परिषद
सदस्य – अखिल भारतीय इतिहास परिषद

अनुक्रमणिका

**देव आणि भुवने यांच्या केंद्रबिंदू स्वरूप
विश्वकर्म्याचा गर्भ सृष्टीमूलकारणोत्पन्न जलामध्ये
उत्पन्न झाला. त्या जलात त्याने नवे ब्रह्मांड निर्मिले.**

ऋग्वेद १०/८२/६

स्पष्टीकरण

देव आणि तारे यांचे मूळ स्वरूप असणारा ब्रह्मदेव, सृष्टी (ब्रह्मांड) निर्मितीचे मूळ कारण असणाऱ्या जलामध्ये उत्पन्न झाला. त्याच जलामध्ये ब्रह्मदेवाने नवीन ब्रह्मांड निर्माण केले.

**हे जलनिवासी देवांनो तुम्ही जलामध्ये नर्तन
करीत असता तुम्हापासून प्रखर आदित्य वर आला.**

ऋग्वेद १०/७२/६

स्पष्टीकरण

हे जलामध्ये वास्तव्य असणाऱ्या देवांनो (मूलद्रव्ये) तुमच्या जलामधील एकमेकांच्या संयोगामुळे जलामधून तेजस्वी आदित्य (सूर्य) वर आला. (सूर्याची उत्पत्ती झाली.)

आदित्य उत्पत्ती

१.

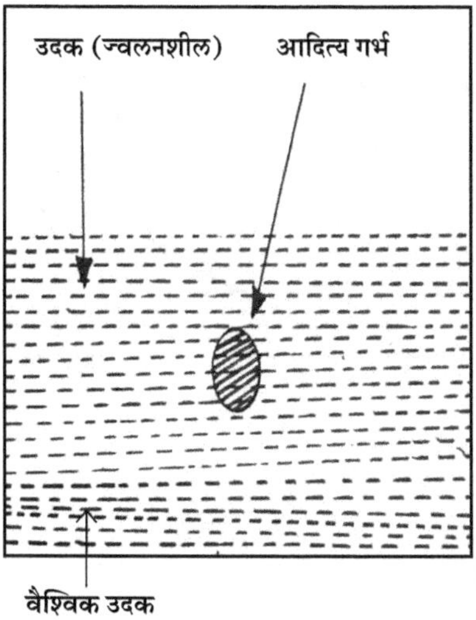

२.

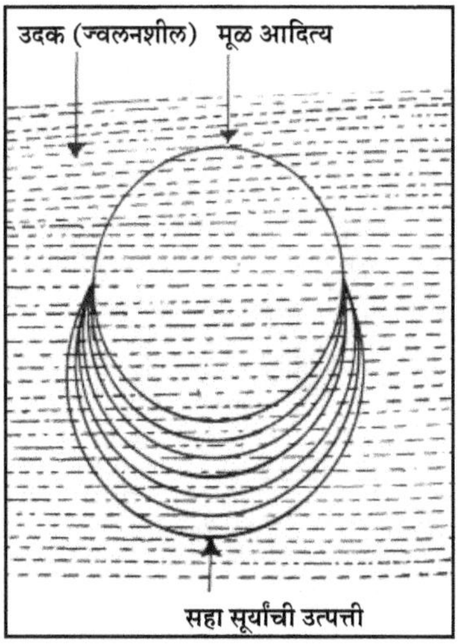

३.

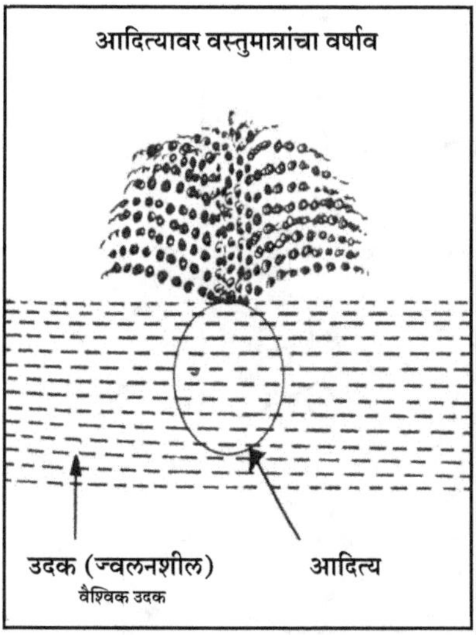

४.

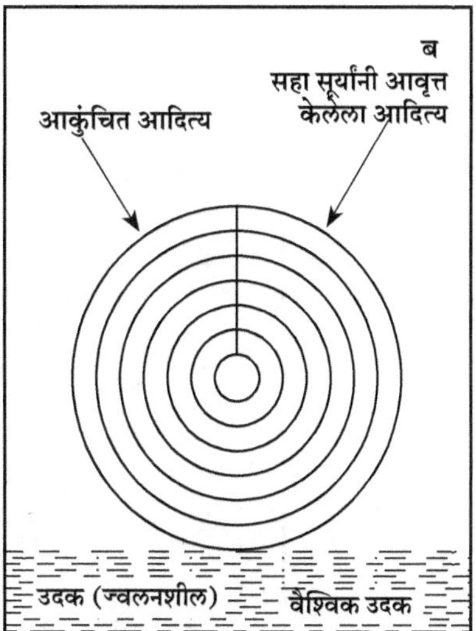

५.

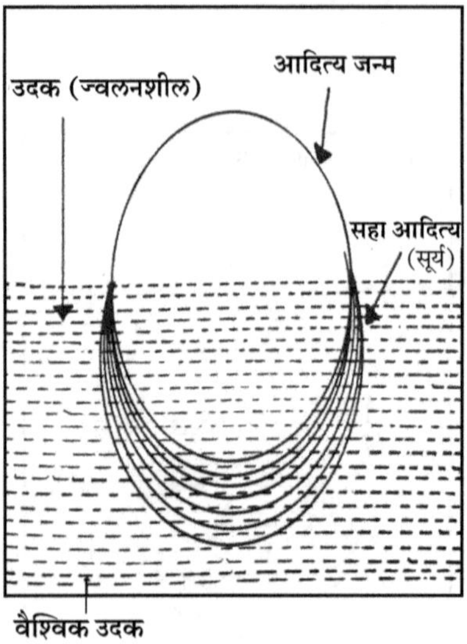
आदित्य जन्म
उदक (ज्वलनशील)
सहा आदित्य
(सूर्य)
वैश्विक उदक

६.

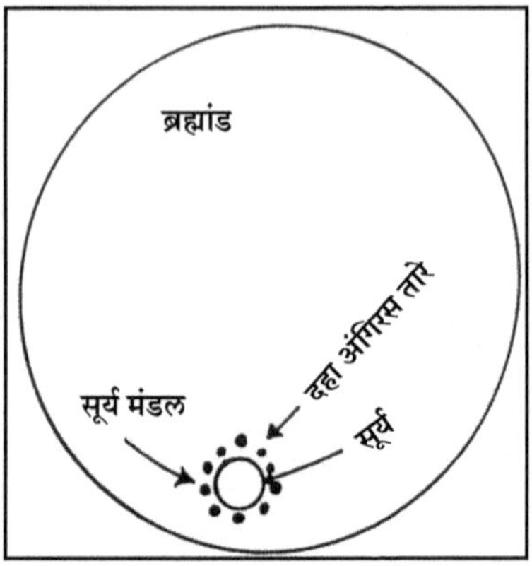
ब्रह्मांड
दहा अंगिरस तारे
सूर्य मंडल
सूर्य

७.

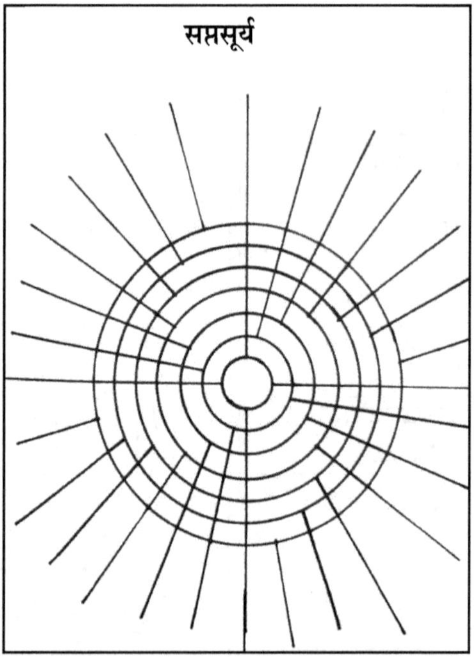
सप्तसूर्य

१.

आदित्य

ऋग्वेदामध्ये आदित्याला 'सप्तरथ' किंवा 'सप्तसूर्य' असे म्हटले आहे. मूळ आदित्य आणि त्याच्याभोवती सहा आदित्यांचे वेष्टण असे एकूण सात आदित्यांचा (सूर्य) एकच आदित्य आहे. म्हणून सूर्याला सप्तसूर्य किंवा सप्तरथ असे म्हटले आहे. रथगमन करणारा म्हणजे गत्यंतर दर्शक आहे. सूर्य हा गमन करणारा तसेच भ्रमण करणारा आहे. म्हणून सूर्याला रथाची उपमा दिलेली आहे.

विश्वामध्ये आदित्याची (सूर्याची) उत्पत्ती कशी झाली, त्याची अंतर्गत रचना कशी आहे? याचे वर्णन या प्रकरणात केले आहे. ऋग्वेदामध्ये आदित्याला द्यु स्थानीय (प्रकाशलोक किंवा विश्व) प्रथम देवता मानले आहे. सूर्याच्या अगोदर आदित्य उत्पन्न झाला. सूर्य हे आदित्याचे विकसित रूप आहे.

यास्काचार्यांनी निरुक्तामध्ये आदित्याची व्याख्या पुढीलप्रमाणे केली आहे –

रसांना आकर्षण करून घेणारा, नक्षत्रांचा प्रकाश हरण करून घेणारा म्हणजे आदित्य तसेच आदित्य आपल्या प्रकाशाने प्रकाशित होतो. (आदित्य हा स्वयंप्रकाशी आहे) तसेच अदितीचा पुत्र असल्यामुळे तो आदित्य आहे.

यज्ञामध्ये आदित्याला हवि अर्पण केला जात नाही.

यास्काचार्यांनी ऋग्वेदातील शब्दाच्या अर्थावरून त्यांच्या व्याख्या केल्या आहेत. शब्दाची उत्पत्ती त्यामध्ये असलेला धातू, त्या धातूची फोड इत्यादी व्याकरणाच्या दृष्टिकोनातून अभ्यास करून व्याख्या केल्या आहेत. आदित्य रसांचे आकर्षण (अर्हरण) करतो म्हणजे नेमके काय करतो, याचा तसेच तो रस कोणता आहे याचा खोलात जाऊन त्यांनी विचार केला नाही. सूर्याची व्याख्या करताना सूर्य रसांचे अर्हरण करतो, म्हणजे पृथ्वीवरील पाणी आणि वनस्पतींमधील पाणी यांचे आकर्षण किंवा शोषण करतो, असे म्हटले आहे. सूर्याचे वनस्पतीमधील पाण्याचे शोषण करणे हे गौण कार्य आहे. हे कार्य पृथ्वीपुरते मर्यादित आहे. परंतु सूर्य द्यु मधील रसांचे (ऊर्जा) आकर्षण करतो. द्यु म्हणजे

ब्रह्मांडाचा एक विभाग आहे. द्यु हे सूर्यमंडलापुरते मर्यादित आहे. आदित्य तारकांचा तेजोरस अर्हरण करतो, असे सूक्तकर्त्या ऋषीला अभिप्रेत आहे.

आदित्य रसांचे आकर्षण करतो म्हणजे आदित्याच्या निर्माण अवस्थेत तसेच त्याचा विस्तार किंवा वाढ होताना त्याने विश्वाच्या पोकळीतील रस म्हणजे एखादे निर्माणकारी द्रव्य ऊर्जा शोषून घेतले. आदित्य नक्षत्रांचा प्रकाश ओढून घेतो म्हणजे इतर आसपासच्या तारकांमधील तेजोरस स्वतःच्या विस्तारासाठी ओढून घेतो. अदिती (प्रकृती) या तारे निर्माणकारी शक्तीपासून आदित्याची उत्पत्ती झाली आहे.

मित्र, वरुण, अर्यमा, दक्ष, भग, अंश या सहा सूर्यांचा मिळून आदित्य निर्माण झाला आहे. म्हणून ऋग्वेदामध्ये या देवांची (सूर्य) स्तुती किंवा प्रार्थना 'आदित्य' या नावानेच केलेली आहे. या सर्व सूर्यांना 'आदित्य पुत्र' असे संबोधले गेले आहे. ऋग्वेदामध्ये 'मित्र' हा इतर आदित्याला जोडून वापरला आहे. उदा. मित्रा-वरुण, मित्रा-वायू, अग्नि-मित्र इत्यादी हा इतरांना मदत करणारा आहे. मित्र हे तारे उत्पत्तीच्या क्रियेमध्ये सर्वसाहाय्यक (सर्वसाधारण) तत्त्व आहे.

आदित्याची निर्मिती कशी झाली याचे वर्णन ऋग्वेदामध्ये पुढीलप्रमाणे केले आहे –

ऋग्वेद मंडल १, सूक्त १६४, ऋचा १२

द्यु च्या प्रथम परार्धात द्वादश विभिन्न रूपे धारण करणारा पंचपादयुक्त आदित्यरूपी पिता विपुल पर्जन्यवृष्टी करतो.

द्यु च्या द्वितीय परार्धात तो सहा आऱ्यांनी युक्त अशा सात रथचक्रांच्या रथात आरूढ होऊन सृष्टीचे निरीक्षण करतो.

स्पष्टीकरण

या ऋचेमध्ये आदित्यनिर्मितीचे दोन भाग सांगितले आहेत. हे भाग कालदर्शक आहेत. ज्याप्रमाणे बीजांपासून झाडाचे रोपटे तयार होताना बीजाला जमिनीमध्ये मुळ्या फुटतात, त्याप्रमाणे आणि ज्वलनशील उदकामध्ये (वैश्विक उदक) आदित्यरूपी बीजाला खालच्या बाजूंनी पाच आदित्य (सूर्य) तयार झाले. हे पाच आदित्य म्हणजे 'मित्र', 'वरुण', 'अर्यमा', 'भग', 'अंश' हे होते. ही क्रिया घडण्यासाठी लाखो वर्षांचा कालावधी गेला. तसेच ज्याप्रमाणे ज्वालामुखी निर्माण झाल्यानंतर पृथ्वीच्या पोटातील पाण्याची वाफ, घट्ट गरम रस, दगड,

माती, अर्धे जळालेले दगड, अर्धे वितळलेले दगड यांचा वर्षाव होतो त्याप्रमाणे आदित्याने आपल्या पोटातील वस्तुमात्रांचा वर्षाव केला. ही वृष्टी करण्याची क्रिया लाखो वर्षे सुरू होती हा आदित्यनिर्मितीचा पहिला कालखंड (परार्ध) होय. (आकृती नं. ३अ४)

पुढे आदित्याच्या या वृष्टीच्या क्रियेमुळे आदित्याचा आकार आकुंचित झाला. याच कालावधीत आदित्याभोवती आणखीन एक सहावा आदित्य दक्ष निर्माण झाला. (आकृती नं. २)

आदित्यनिर्मितीच्या दुसऱ्या कालखंडात सहा उपआदित्याच्या वेष्टनासहित आदित्य ज्वालाग्राही उदकामधून वर आला. अशा तऱ्हेने मूळ बीजरूप आदित्य सहा वलयांकित आदित्यासह विश्वामध्ये निर्माण झाला. (आकृती नं. ५)

ऋग्वेदामध्ये आदित्याला 'सप्तरथ' किंवा 'सप्तसूर्य' असे म्हटले आहे. मूळ आदित्य आणि त्याच्याभोवती सहा आदित्यांचे वेष्टण असे एकूण सात आदित्यांचा (सूर्य) एकच आदित्य आहे. म्हणून सूर्याला सप्तसूर्य किंवा सप्तरथ असे म्हटले आहे. रथगमन करणारा म्हणजे गत्यंतर दर्शक आहे. सूर्य हा गमन करणारा तसेच भ्रमण करणारा आहे. म्हणून सूर्याला रथाची उपमा दिलेली आहे. (आकृती नं. ७)

सूर्यकिरणांना 'सप्तकिरण' किंवा 'सप्तरश्मी' असे म्हटले जाते. कारण हे सातही आदित्य आपापली प्रकाश किरणे प्रक्षेपित करतात. म्हणून किरणांना 'सप्तरश्मी' असे म्हटले जाते. रश्मी याचा अर्थ लगाम आहे. रथाचा सारथी ज्याप्रमाणे सात घोड्यांचे लगाम आपल्या एका मुठीत धरतो त्याप्रमाणे सूर्य या केंद्रकातून निघणारे प्रकाश किरण पृथ्वीवर तसेच द्यु मध्ये पसरतात. सप्तरंग हा प्रकाशाचा गुणधर्म नाही. सात सूर्याचे प्रकाश किरण हे विविधरंगी आहेत. सात सूंर्यांमध्ये सात प्रकारचे प्रकाश किरण उत्पन्न होतात.

ऋग्वेद मंडल १, सूक्त १६४, ऋचा १३

आदित्याच्या पाच आऱ्यांनी आणि एका नाभीने युक्त अशा भ्रमणशील रथावर समस्त भुवने स्थिरावली आहेत. या प्रचंड भाराने रथचक्राचा आस कधीही तापत नाही किंवा मोडत नाही.

स्पष्टीकरण

या ऋचेमध्ये परत पाच आऱ्या म्हणजे पाच सूर्यांचांच उल्लेख आलेला आहे. कारण मित्र हा सूर्य विश्वातील सर्व निर्माणकारी घटकांमध्ये समाविष्ट असल्यामुळे मित्र या सूर्याचा समावेश या ऋचेमध्ये केलेला नाही. आदित्य हा या सूर्याचा मुख्य गाभा (नाभी) आहे. त्याच्याभोवती सहा सूर्यांची वलये आहेत. आदित्याच्या निर्मितीमुळे द्यावा, पृथ्वी आणि अवकाश या भुवनांना स्थैर्य प्राप्त झाले आहे. ही भुवने आदित्याच्या निर्मितीमुळे अस्तित्वात आली आहेत. आदित्य निर्मितीपूर्वी तीन भुवने अस्तित्वात नव्हती.

ऋग्वेद १/१६४/१४

उताण्या धुरेला जोडलेल्या दहा रथाश्वांनी युक्त असे आदित्याचे अविनाशी रथचक्र नित्य एकाच मार्गाने फिरत राहते. मेघोदकाने व्याप्त असा सूर्याचा नेत्र या रथचक्रासमवेत भ्रमण करीत असून सारे विश्व त्याच्यावर आधारित आहे.

स्पष्टीकरण

आदित्य निर्माण क्रियेमध्ये दहा अंगीरस तारकांनी साहाय्य केल्याचा निर्देश ऋग्वेद १०/२७/१६ यामध्ये आला आहे. सूर्याची उत्पत्ती या दहा ताऱ्यांच्या मधोमध झाली आहे. हे दहा तारे आणि सूर्य असे अकरा तारकांचे एक मंडल (विश्वाचा उपविभाग) म्हणजे रथचक्र विश्वामध्ये एकाच दिशेने भ्रमण करीत आहे. मेघोदकांनी व्याप्त असा सूर्याचा नेत्र याचे स्पष्टीकरण करू या.

आजचे शास्त्रज्ञ म्हणतात की, सूर्यामध्ये अणुस्फोट होऊन सूर्यामधून प्रकाश आणि उष्णता बाहेर पडते; परंतु आमच्या ऋषींनी २५००० वर्षांपूर्वी ऋग्वेदामध्ये सांगितले आहे की, सूर्यामधील उदकाचे ज्वलन होऊन सूर्य उष्णता आणि प्रकाश प्रक्षेपित करतो. पृथ्वीवरील पेट्रोल हे एक प्रकारचे पाणी आहे. पेट्रोल हे त्या वेळी ऋषींच्या स्वप्नातही नव्हते. तरीसुद्धा ऋषी अनेक वेळा उदकाच्या ज्वलनाचा उल्लेख करतात. पृथ्वीवरील पेट्रोलच्या लाखो पटींनी सूर्यावरील उदक (पेट्रोल) ज्वालाग्राही आहे, पिंडी ते ब्रह्मांडी हा नियम आहे. म्हणजे पृथ्वीमध्ये जसे द्रवरूप इंधन आहे, तसेच ब्रह्मांडामध्येसुद्धा द्रवरूप इंधन आहे. सूर्यामध्ये वैश्विक उदकाचे इंधन आहे या इंधनामुळे सूर्यामध्ये प्रकाशाची निर्मिती होते.

जे पृथ्वीवर आहे ते ब्रह्मांडात आहे आणि जे ब्रह्मांडात आहे ते पृथ्वीवर आहे. दोन्ही ठिकाणच्या घटकांमधील मूलतत्त्वे एकच आहेत. पृथ्वीवरील घटकांपेक्षा ब्रह्मांडातील घटक कल्पनातीत वेगळे आहेत. विश्वातील उदक म्हणजे विश्वातील सर्व मूलद्रव्याचे रसायन आहे. पृथ्वीवरील घटक हे पोषणापुरते मर्यादित आहेत तर विश्वातील घटक हे निर्माणकारी आहेत. पृथ्वी विश्वामध्ये जळून आलेला राखेचा गोळा आहे. त्यामुळे पृथ्वीवरील घटकसुद्धा राखेप्रमाणे हीन दर्जाचे आहेत. सूर्यनिर्मिती करणारे तसेच सूर्य प्रदीप्त करणारे उदक (इंधन) हे मित्रा वरुणामधून (तेजोमेघ) आले आहेत. पृथ्वीवरील उदक हे साध्या मेघामधून प्राप्त होते. पृथ्वीवरील घन, द्रव आणि वायूपैकी वायूला पाहण्याची क्षमता आपल्या डोळ्यांमध्ये नाही. विश्वातील घटकांना पाहाण्याची क्षमता तर आपल्यामध्ये मुळीच नाही. फक्त अंतर्ज्ञानी ऋषीमुनींमध्ये विश्वातील घटक पाहाण्याची

क्षमता आहे. सूर्योदय होताना क्षितिजाजवळील मेघामुळे जसा सूर्य अंधूकपणे प्रकाशतो. त्याप्रमाणे सूर्यजन्माच्या वेळी विश्वामध्ये सूर्याच्या आसपास वैश्विक मेघ अस्तित्वात होते. ऋ. ५/५४/१२ मध्ये वैश्विक उदकाला 'स्फटिकरूप उदक' असे म्हटले आहे.

जे पृथ्वीवर आहे ते ब्रह्मांडात आहे आणि जे ब्रह्मांडात आहे ते पृथ्वीवर आहे. दोन्ही ठिकाणच्या घटकांमधील मूलतत्त्वे एकच आहेत. पृथ्वीवरील घटकांपेक्षा ब्रह्मांडातील घटक कल्पनातीत वेगळे आहेत. विश्वातील उदक म्हणजे विश्वातील सर्व मूलद्रव्याचे रसायन आहे. पृथ्वीवरील घटक हे पोषणापुरते मर्यादित आहेत तर विश्वातील घटक हे निर्माणकारी आहेत. पृथ्वी विश्वामध्ये जळून आलेला राखेचा गोळा आहे. त्यामुळे पृथ्वीवरील घटकसुद्धा राखेप्रमाणे हीन दर्जाचे आहेत. सूर्यनिर्मिती करणारे तसेच सूर्य प्रदीप्त करणारे उदक (इंधन) हे मित्रा वरुणामधून (तेजोमेघ) आले आहेत. पृथ्वीवरील उदक हे साध्या मेघामधून प्राप्त होते. पृथ्वीवरील घन, द्रव आणि वायूपैकी वायूला पाहण्याची क्षमता आपल्या डोळ्यांमध्ये नाही. विश्वातील घटकांना पाहाण्याची क्षमता तर आपल्यामध्ये मुळीच नाही. फक्त अंतर्ज्ञानी ऋषीमुनींमध्ये विश्वातील घटक पाहाण्याची क्षमता आहे. सूर्योदय होताना क्षितिजाजवळील मेघामुळे जसा सूर्य अंधूकपणे प्रकाशतो. त्याप्रमाणे सूर्यजन्माच्या वेळी विश्वामध्ये सूर्याच्या आसपास वैश्विक मेघ अस्तित्वात होते. ऋ. ५/५४/१२ मध्ये वैश्विक उदकाला 'स्फटिकरूप उदक' असे म्हटले आहे.

ऋग्वेद १/१६४/१५

एकाच वेळी उत्पन्न होणाऱ्या सातजणांपैकी आदित्य हा स्वतंत्रपणे सर्वप्रथम जन्मला. अन्य सहा ऋषींचा जन्म नंतर झाला.

स्पष्टीकरण

आदित्य आणि आदित्याला वेढून असणारे मित्र, वरुण, अर्यमा, भग, अंश आणि दक्ष हे सहा सूर्य आणि आदित्य हे सात जण उदकामधून एकाच वेळेस बाहेर आले; परंतु आदित्याचे बीजरूप अस्तित्व अगोदर उदकामध्ये निर्माण झाले होते. सूर्योदयाच्या वेळी क्षितिजावर सूर्याचा वरचा भाग प्रथम दिसतो आणि नंतर हळूहळू सूर्याचा खालचा भाग दिसतो. त्याप्रमाणे आदित्याचा वरचा भाग विश्वातील उदकामधून प्रथम वर आला आणि खालच्या अंगाला फुटलेले सहा सूर्य उदकाच्या बाहेर नंतर आले.

ऋग्वेद १०/७२/६

हे जलनिवासी देवांनो, तुम्ही जलामध्ये नर्तन करीत असताना तुम्हापासून प्रखर आदित्य वर आला.

ऋग्वेद १०/७२/७

हे जलनिवासी देवांनो, तुम्ही सर्वत्र मेघसदृश पसरताच जलगोहय सूर्य बाहेर आला.

स्पष्टीकरण

विश्वात संचित झालेल्या रासायनिक उदकाचे बाष्पासदृश विरल द्रव्यात रूपांतर होऊन द्रवाची पातळी कमी कमी होत गेली आणि आदित्य हळूहळू उघडा होत गेला.

ऋग्वेद १/१६४/१

श्वेत जटाधारी आणि सुस्वरूप होतृ अग्नीच्या द्वादश बंधूंपैकी एक बंधू सर्वभक्षक असून अन्य एक घृतवाहक आहे. या राजास एकूण सात पुत्र आहेत.

स्पष्टीकरण

ऋग्वेदामध्ये आदित्याला बारा नावे देण्यात आली. प्रत्येक महिन्याचा एक आदित्य अशी कल्पना करून त्यांना बारा नावे दिली आहेत. हे बारा आदित्य असे धाता, अर्यमा, मित्र, वरुण, इंद्र, विवस्वान, त्वष्टा, विष्णू, अंशू, भग, पुषा, पर्जन्य. यापैकी विवस्वान अत्यंत दाहक व उष्ण आहे तर वरुण हा मेघवाहक आहे. आदित्याचे सप्तरश्मी, सप्तकिरणे हे सात पुत्र आहेत.

ऋग्वेद १/१६४/२

सात अश्वांकडून ओढला जाणारा अथवा सप्ताश्वनामक एकाच अश्वाकडून ओढला जाणारा आदित्य आपला एकचाकी वेगवान, अजर आणि चपल रथ सज्ज करतो. त्याच्या या रथाचे रथचक्र तीन आसनीयुक्त असून त्याच्या आधारे पृथ्वीतील समस्त प्राणिमात्र आपले जीवन व्यतीत करतात.

स्पष्टीकरण

या ऋचेमध्ये आदित्याचे अलंकारिक भाषेत वर्णन केलेले आहे. आदित्य हा एका रथात बसून भ्रमण करीत आहे. सप्त किरणे या रथाचे अश्व आहेत. सूर्य गोल हा या रथाचे चाक आहे. द्यावा, अवकाश आणि ब्रह्मांड या तिन्हींच्या मर्यादेमध्ये सूर्याचे गमन आणि भ्रमण चालू असते. हे या रथाचे तीन आस आहेत. हा रथ वेगवान, तरुण, (नवीन) आणि चपळ आहे. या आदित्य रथामुळे पृथ्वीवरील जीवन अस्तित्वात आले आहे. आचार्यांनी सूर्याचे तीन आस म्हणजे पृथ्वीवरील उन्हाळा, पावसाळा आणि हिवाळा असे तीन ऋतू आहेत, असे स्पष्टीकरण केले आहे. ऋग्वेदामध्ये काही ठिकाणी पाच ऋतू तर काही ठिकाणी ६ ऋतूंचा उल्लेख आलेला आहे. शिवाय सूर्याच्या संदर्भामध्ये पृथ्वीवरील ऋतू चक्र गौण आहे. सूर्य द्यावा, ब्रह्मांड आणि अवकाश या तिन्ही मर्यादेमध्येच भ्रमण करतो. म्हणजे हे तीन त्याचे आस आहेत.

ऋग्वेद १/१६४/३

सात अश्वांकडून ओढल्या जाणाऱ्या रथावर सप्त किरणयुक्त आदित्य आरूढ होतो. तत्प्रसंगी त्याच्या गोरूप सात भगिनी त्याचे स्तवन करतात.

स्पष्टीकरण

या सप्तकिरणयुक्त आदित्याला विश्वातील उदकाच्या सात नद्या आदित्याला ऊर्जेचा पुरवठा करतात. या नद्यांना आदित्याच्या भगिनी असे म्हटले आहे. कारण या नद्यांची निर्मिती आणि आदित्याची निर्मिती ही विश्वातील एकाच उदकरूपी समुद्रामधून होते. या ऋचेमध्ये स्पष्ट केले आहे की, आदित्याला या उदकांच्या नद्या सतत ऊर्जारूपी उदकाचा पुरवठा करीत आहेत.

टीप

ऋग्वेद १/१६४/१३

सूर्यमंडलातील (द्यु) सर्व तारे-तारका सूर्याभोवती फिरतात, म्हणून सूर्याला आरवाची (अक्ष) उपमा दिलेली आहे. या सर्व ताऱ्यांचा गुरूत्व समतोल साधल्यामुळे सूर्याला (अक्ष) कसलीही क्षती पोहचत नाही.

❖❖❖

२.

सूर्य

पृथ्वीतील सर्व पदार्थांबरोबर विश्वातील उदक हेही पेट्रोलरूपाने पृथ्वीमध्ये आले. विश्वातील अतिज्वालाग्रही उदक जळून गेल्यानंतर पेट्रोलमध्ये ज्वालाग्रहीपणाचा काही अंश शिल्लक राहिला. उष्ण उदकांचे समुद्र विश्वामध्ये आहेत. अशा उष्ण उदकांमधून ताऱ्यांची उत्पत्ती झाली. या द्रव्याच्या ज्वलनातून तारे प्रकाशतात, असे ऋग्वेदामध्ये निक्षून सांगितले आहे. एवढेच नव्हे तर विश्वातील समुद्रामधून या ताऱ्यांना उदकाचा पुरवठा सतत चालू असतो असेही सांगितले आहे.

उगवत्या आदित्याला वेदामध्ये 'सूर्य' असे म्हटले आहे. लोकांना कार्य करण्यास प्रवृत्त करणारा आणि सर्वदा गमन करणारा म्हणजे सूर्य. सूर्य रसांचे शोषण करतो. अशी सूर्याची व्याख्या निरुक्तामध्ये यास्काचार्यांनी केलेली आहे. (निरुक्तम पान क्र. ७७१). सूर्य हे आदित्याचे विकसित रूप आहे. मूळ आदित्य गर्भावर सहा सूर्याची आवरणे चढून सूर्य निर्माण झाला. हे सहा सूर्य म्हणजे मित्र, वरुण, आर्यमा, भग, अंश आणि दक्ष. या सहा सूर्यांनी आदित्याला वेष्टन घातले आहे. हे सहा आदित्य (सूर्य) आणि मूळ आदित्य मिळून सप्त सूर्य निर्माण झाला. या सात सूर्यांपासून निघणारी सात किरणे यांना 'सप्तरश्मी' असे म्हटले जाते. सूर्य हा रथ आहे. त्यातून निर्माण झालेली सात किरणे सात घोड्यांचे लगाम आहेत. असे अलंकारिक वर्णन ऋग्वेदामध्ये सूर्याचे केले आहे. रश्मी म्हणजे लगाम. सूर्य या केंद्रकातून सात प्रकारची किरणे निर्माण होतात आणि ती सर्व विश्वात पसरतात. ही प्रकाश किरणे विविध रंगांची आहेत. सूर्यकिरणांचे पृथक्करण करून सात रंगांचे प्रकाश तयार होतात, हे चूक आहे. सूर्य हा सप्तवेष्टनांचा आहे. त्यांचे प्रत्येकाचे किरणांचे रंग वेगळे आहेत. म्हणून वेदामध्ये सूर्यकिरणांना सप्तरश्मी म्हटले आहे.

सृष्टिचक्र नियमक, कार्यप्रेरक, पर्जन्यकारक, थोर ज्ञानदायी, तेजस्वी, विश्वदर्शी, द्रुतगामी, गमनशील, लोकहितकारक, देवसाहाय्यक, विश्वप्रकाशी, स्वर्गपुत्र, तमोनाशक, उष्णतायुक्त अविनाशी, द्युलोकाधार, मेघोभ्देदक, आद्य, सर्वज्ञ

अंतरिक्षविद, किरणयुक्त, इत्यादी विशेषणे सूर्याला ऋग्वेदामध्ये लावली आहेत. यापैकी काही महत्त्वाच्या विशेषणाचे स्पष्टीकरण पुढे करीत आहे.

सृष्टिचक्र नियमक

सूर्याच्या अस्तित्वामुळे सृष्टीची निर्मिती झाली. सूर्यामुळे सृष्टीतील प्राणिमात्र आणि वनस्पतीचे पोषण आणि पुनर्निर्माण होते. सूर्य पृथ्वीवरील पर्जन्य, वायू, ऋतू यांचे नियमन करतो. याद्वारे सृष्टीचे पोषण करतो.

कार्यप्रेरक

सूर्यामुळे सर्व सृष्टीच्या निर्मितीला चालना मिळते. सूर्य नसता तर पृथ्वी उजाड नुसता मातीचा गोळा बनून राहिली असती. सूर्यामुळे पर्जन्य, वायू ऋतू यांना प्रेरणा मिळते. ऋतूंची निर्मिती होऊन वनस्पती सृष्टीचे भरण-पोषण निर्माण होते.

सर्वज्ञ आणि ज्ञानदायी

सूर्य विश्वातील अणुरेणूला प्रकाशित करून सर्व विश्वातील पदार्थमात्राचे ज्ञान करून घेतो आणि इतरांनाही त्या पदार्थमात्राचे ज्ञान होण्यास मदत करतो. ज्या ठिकाणी प्रकाश पोहोचत नाही, त्या ठिकाणचे ज्ञान संधिप्रकाशाच्या रूपाने करून घेतो आणि इतरांना करवितो. उदा. झाडाखाली घरामध्ये सूर्यकिरणे पोहोचत नाहीत. ती ठिकाणे संधिप्रकाश रूपाने सूर्य दर्शनीय करतो.

पर्जन्यकारक

सूर्याच्या कमी-जास्त उष्णता प्रक्षेपणामुळे ऋतूंची निर्मिती होऊन पर्जन्यवृष्टी होते. सूर्य आपल्या उष्णतेने समुद्राचे, जलाशयाचे पाणी गरम करून वाफेच्या रूपाने ढगांची निर्मिती करून पर्जन्यवृष्टी करवितो.

तेजस्वी

सूर्य आपल्या प्रकाश किरणांच्या माध्यमातून उष्णता आणि प्रकाशाचे प्रक्षेपण करतो. सकाळी आणि संध्याकाळी आपली तेजस्विता कमी करतो तर माध्याह्नकाली तेजस्विता वाढवितो.

द्रुतगामी आणि गमनशील

सूर्य स्वतः भ्रमणशील असून तो विश्वामध्ये भ्रमण करतो. तो स्वतःभोवती परिभ्रमण करतो. सूर्य तसेच सर्व तारे प्रचंड गतीने भ्रमण करीत आहेत. हे अत्यंत दूरवर असल्यामुळे आपल्याला अत्यंत सूक्ष्म गतीने जागा बदलीत असल्याचे दिसते.

लोकहितकारक

सूर्याच्या अस्तित्वामुळे प्राणिमात्र आणि वनस्पती सृष्टी जिवंत राहते. सूर्य ग्रह आणि चंद्र यांना प्रकाशित करतो. सूर्याच्या उपस्थितीमुळे विश्वातील तारे-तारकांचा तोल सांभाळला जातो.

उष्णतायुक्त

सूर्यामध्ये नुसता प्रकाशच असता तर सृष्टीची उत्पत्ती अशक्य होती. सूर्यकिरणे ज्या पदार्थमात्राला स्पर्श करतात, ते पदार्थ मात्र गरम होतात. हवा-पाणी गरम झाल्यामुळे पर्जन्यवृष्टी होते. सूर्यकिरणांतील उष्णतेमुळे वनस्पती आपले अन्न तयार करून वाढतात. नुसती थंडीच असती तर प्राणिमात्र जिवंत राहू शकले नसते.

आद्य

सूर्य ही प्रथम देवता आहे. सृष्टीच्या पूर्वी सूर्याची उत्पत्ती झाली. नंतर सूर्याच्या अस्तित्वामुळे सृष्टी अस्तित्वात आली.

ऋग्वेदामध्ये सूर्याला वायू गोल असे म्हटले आहे. सूर्यामध्ये वायूचे अस्तित्व आहे. म्हणून सूर्य वायूचा गोळा आहे. सूर्यामध्ये असलेल्या ज्वलनशील आणि ज्वालाग्राही उदकापासून वायूची उत्पत्ती होते. या वायूचे ज्वलन होऊन सूर्य प्रज्वलित होतो. ऋग्वेद ४/५८/३ मध्ये सूर्याचे वर्णन सुंदर अलंकारिक भाषेत केले आहे.

ऋग्वेद ४/५८/३

चार शृंगे, तीन पाय, दोन मस्तके आणि सात हात असलेला त्रैलोक्यव्यापी आदित्याग्निरूपी महा वृषभ उच्च स्वराने डरकाळ्या फोडीत समस्त मृत्युलोक व्यापून टाकतो.

ऋग्वेद ५/२/९

स्वतेजाने प्रकाशित होणारा अग्नी दुर्गम राक्षसांच्या नाशार्थ ज्वालारूपी, शृंगे तीक्ष्ण करून राक्षसी कपटांचा नाश करतो. अनेक विद्वानांनी यांचे वेगवेगळी स्पष्टीकरणे दिली आहेत. मी माझे स्पष्टीकरण प्रथम खाली देत आहे.

स्पष्टीकरण

चार शृंगे म्हणजे चार प्रकारच्या ज्वाला होत. तीन पाय म्हणजे सूर्योदय, माध्याह्न आणि सूर्यास्त होय. दोन मस्तके म्हणजे अंतरिक्ष आणि पृथ्वी होय. सात हात म्हणजे सप्तकिरणे होत.

महावृषभ

वृषभ हा सामर्थ्य आणि शक्तीचे प्रतीक आहे. चार प्रकारच्या ज्वाला म्हणजे चार शिंगे सूर्योदय, माध्याह्न आणि सूर्यास्त हे तीन पाय; अंतरिक्ष आणि पृथ्वी ही दोन मस्तके आणि सप्तरश्मीरूपी सात हात असलेला त्रैलोक्यव्यापी आदित्याग्निरूपी महावृषभ मोठ्या आवाजाच्या डरकाळ्या फोडीत सर्व पृथ्वी व्यापून टाकतो. ऋग्वेदातील ५/२/९ मध्ये अग्नीच्या ज्वालांना 'शृंगे' अशी उपमा दिलेली आहे. म्हणून मी या ठिकाणी चार शृंगांचा ज्वाला असा अर्थ घेतला आहे.

या सूक्तामध्ये सूर्य उच्च स्वराने गर्जना करतो, असे म्हटले आहे. ऋग्वेदामध्ये आणखीही काही ठिकाणी सूर्यामुळे आवाज उत्पन्न होतो, असे म्हटले आहे.

याचा अर्थ सूर्यापासून प्रचंड आवाज निर्माण होतो. सूर्य स्वतःभोवती प्रचंड वेगाने फिरतो आहे. या भ्रमणामुळे सूर्यापासून प्रचंड आवाज निर्माण होत असला पाहिजे. लहान मुलांच्या खेळण्यातील भोवरा, भिंगरी स्वतःभोवती फिरताना गूं गूं असा आवाज करतो. सूर्य हा तर आकाराने प्रचंड आहे. त्याची स्वतःभोवती फिरण्याची गती प्रचंड आहे, तसेच विश्वामध्येसुद्धा हवेचे अस्तित्व आहे. त्यामुळे सूर्यापासून प्रचंड आवाज निर्माण होत असला पाहिजे. परंतु सूर्य पृथ्वीपासून पुष्कळ दूर अंतरावर असल्यामुळे सूर्याचा आवाज पृथ्वीपर्यंत ऐकू येत नसावा.

ऋग्वेदातील ४/५८/३ मध्ये दिलेल्या मंत्राच्या अग्नी, सूर्य, अप. गो. घृत अशा पाच वैदिक देवता असून त्यानुसार त्याचे पाच अर्थ लावले जातात. अग्नी आणि आदित्यवाचक दोनच अर्थ सायनाचार्यांनी दिलेले आहेत. ते असे -

अग्निपरंपरा

वृषभ = यज्ञ शृंगे = चतुर्वेद पाय = प्रातः मध्यंदिन आणि सायं ही तीन सवने मस्तके = ब्रह्मौदन आणि प्रवर्ग्य संज्ञक दोन यज्ञ सप्तहस्त = सप्त छंद बंधने = मंत्रे, कल्पसूत्र आणि ब्राह्मण

आदित्यपरंपरा

वृषभ = सूर्य शृंगे = चतुर्दिशा पाय = तीन वेद मस्तके = अहोरात्री. हस्त = सप्तकिरण बंधने = पृथ्वी, अंतरिक्ष आणि द्यु

सूर्याला ऋग्वेदामध्ये अनेक ठिकाणी उदकोत्पन्न, उदकसंपादित, उदकनिवासी, समुद्रोत्पन्न अशी विशेषणे लावली आहेत.

सूर्याचा आणि उदकाचा काय संबंध? सूर्याची उत्पत्ती पाण्यापासून कशी होऊ शकते? सूर्याला निर्माण करणारे पाणी कसले होते? असे अनेक प्रश्न मनामध्ये येतात. यास्काचायार्ंनी या उदकाचा संक्षिप्त अर्थ 'द्यु' किंवा 'तेज' असा केला आहे. उदक या

शब्दाला पाठपुरावा केला नाही. कोणत्याही आचार्यांनी उदक आणि आदित्याचा संबंध शोधला नाही. आदित्याची उत्पत्ती उदकातून झाली, हे त्यांनाही शक्य वाटले नसावे.

ऋग्वेदकाळी ऋषींना तूप, वनस्पतिजन्य तेले आणि प्राणिजन्य तेलाचा उपयोग ज्वलनासाठी करणे माहिती होते. तरीसुद्धा सूर्य अशा तेलापासून प्रज्वलित होतो असे म्हटले नाही. त्या काळात पेट्रोल, रॉकेल ही द्रव्ये त्यांना माहिती नव्हती. तरीसुद्धा त्यांनी उदकाचा उल्लेख अनेक वेळा केलेला आहे. ऋषींना अभिप्रेत असलेले उदक म्हणजे पेट्रोल आणि वायू म्हणजे पेट्रोलियम गॅस आहे. पाणी आणि या द्रव्यांची घनता सारखी आहे. दोन्हीही द्रव्ये (पेट्रोल आणि पाणी) पृथ्वीच्या पोटातून बाहेर येतात असा ज्वालाग्राही द्रव पृथ्वीच्या पोटात आहे हे ऋषींना माहिती नव्हते. हे पेट्रोल म्हणजे वैश्विक उदक आहे.

विश्वामधून पृथ्वीची निर्मिती झाली. सूर्य निर्माण होण्याच्या अगोदर पृथ्वी निर्माण झाली. (ऋग्वेद १/६२/७, ऋग्वेद १/६३/१) पृथ्वी ही अंतरिक्षामध्ये एकटी फिरत होती. सूर्य निर्माण झाल्यानंतर ती सूर्याच्या कक्षेत आली, असे ऋग्वेदात अनेक ठिकाणी स्पष्ट केले आहे. त्यामुळे विश्वात असणारे सर्व पदार्थ उदाहरणार्थ, द्रव, वायू आणि द्रव्य हे विश्वामधून पृथ्वीवर आले. दोन्ही ठिकाणच्या पदार्थांचे मूलतत्त्व एकच आहे. पृथ्वी विश्वात निर्माण झाली, त्या वेळी ती एक लाल गोळा होती. ती नंतर थंड झाली. या क्रियेमध्ये पृथ्वीतील पदार्थांची क्षमता घटली. पृथ्वीचे स्वरूप म्हणजे विश्वातील राखेप्रमाणे आहे.

पृथ्वीतील सर्व पदार्थांबरोबर विश्वातील उदक हेही पेट्रोलरूपाने पृथ्वीमध्ये आले. विश्वातील अतिज्वालाग्रही उदक जळून गेल्यानंतर पेट्रोलमध्ये ज्वालाग्रहीपणाचा काही अंश शिल्लक राहिला. उष्ण उदकांचे समुद्र विश्वामध्ये आहेत. अशा उष्ण उदकांमधून ताऱ्यांची उत्पत्ती झाली. या द्रव्याच्या ज्वलनातून तारे प्रकाशतात, असे ऋग्वेदामध्ये निक्षून सांगितले आहे. एवढेच नव्हे तर विश्वातील समुद्रामधून या ताऱ्यांना उदकाचा पुरवठा सतत चालू असतो असेही सांगितले आहे. पेट्रोलियम द्रवापासून पेट्रोलियम गॅस तयार होऊन त्याचे सूर्यामध्ये ज्वलन होते, असेच ऋग्वेदामध्ये म्हटले आहे. सूर्य हा वैश्विक उदकातून उत्पन्न झाला. सूर्य अजूनही ज्वलनासाठी वैश्विक उदकाचे संपादन करतो. सूर्य वैश्विक उदकामध्येच निवास करतो. यामुळे सूर्याला नारायण म्हटले जाते. नार म्हणजे पाणी. अयन म्हणजे वास्तव्य असणे. पाण्यामध्ये वास्तव्य असणारा तो (सूर्य) नारायण.

❖❖❖

३.

विष्णू

पुराणकालामध्ये वैष्णव पंथीयांनी 'विष्णू' या देवतेवर अनेक काल्पनिक कथा रचून विष्णूचे महत्त्व वाढविले. विष्णूच्या दहा अवतारांची कल्पना उभी केली. त्यामध्ये अनेक ऐतिहासिक व्यक्तींभोवती अलौकिक कथा गुंफून विष्णूचे महत्त्व वाढविले. ब्रह्मा, विष्णू आणि महेश या तीन देवतांमध्ये विष्णूचे श्रेष्ठत्व स्थापन केले. विष्णूचे मूळ सूर्यरूप जाऊन विष्णू देवतेला वेगळ्या रूपात उभे केले.

विष्णू या देवतेची व्याख्या निरुक्तामध्ये पुढीलप्रमाणे केलेली आहे –

मध्यकालीन सूर्याला 'विष्णू' म्हटले जाते. विष्णू आपल्या किरणांनी सर्वजग व्यापतो. हा सूर्य सर्व लोकांमध्ये प्रविष्ट असतो. विष्णू सूर्य, विद्युत आणि अग्नी या तिन्ही रूपाने प्रकाशित होतो. (निरुक्तं पान क्र. ७७४) या पूर्वीच्या आचार्यांनी विष्णू म्हणजे यज्ञ असा अर्थ करून विष्णूसंबंधी सर्व ऋचांची स्पष्टीकरणे यज्ञाच्या संदर्भाने केलेली आहेत.

ऋग्वेदामध्ये आदित्यांची संख्या बारा दिलेली आहे. आदित्यामध्ये विष्णू हा आठवा आदित्य आहे. कार्तिक महिन्यात प्रकाशणाऱ्या आदित्याला 'विष्णू' म्हणतात. ऋग्वेदाच्या मध्य कालखंडापर्यंत ऋषींनी आपल्या सूक्त रचनेमध्ये इंद्राला दिलेले श्रेष्ठ स्थान आणि अवाजवी महत्त्व कायम ठेवून तसेच पूर्वाचार्यांची प्रतिष्ठा कायम ठेवून सूर्याचे सृष्टिरचनेमध्ये असलेले श्रेष्ठ स्थान आणि मूलस्वरूप प्रस्थापित करण्यासाठी विष्णू ही सूर्यरूपाने पुढे आणलेली ऋग्वेदातील एक देवता आहे.

इंद्र हा आभाळातून आलेल्या राक्षसांबरोबर युद्ध करून मेघवृष्टी करतो. ढग नसतील तर इंद्राचे काहीच काम उरत नाही. परंतु दुष्काळाच्या अगतिकतेतून किंवा दुष्काळ पडण्याच्या भीतीपोटी पूर्वऋषींनी इंद्राला श्रेष्ठ स्थान दिले होते; परंतु ढगांची निर्मिती करण्याचे मूलभूत कार्य सूर्य करतो. सूर्य ऋतूंची निर्मिती करतो. वायूची निर्मिती सूर्य करतो. समुद्रातील पाणी सूर्याच्या उष्णतेने गरम होते. ढग तयार होतात. सूर्य हा विद्युतरूपाने

मेघामध्ये जल निर्मिती करतो आणि नंतर इंद्र मेघांतून जलवर्षाव करतो. तरीसुद्धा सूर्याचे महत्त्व कमी लेखून इंद्राच्या कार्याला प्राधान्य दिले होते. नंतरच्या ऋषींनी अग्नीचे महत्त्व ओळखले होते. सृष्टी निर्मितीसाठी सूर्याचे श्रेष्ठ स्थान आहे. पूर्व ऋषींनी इंद्राला श्रेष्ठ स्थान देऊन एकप्रकारे चूक झालेली होती. ही चूक सूक्तरूपाने दाखवून देणे अप्रशस्त होते. म्हणून पुढील काळात इंद्राचे महत्त्व हळूहळू कमी करण्यासाठी विष्णुरूपाने सूर्याचे महत्त्व हळूहळू वाढवीत नेले. हा सूक्ष्म बदल सामान्य लोकांच्या लक्षातसुद्धा आला नाही.

विष्णूचे माहात्म्य वर्णन करणाऱ्या ऋचांचा अर्थ पुढीलप्रमाणे आहे –

ऋग्वेद १/२२/१६

सात छंदांच्या साहाय्याने पृथ्वी व्यापून टाकणाऱ्या विष्णूच्या स्थानापासून अवतीर्ण होऊन देव आमचे रक्षण करोत.

स्पष्टीकरण

सप्त किरणांच्या लहरींच्या साहाय्याने पृथ्वी प्रकाशित करणाऱ्या अग्नीपासून निर्माण होणारे सूर्य, वायू, वरुण हे देव आमचे रक्षण करोत.

ऋग्वेद १/२२/१८

अविनाशी आणि रक्षणकर्त्या विष्णूने आपल्या तीन पदक्षेपांनी जग आक्रमिले तेव्हापासून तो जगातील धर्माचा धारणकर्ता बनला.

स्पष्टीकरण

या ऋचेचे दोन अर्थ निघतात –

पहिला अर्थ : अविनाशी विष्णू आपल्या सूर्य, विद्युत आणि अग्नी या तीन रूपांच्या साहाय्याने सृष्टीचे निर्माण आणि पोषण करतो. सृष्टीचे निर्माण आणि पोषण करणे हा विष्णूचा धर्म आहे.

दुसरा अर्थ : विष्णूचे तीन पदक्षेप म्हणजे सकाळ, दुपार आणि संध्याकाळ

ऋग्वेद १/२२/२०

आकाशात उघडलेल्या दिव्य नेत्राप्रमाणे तेजस्वी विष्णूच्या पदक्षेपाचा पराक्रम विद्वान भक्त कौतुकाने पाहतात. विद्वान भक्त म्हणजे तारे-तारका आहेत.

स्पष्टीकरण
सूर्याची उत्पत्ती म्हणजे अवकाशात उघडलेला दिव्य नेत्र आहे. सूर्याचा पदक्षेप इतर तारे कौतुकाने पाहतात.

ऋग्वेद १/१५५/५
सर्वदर्शी विष्णूच्या ज्ञात अशा दोनच पदक्षेपांची मनुष्यमात्र उपासना करतात. तृतीय पदक्षेप कोणीही जाणू शकत नाही.

स्पष्टीकरण
सूर्योदय ते माध्याह्न हा पहिला पदक्षेप. माध्याह्न ते सायंकाळ दुसरा पदक्षेप होय. सायंकाळ नंतर तिसरा परत सूर्योदयापर्यंतचा म्हणजे रात्रीचा पदक्षेप कोणालाही दिसत नाही. पृथ्वीवरील अग्नी आणि अंतरिक्षातील वीज या दोन्ही पदक्षेपांचे प्रत्यक्ष ज्ञान आणि त्याचा अनुभव पृथ्वीवासीयांसाठी होतो पण द्यु मधील सूर्याच्या प्रत्यक्ष ज्ञानाचा अनुभव कोणालाच घेता येत नाही.

ऋग्वेद १/२२/१७
विष्णूने जगताचे आक्रमण करून तीन ठिकाणी आपले पद रोवले. त्याच्या धूसर तेजाने समस्त विश्व व्याप्त झाले.

स्पष्टीकरण
विष्णू (सूर्य) विश्वात उत्पन्न झाल्यानंतर तो सात प्रकाश किरणांच्या लहरींनी (छंद) प्रकाशित होऊ लागला. सूर्य उत्पन्न (पदक्षेप) होताच सूर्याचा प्रकाश सूर्यलोक, अंतरिक्ष आणि पृथ्वी या तीन लोकांत पसरला. सूर्य उत्पन्न होताच त्याच्या धूसर तेजाने समस्त विश्व व्याप्त झाले. या ठिकाणी सूर्याच्या प्रखर तेजाचा उल्लेख नाही. याचे कारण ताऱ्याचे अंतरंग अनुवादक डॉ. प्रभाकर कुंटे यांच्या पुस्तकात पाहावयास मिळते. या पुस्तकातील पान क्र. ४१ मध्ये ते म्हणतात की, अवकाशात धूळमिश्रित ढगांच्या आवरणात झाकून गेलेल्या आणि नवीन उदयास आलेल्या ताऱ्यांच्या प्रकाशात धुरकट दिसणारा ढगांचा पुंजका उजळून निघालेला दिसतो. सूर्य हाही एक तारा आहे. या ऋचेमध्ये सूर्याचे धूसर तेज असेच वर्णन केले आहे. सूर्य जेव्हा उत्पन्न झाला त्या वेळी अवकाशामध्ये धूळमिश्रित ढगांचे आवरण तयार झाले होते.

एखाद्या ताऱ्याचा सूर्यजन्माच्या अगोदर स्फोट झालेला असावा. त्यातून निघालेले धूळमिश्रित ढग सूर्यासमोर जमा झाले होते. त्यामुळे सूर्य जन्माच्या वेळी सूर्याचे तेज धूसर होते. आमचे ऋषीही सूर्याच्या उत्पत्तीच्या वेळचे वर्णन करताना त्याचे धूसर तेज असेच वर्णन करतात. आज जे विज्ञानाने शोधले त्या सूर्याच्या उत्पत्तीकाळचे निरीक्षण आमच्या ऋषींनी २५००० वर्षापूर्वी नोंदले आहे. त्यांनी हे निरीक्षण आपल्या अंतर्ज्ञानाने केले होते.

पुढच्या ऋचेमध्ये विष्णूला इंद्राचा जिवलग सखा म्हटले आहे. ऋग्वेदामध्ये तारे या सामान्यनामासाठी 'इंद्र' हेच नाम वापरले आहे. या ठिकाणी ताऱ्यांचा विष्णू हा सखा आहे. कारण विष्णु-सूर्य हाही एक ताराच आहे. विश्वातील ताऱ्यांना ईश्वराचा नेत्र, अशी उपमा दिलेली आहे. सूर्याचा जन्म झाल्यानंतर ईश्वराचा आणखी एक नेत्र उघडला गेला. आणखी एक तारा उत्पन्न झाला.

ऋग्वेद ७/९९/२

पृथ्वीचा पूर्व भाग (पूर्व दिशा) आणि स्वर्ग (सूर्यलोक) यांना स्थिर (निर्माण) करणाऱ्या हे विष्णुदेवा, पुरातन तसेच आधुनिक भक्तांना तुझा महिमा अतीत आहे. भक्त म्हणजे तारे, पुरातन वृद्ध तारे आणि नवीन (तरुण) तारे यांना विष्णूच्या उत्पत्तीचे ज्ञान आहे.

ऋग्वेद ७/९९/३

मनुष्योपयोगी धेनु वृषभ आणि अन्नधान्याने युक्त अशा पृथ्वीला स्थिरावणाऱ्या हे विष्णो, पर्वतीय उष्णतेने (सूर्यापासून येणाऱ्या उष्ण किरणांनी) स्थिर पृथ्वीचे आवरण घट्ट केले. (पृथ्वीचे द्रवरूप आवरण घनरूप झाले.) सूर्याच्या उत्पत्तीनंतर पृथ्वीवर प्राणी सृष्टी आणि वनस्पती सृष्टी निर्माण झाली.

ऋग्वेद ७/९९/४

वृषशिप्र नामक दासांची कारस्थाने हाणून पाडणाऱ्या हे सूर्य, उषा, अग्नीनिर्मात्या इंद्रविष्णो, यज्ञकर्माप्रीत्यर्थ तुम्ही पृथ्वी समतल केली.

स्पष्टीकरण

या ठिकाणी विष्णूला इंद्र आणि सूर्य याचे संयुक्त रूप दिलेले आहे. इंद्र म्हणजे विष्णू आणि विष्णू म्हणजेच इंद्र अशी कल्पना करून विष्णू आणि इंद्र हे एकच आहेत असे प्रमाणित केले आहे. नदीला आलेल्या पूरामुळे जमिनीची

मोठ्या प्रमाणावर धूप होते. गाळ, माती वाहून जाते. या गाळापासूनच पुढे सुपीक जमीन तयार झाली. यज्ञकर्म म्हणजे या ठिकाणी अन्नधान्याची निर्मिती असा अर्थ होतो. अन्नधान्याच्या निर्मितीसाठी इंद्र विष्णूने जमीन सुपीक बनविली.

ऋग्वेद ७/९९/५

शंबराची नव्याण्णव नगरे उच्छेदिणाऱ्या हे इंद्र विष्णूनो, शंबराच्या सहस्रावधी योद्ध्यांना तुम्ही युद्धाविना ठार मारले.

स्पष्टीकरण

हे एका भूकंपाचे वर्णन आहे.

युद्धाविना ठार मारले म्हणजे हे लोक भूकंपात ठार झाले आहेत. ऋग्वेदामध्ये अनेक ठिकाणी पृथ्वी कंपायमान झाली, असे उल्लेख आले आहेत. पृथ्वी भूकंपामुळे हादरली, असाच अर्थ होतो. शंबर हा पर्वतीय प्रदेशातील राजा होता. या राज्यातील अनेक गावे भूकंपामुळे उद्ध्वस्त झाली. त्यामध्ये हजारो लोक ठार झाले. हिमालय पर्वत हे आजही भूकंपप्रवण क्षेत्र आहे. या भागात आजही भूकंप होतात. त्यात घरेदारे पडून हजारो माणसे मरतात. या ऋचेमध्ये आलेले वर्णन हे नक्की भूकंपाचे आहे.

ऋग्वेद ७/१००/४

पृथ्वीविस्तारक पराक्रमी विष्णूने पृथ्वीवर आक्रमण करून मनुष्यांना निवासयोग्य आणि अढळ जागा प्रदान केली.

स्पष्टीकरण

इंद्राने जे पराक्रम किंवा कार्ये पृथ्वीवर केली आहेत तेच पराक्रम विष्णूने केले आहेत. पृथ्वी या शब्दाचा अर्थ भूमी किंवा जमीन असाही होतो. हिमालय आणि दक्षिण भारत यांच्यामध्ये समुद्र पसरला होता. हिमालयातील नद्यांनी लाखो वर्षे आपल्याबरोबर हिमालयातील गाळ वाहून आणून समुद्र भरून काढला. त्या ठिकाणी नवीन, सुपीक भूमी तयार केली. मनुष्यप्राणी या अगोदर भटकंती करीत होता. तो अशा जमिनीवर स्थिर झाला. त्याची भटकंती बंद झाली. तो शेती व्यवसाय करून अन्नधान्ये पिकवू लागला.

ऋग्वेद ७/१००/६
हे शिपविष्ट विष्णो, तुझ्या गूढ स्वरूपाचे माहात्म्य मी जाणतो. युद्धसमयीचे गूढ रूप तू आमच्यापासून लपवू नकोस.

स्पष्टीकरण
शिपविष्ट म्हणजे वीर्य. विष्णू प्राणिसृष्टीचे जननचक्र चालवितो. प्रकाश किरणांमध्ये वनस्पतीची पोषक द्रव्ये निर्माण करण्याची शक्ती आहे. सूर्याच्या प्रकाश किरणांमध्ये सृष्टी निर्माणकारी आणि पोषणकारी घटक आहेत. या घटकांद्वारे सूर्य सृष्टीची उत्पत्ती आणि पोषण करतो.

पुराणकालामध्ये वैष्णव पंथीयांनी 'विष्णू' या देवतेवर अनेक काल्पनिक कथा रचून विष्णूचे महत्त्व वाढविले. विष्णूच्या दहा अवतारांची कल्पना उभी केली. त्यामध्ये अनेक ऐतिहासिक व्यक्तींभोवती अलौकिक कथा गुंफून विष्णूचे महत्त्व वाढविले. ब्रह्मा, विष्णू आणि महेश या तीन देवतांमध्ये विष्णूचे श्रेष्ठत्व स्थापन केले. विष्णूचे मूळ सूर्यरूप जाऊन विष्णू देवतेला वेगळ्या रूपात उभे केले. त्याचबरोबर इंद्र ही ऋग्वेदातील महत्त्वाची देवता मागे पडली.

❖❖❖

४.

इंद्र

ऋग्वेदामध्ये प्राथमिक कालखंडामध्ये इंद्र पर्जन्याची देवता होती. त्याला सर्वत्र एक लढवय्या राजा असे म्हटले जाई. त्याच्याजवळ वज्र हे अस्त्र होते. तो शत्रूंचा संहार करतो. त्यामुळे इंद्राला देवराज इंद्र, अशी उपाधी दिली गेली. त्यामुळे ती क्षत्रियांची विशेष देवता झाली. पुढील काळात इंद्र हे क्षत्रियांचे आद्य दैवत झाले.

इंद्र ही आर्यांची सर्वांत प्राचीन आणि प्रथम पूज्य देवता होती. अग्नीचा शोध लागण्यापूर्वी व यज्ञविधीची सुरुवात होण्यापूर्वी इंद्रदेवतेच्या गद्य प्रार्थना म्हटल्या जात असत. इंद्रही पर्जन्यवृष्टीमधील अडथळे दूर करून पर्जन्यवृष्टी करणारी पर्जन्य देवता होती. इंद्र म्हणजे विपुल पाऊस, विपुल धनधान्य, चारा, नद्यांना पाणी देणारी देवता होती.

निरुक्तामध्ये इंद्राचे स्पष्टीकरण पुढीलप्रमाणे केलेले आहे. इंद्र मेघातील पाण्याला विदीर्ण करतो. इंद्र अन्न आणि पाणी देणारा आहे. इंद्र अन्न आणि पाणी धारण करतो. इंद्र मेघांना धारण करतो. इंद्र यज्ञामध्ये सोमपानासाठी धावत येतो. इंद्र सोमपानामध्ये रममाण होतो. इंद्र अन्न आणि पाणी देऊन तृप्त करतो.

उपमन्यूच्या अनुयायांनी इंद्राची व्याख्या पुढीलप्रमाणे केलेली आहे -

इंद्र हा सर्वांना पाहाणारा आहे. इंद्र हा परमेश्वरसंपन्न आहे. इंद्र मेघांना विदीर्ण करतो. इंद्र शत्रूंना पळवून लावतो. इंद्र परमेश्वर असूनही याज्ञिकांचा आदर करतो.

इंद्र ही निसर्गदेवता मानवांना अत्यंत उपकारशील होती. इंद्रामुळे मेघवृष्टी होते. नद्यांना भरपूर पाणी राहते. इंद्र कुरणे पिकवून जनावरांना चारा उपलब्ध करतो. इंद्र मानवाला धनधान्य देतो.

सूर्य नियमितपणे उगवतो. प्रकाश आणि उष्णता देतो. हे त्याचे कार्यच आहे. त्यामुळे आर्यांना सूर्याचे महत्त्व तितकेसे वाटले नाही. सूर्याची स्तुती करण्याची आवश्यकता वाटली नाही पण पाऊस हा दररोज पडत नाही. वर्षातून चारच महिने

पडतो. या चार महिन्यांत पाऊस झाला नाही किंवा अपुरा झाला तर त्याचा परिणाम पुढे वर्षभर भोगावा लागतो. पाऊस न पडणे, अपुरा पडणे, वेळेवर न पडणे, उशिरा पडणे किंवा सुरुवातीला पडून पुन्हा दडी मारणे अशा अनेक कारणांमुळे आर्यांना हालअपेष्टा भोगाव्या लागत. पाण्याचे दुर्भिक्ष्य जाणवत असे. धान्य भरपूर पिकत नसे. चाऱ्याअभावी पाळीव पशूंचे हाल होत असत. अतिवृष्टी झाली तरीही लोकांना हालअपेष्टा सहन कराव्या लागत. अतिवृष्टीमुळे पिकांची हानी होत असे. नदीला पूर येऊन घरेदारे पडणे, धनधान्य वाहून जाणे, मानवी तसेच पशूंची प्राणहानी होत असे. सगळ्यांत महत्त्वाचे कारण म्हणजे आर्य प्रदेशाचे त्या वेळचे भौगोलिक स्थान. आर्य प्रदेशात भरपूर आभाळ येत असे, पण ढगांना अडविण्यासाठी उंच पर्वत त्या काळी अस्तित्वात नव्हते. पुष्कळ वेळेस भरपूर काळेकुट्ट आभाळ येऊनसुद्धा पाऊस पडत नसे. हीच स्थिती नेहमी असे. आभाळामध्ये कोणी राक्षस पर्जन्यवृष्टी होऊ देत नाही, असे त्यांना वाटे. या सर्व मानसिक संघर्षातून इंद्र या देवतेचा जन्म झाला. इंद्र पर्जन्यवृष्टी होण्यास मदत करणारा देव होता. ढगातील पाणी अडविणाऱ्या वृत्रासुराला मारून इंद्र पाऊस पाडतो, अशी श्रद्धा त्या वेळेस निर्माण झाली. त्याला प्रसन्न करण्यासाठी त्याची स्तुती केली जाऊ लागली. त्याच्यासाठी प्रार्थना म्हटल्या जाऊ लागल्या.

ऋग्वेदामध्ये फक्त इंद्रालाच राजा ही उपाधी बहाल करण्यात आली आहे. इंद्र शूर, पराक्रमी, लढवय्या आहे. तो युद्धामध्ये शत्रूंचा संहार करतो. तो सदैव विजयी होणारा राजा आहे, अशी लोकांची श्रद्धा होती. वीजरूपी वज्र घेऊन तो मोठ्याने गर्जना करीत ढगांमध्ये लपलेल्या असुरांचा संहार करतो. त्यामुळे भरपूर पाऊस पडतो, असे मानले जाई. पुढे यज्ञ संस्था अस्तित्वात आल्यानंतर इंद्राची स्तोत्रे म्हणून हवि अर्पण केला जाऊ लागला. सोमरस पिण्यासाठी इंद्राला आवाहन केले जाई. सोमरस हे इंद्राचे अत्यंत आवडते पेय होते. सोमरस पिण्यामुळे इंद्र बलवान होतो. त्याच्या अंगात युद्ध करण्यासाठी प्रचंड शक्ती निर्माण होते असे मानले जाई.

ऋग्वेदामध्ये प्राथमिक कालखंडामध्ये इंद्र पर्जन्याची देवता होती. त्याला सर्वत्र एक लढवय्या राजा असे म्हटले जाई. त्याच्याजवळ वज्र हे अस्त्र होते. तो शत्रूंचा संहार करतो. त्यामुळे इंद्राला देवराज इंद्र, अशी उपाधी दिली गेली. त्यामुळे ती क्षत्रियांची विशेष देवता झाली. पुढील काळात इंद्र हे क्षत्रियांचे आद्य दैवत झाले. इंद्राला प्रसन्न करण्यासाठी आर्य राजे मोठमोठाले यज्ञ करू लागले. इंद्र ही क्षत्रियांची युद्धदेवता झाली. युद्धामध्ये विजय मिळवावयाचा असेल तर इंद्राला प्रसन्न करून घेणे आवश्यक झाले. शत्रू वेशीपर्यंत आला तरी इंद्राचा यज्ञ पूर्ण झाल्यानंतर राजे युद्धासाठी बाहेर पडत. युद्धामध्ये विजय मिळाला तर इंद्र आपल्यावर प्रसन्न होता, असे मानले जाई. पराभव झाला तर इंद्र आपल्यावर प्रसन्न नव्हता असे मानले जाई. विजय मिळाल्यानंतर पुन्हा

यज्ञ केला जाई. पुष्कळ वेळा राजे लोक आपल्या राज्यात दुष्काळ पडू नये किंवा अतिवृष्टी होऊ नये म्हणून, साथीचे रोग येऊ नयेत म्हणून किंवा नैसर्गिक आपत्ती येऊ नये म्हणून किंवा सर्व राज्यात शांतता आणि समृद्धी लाभावी म्हणून यज्ञ करीत. संतती प्राप्तीसाठी किंवा कौटुंबिक सौख्यासाठी यज्ञ केला जाई.

पुष्कळ मानवी राजे आपल्या नावामध्ये इंद्र ही पदवी लावीत असत. उदा.राजेंद्र, देवेंद्र, धनेंद्र इत्यादी. ऋग्वेदामध्ये अनेक मानवी राजांचा उल्लेख इंद्र असाच केला. सूक्त कर्त्या ऋषीला दूरच्या राजाचे नाव माहिती नसेल तर त्याचा उल्लेख इंद्र, असाच सूक्तामध्ये केलेला आहे.

इंद्राने अनेक मानवी राजांना साहाय्य केल्याचा उल्लेख पाहावयास मिळतो. यावरून इंद्राने प्रत्यक्ष त्या राजाला मदत केली, असा आभास निर्माण होतो. परंतु इंद्राने मदत केली म्हणजे त्या राजाला निसर्ग अनुकूल होता, असा अर्थ घेणे जरूरीचे आहे. उदा. एखादा राजा इंद्राचा मित्र होता. म्हणजे त्या राज्यात पाऊस-पाणी भरपूर होऊन ते राज्य धनधान्याने समृद्ध झाले असा घेतला पाहिजे. इंद्राने शत्रूवर हल्ला केला म्हणजे त्या राज्यात नैसर्गिक परिस्थिती प्रतिकूल झाली. उदा. दुष्काळ पडला किंवा अरण्य पेटून अनेक लोक मेले, काही गावे त्या अग्नीतांडवामध्ये भस्मसात झाली, वित्तहानी झाली इत्यादी. दाशराज्ञ युद्धात इंद्राने सुदास राजाला साहाय्य केले म्हणजे सुदास राजाला युद्धामध्ये नैसर्गिक अनुकूलता लाभली. त्याच वेळेस शत्रूंची गावे पुरामध्ये वाहून गेली. सैन्य नदीमध्ये अडकले असा होतो. मनू राजाला इंद्राने साहाय्य केल्याचे एक उदाहरण पाहू. एकदा मनूच्या राजधानीजवळच्या जंगलात वीज पडून जंगल पेटले. आगीचा धूर वाऱ्यामुळे मनूच्या राजधानीत घुसला. सर्व प्रजा धुराने त्रस्त झाली. मनूच्या राजधानीला आगीचा वेढा पडला. काही वेळाने मोठी पर्जन्यवृष्टी झाली. जंगलातील आग आपोआप विझली. अशा तऱ्हेने मनू हा इंद्राचा मित्र होता म्हणून इंद्राने मनूला मदत केली.

ऋग्वेदामध्ये इंद्र सूक्तामध्ये इंद्र पराक्रमाचे, त्याच्या शौर्याची तसेच इंद्राच्या स्तुतीची पराकाष्ठा झालेली आहे. तोच पराक्रम आणि तीच स्तुती ऋग्वेदामध्ये अनेक वेळा वर्णन केलेली आहे. इंद्र सूक्तामध्ये रूपक, उपमा आणि अलंकार यांचा भडिमार केलेला आहे. या सर्वांमधून सूक्ताचा खरा अर्थ शोधणे कठीण होऊन जाते. इंद्र सूक्तामध्ये ढगांची, निसर्गाची दुष्काळामुळे निर्माण झालेल्या स्थितीची तसेच अतिवृष्टीमुळे निर्माण झालेल्या स्थितीची बारीक सारीक वर्णने केलेली आहेत. गाळ, चिखल, चिबुड, गाळामुळे निर्माण झालेल्या कुपांची, हवेतील गारवा, हवेतील उष्णता, हवेतील आर्द्रता, हवेचा कोरडेपणा, नद्या, नद्यांचे पाणी त्यात निर्माण होणारे भोवरे, नदीतील बेटे, नद्यांचे पूर, नद्यांचे बांध, पुरामुळे फुटणारे नद्यांचे बांध,

जलाशय, नद्यातील डोह, छोटे ओहोळ, झरे, डोंगर, डोंगर कडे ढासळणे, उष्णतेची लाट, धुके, ढग, गारांचा वर्षाव, ढगांची वर्णने, कोरडे ढग, पावसाळी ढग, ढगांचे आकार, ढगफुटी, मेघांचे गरजणे, विजा चमकणे, पावसाळी वारे इत्यादींची वर्णने आली आहेत.

वरील सर्व नैसर्गिक शत्रूंना असुरांची पुढील नावे दिली आहेत – अनर्शनी, अर्णव, अर्बुद, अश्न, अहि, अहिशुव, उरण, और्णवाम, कारंज, कवय, क्रिवी, चमुरी, दभिक, नमुची, भार्मर, पिप्रु, वर्चीन, बल, बृषशिप्र, शंबर, वृत्र, शुष्ण इत्यादी.

यापैकी अहि आणि वृत्र हे दोन असुर असुरांचे सेनापती आहेत. हे असुर पर्जन्यवृष्टीला अटकाव करतात. इंद्र आणि असुर यामध्ये अनेक वेळा युद्ध होते. इंद्र या असुरांना ठार मारतो.

हरिद्वर्ण अश्व हे इंद्राचे वाहन होते. वज्र हे इंद्राचे आयुध आहेत. हे वज्र इंद्रासाठी त्वष्ट्ने खास तयार केले होते. वज्र हे प्रचंड गर्जना करणारे तेजस्वी आणि चमकदार अस्त्र होते. या वज्राच्या वर्णनावरून हे अस्त्र म्हणजे मेघांमध्ये चमकणारी वीज आहे हे स्पष्ट होते. इंद्राला ऋग्वेदामध्ये शिरस्त्राणधारी म्हणजे डोक्यावर टोप असणारे असे वर्णन केलेले आहे.

इंद्राला पुढील विशेषणं लावलेली आहेत – संपत्तीमान, बुद्धिमान, सर्वज्ञ, दयाळू, शतक्रतो, जलाधिपती, बलिष्ठ, सर्वव्यापी, कौशिक, पराक्रमी, अजिंक्य, महान, सेनापती, मेघस्वरूप, विश्वाधार, सोमप (सोम पिणारा), स्वर्गाधिपती, दानशूर, मेघवन, पुरुहुत (शत्रूंची नगरे उद्ध्वस्त करणारा) असुर विनाशक इत्यादी.

कालांतराने नंतरच्या ऋषींच्या असे लक्षात आले की, प्राथमिक कालखंडातील ऋषींनी इंद्राला अवाजवी महत्त्व दिले आहे. इंद्राला सर्वश्रेष्ठ देव, देवांचा राजा असे जरूरीपेक्षा जास्त महत्त्व दिले गेले आहे. इंद्र हा ढग आल्यानंतर ढगातून पाऊस पाडण्याचे कार्य करतो. पण मूळ ढग तयार करण्याचे कार्य सूर्य करतो. सूर्याने जर ढग तयार केले नाही तर इंद्र कोठून पाऊस पाडणार? इंद्रापेक्षा सूर्याचे महत्त्व अनेक पटींनी जास्त आहे. सूर्य हाच सृष्टीचा निर्माणकर्ता आणि पोषणकर्ता आहे. सूर्य (अग्नी) हाच विश्वामध्ये मूलस्थानी आहे. सूर्य हा प्रथम आणि श्रेष्ठ देव आहे. सूर्य मुख्य असून इंद्र दुय्यम आहे. इंद्राला देवांचा राजा करून पूर्वीच्या ऋषींनी चूक केली होती; परंतु पूर्वीच्या ऋषींच्या प्रतिष्ठेला धक्का न लावता पुढील काळात इंद्राचे स्थान खाली आणून सूर्याचे महत्त्व वाढविले गेले. हा बदल अत्यंत सूक्ष्म होता. अगोदर सूर्य म्हणजेच इंद्र आणि इंद्र म्हणजेच सूर्य आहे; दोघांची कार्ये एकच आहेत, अशा अर्थाच्या ऋचा तयार केल्या. त्यासाठी इंद्र आणि सूर्य यांची जोड नावे तयार केली. उदा. इंद्रादित्य, इंद्रवरुण, इंद्राग्नी इत्यादी. पुढे सूर्यरूपाने विष्णू हे दैवत पुढे आणून इंद्राचे महत्त्व कमी केले गेले. वेदान्त

काळी विष्णू (सूर्य, अग्नी) हा सर्वश्रेष्ठ पदावर विराजमान झाला. इंद्राचे नाव कायमचे मागे पडले. इंद्राला दिशारक्षक देव म्हणून पंचायतनामध्ये बसविले गेले.

हिमालय पर्वतामध्ये इंद्रकील पर्वताच्या आसपासच्या प्रदेशातील राजा स्वतःला देवराज इंद्र, अशी पदवी धारण करीत असे. हे एक सैनिकीदृष्ट्या नामधारी राज्य होते. हे एक दुर्बल राज्य होते. परंतु ते एक मानकरी राज्य होते. भारतीय राजे, ऋषिमुनी या राज्याला देवराज इंद्राचा मान देत असत. या राजाबद्दल भारतीयांच्या मनात आदरभाव असे. कोणी परकीय राजांनी (असुर) या राज्यावर आक्रमण केले तर भारतीय राजे या देवराज इंद्राच्या मदतीला धावून जात असत.

भारतीय नहुष राजाने इंद्रपदाच्या लालसेने या राज्यावर आक्रमण करून हे इंद्र राज्य जिंकून इंद्रपद भूषविले होते.

❖❖❖

५.

अग्नी

सूर्य आणि तारे यामध्ये अग्नी हेच मूलतत्त्व आहे. अग्नी हेच विश्वाचे मूलस्थान आहे. अग्नीमुळे सृष्टी निर्माण झाली. अग्नीमुळे सृष्टीचे अस्तित्व आहे. अग्नी सर्व चराचर सृष्टीमध्ये भरून राहिला आहे. ब्रह्मांडामधील प्रत्येक वस्तुमात्रामध्ये अग्नी हा कमी-जास्त प्रमाणात अस्तित्वात आहे. वनस्पती सृष्टी आणि प्राणी सृष्टीमध्ये अग्नीचे अस्तित्व आहे.

संस्कृत-मराठी शब्दकोशामध्ये अग्नी या शब्दाचा अर्थ विस्तव किंवा विस्तवाची देवता असा दिलेला आहे.

निरुक्तामध्ये अग्नी या शब्दाचे स्पष्टीकरण पुढीलप्रमाणे केलेले आहे. (निरुक्तं पान क्र. ५१५).

- अग्नी हा सर्वांत पुढे किंवा प्रथम आहे म्हणून तो अग्नी आहे.
- तृणकाष्ठांना आपले अंग बनवून त्यांना आपल्यामध्ये विलीन करतो, तो अग्नी. अग्नीमध्ये टाकलेल्या पदार्थांना अग्नी दीप्तिमान करतो.

स्थौलाष्टिवी आचार्यांच्या मतानुसार अग्नी इतर पदार्थांना शुष्क करणारा किंवा वाळविणारा असतो. शाकपूणि आचार्यांच्या मतानुसार गतिशील, दाहक आणि पदार्थव्यंजक म्हणून अग्नी.

अग्नी हा शब्द केवळ पृथ्वीवरील अग्नीसंबंधी नाही तर तो अंतरिक्षातील वीज आणि द्युमधील सूर्य आणि तारे यांनाही समाविष्ट करतो. अग्नी हा आदित्य, इंद्र, वरुण यांचा वाचक आहे. वेदांमध्ये द्यु मधील अग्नीचा मूलभूत विचार केला आहे. अग्नी हा सर्व विश्वाचा कारक आहे. अग्नी हा सृष्टीचा निर्माता आणि पोषक आहे. अग्नीची विश्वामध्ये प्रथम कशी उत्पत्ती झाली याची विज्ञाननिष्ठ तर्कसंगती वेदांमध्ये

लावली आहे. ही तर्कसंगती लावताना ऋषींनी कुठलीही साधने वापरली नव्हती. त्यांनी आपल्या अंत:चक्षूंनी आणि अंतर्ज्ञानाने विश्वाच्या उत्पत्तीचे कोडे उकलले.

वेदांमध्ये अग्नीची निर्मिती स्थानावरून तसेच त्याच्या कार्यावरून अनेक प्रकार सांगितले आहेत. वेदामध्ये अग्नीच्या एकवीस स्थानांचा उल्लेख आहे. परंतु एकवीस स्थानांची नावे एकत्र दिलेली नाहीत. ती वेदामध्ये सर्वत्र विखुरलेली आहेत. अग्नीची एकवीस स्थाने म्हणजे अग्नीचे एकवीस प्रकार आहेत.

अग्नीचे प्रकार

- अपानपात अग्नी - पाण्यामध्ये निर्माण होणारा अग्नी. (वीज)
- दावाग्नि - वृक्षामध्ये अस्तित्वात असलेला अग्नी.
- जठराग्नी - जठरात उत्पन्न होणारा.
- अपर अग्नी - पर्वतातील अग्नी.
- वैश्वानार अग्नी - द्युमध्ये उत्पन्न झालेला अग्नी.
- जातवेदस अग्नी - अंतरिक्ष स्थानिय अग्नी.
- पुरिष्य अग्नी - शरीरस्थ अग्नी.
- नारांशस अग्नी - यज्ञ अग्नी यज्ञस्तुत अग्नी.
- तनुनपात अग्नी - परात्पर अग्नी (सूर्याच्या उष्णतेने पाणी गरम होते. ढगांची निर्मिती होते. पुन्हा ढगामध्ये वीज तयार होते म्हणून वीज ही तनुनपात अग्नी होतो.)
- द्रविणोदस अग्नी - धन व बल देणारा (यज्ञ अग्नीच्या प्रार्थनेमुळे पर्जन्यवृष्टी होते, धनधान्य पिकते.)
- लौकिक अग्नी - सामान्य अग्नी.
- पावक अग्नी
- होमसाधन अग्नी
- सुसमिद्ध अग्नी
- इळ अग्नी
- आदित्य स्वरूप अग्नी
- गार्हपत्य अग्नी
- अहवनिय अग्नी
- मातारिश्वन (वायू)
- होतृ अग्नी
- धिष्ण अग्नी

नारांशस अग्नी हा अरणीतून उत्पन्न होतो. विद्युत (वीज) अग्नी पाण्याच्या संसर्गाने वाढतो. दुसऱ्या पदार्थाच्या संसर्गात आला तर नष्ट होतो. याउलट अग्नी लाकडाच्या संसर्गाने पेटतो. पाण्याच्या संसर्गाने विझतो.

वीज ही जोपर्यंत पार्थिव पदार्थाच्या संसर्गात येत नाही तोपर्यंत वीज असते. पार्थिव पदार्थाच्या (लाकूड) संसर्गात आली तर अग्नी बनते.

पृथ्वीवर अंगीरस ऋषींनी अग्नीनिर्मितीचे अनेक प्रयोग करून दोन लाकडांच्या घर्षणामधून अग्नीनिर्मिती केली. अंगीरसांनी अग्नीचा अनेक प्रकारे वापर करण्यास सुरुवात केली. त्यांच्या अग्नीनिर्मितीच्या शोधामुळे पाहिजे तेव्हा अग्नी निर्माण करता येऊ लागला. याच कालखंडात भृगुसमुदाय अरण्यामध्ये पेटलेला अग्नी घेऊन तो आपल्या भटकंतीमध्ये आपल्याजवळ बाळगीत असत. पेटती लाकडे आपल्याबरोबर वागवीत असत.

सूर्य आणि तारे यामध्ये अग्नी हेच मूलतत्त्व आहे. अग्नी हेच विश्वाचे मूलस्थान आहे. अग्नीमुळे सृष्टी निर्माण झाली. अग्नीमुळे सृष्टीचे अस्तित्व आहे. अग्नी सर्व चराचर सृष्टीमध्ये भरून राहिला आहे. ब्रह्मांडामधील प्रत्येक वस्तुमात्रामध्ये अग्नी हा कमी-जास्त प्रमाणात अस्तित्वात आहे. वनस्पती सृष्टी आणि प्राणी सृष्टीमध्ये अग्नीचे अस्तित्व आहे. वनस्पतीमध्ये अग्नीचे अस्तित्व अन्नरूपाने आहे. प्राण्यामध्ये अन्नाचे ज्वलन अग्नीमुळे होते. अग्नीमुळे शरीरात बल आणि शक्ती निर्माण होते. अग्नी हा सर्व वस्तुमात्र आणि प्राणिमात्रांचा प्राण आहे.

❖❖❖

६.

त्वष्ट्र

ऋग्वेदामध्ये प्रत्येक वेळी त्वष्ट्रच्या उल्लेखाबरोबर देवपत्नींचाही उल्लेख आवर्जून आला आहे. त्वष्ट्रचा उल्लेख हा देवपत्नीसह त्वष्ट्रा असाच आलेला आहे. देवपत्नींसह त्वष्ट्रने आमच्या यज्ञात, यावे अशी प्रार्थना ऋषीही करतात.

ब्रह्मा, धाता, विधाता या देवतेला ऋग्वेदामध्ये 'त्वष्ट्र' ही उपाधी होती. त्वष्ट्र ही विश्वनिर्माणकारी मुख्य देवता आहे. त्वष्ट्राने सर्व ब्रह्मांड निर्माण केले.

निरुक्तकार मते त्वष्ट्र म्हणजे अत्यंत वेगाने फैलावणारा वायू (अग्नी) आहे. त्वष्ट्र अत्यंत दीप्तिमान असतो. तो शुद्ध कर्म करतो म्हणून त्याला 'त्वष्ट्र' म्हणतात. (निरुक्तं पान क्र. ५७५)

त्वष्ट्र हा सर्व लोकांचा (भुवने) निर्माता आहे. विश्वातील सर्व वस्तुमात्रांचा निर्माता आहे. सर्व प्राणिमात्रांचे निर्माणतत्त्व त्वष्ट्र आहे. त्वष्ट्र सर्व प्राणिमात्रांचा आकार नियमित आणि निश्चित करतो.

त्वष्ट्र हा विश्वनिर्माणकारी यज्ञामध्ये सर्व देवांना (घटक) आवाहन करणारा ऋत्विज आहे. त्वष्ट्र विश्वनिर्माणकारी यज्ञाचा संपादक आहे. यज्ञाचा जाणकार आहे. हा यज्ञकर्मामध्ये आपोआप विस्तारणारा,आपल्या स्वभावानुसार वरून गतिमान होणारा वायू आहे. हा ऊर्ध्वगामी आणि प्रकाशाचा विस्तार करणारा आहे. कुटिल (वाकडा तिकडा) गमन करणारा वायू आहे. त्वष्ट्र हा अत्यंत हलका आणि विरल ज्वालाग्राही वायू आहे. त्वष्ट्रचे असे वर्णन ऋग्वेदामध्ये केलेले आहे. ही सर्व वर्णने हेलियम वायूला लागू पडतात.

त्वष्ट्रला 'देव अग्रगामी', 'आद्यजन्म', 'वीर्योत्पादक' असे म्हटले आहे. त्वष्ट्र हा सृष्टीची उत्पत्ती करणारा, पंचमहाभूतांची निर्मिती करणारा, द्विपाद आणि चतु:ष्पाद प्राणी उत्पन्न करणारा, विश्व निर्माण करणारा आहे. म्हणून त्याला विश्वकर्मा (शिल्पकार) असे म्हटले आहे. आमचे वीर्य तेजस्वी बनवून आम्हाला वीर्यवान पुत्र दे, अशी प्रार्थना

ऋग्वेदामध्ये ऋषींनी केली आहे. यावरून त्वष्ट्ट ही ऋग्वेदकाळी प्रजनन देवता होती असे दिसून येते. त्वष्ट्टने इंद्राला महागर्जनकारी, सुवर्णमय, अणकुचीदार, तेजस्वी असे वज्र तयार करून दिले होते. (हे वज्र म्हणजे ढगातील वीज त्वष्ट्टने निर्माण केली.)

पुढे आपण त्वष्ट्टसंबंधाने ऋग्वेदामधील महत्त्वाच्या ऋचांचे समालोचन पाहू.

ऋग्वेद १/९५/२

त्वष्ट्टच्या दहा चतुर आणि तरुण पत्नींनी अग्नीरूपी एका चंचल, प्रखर, तेजस्वी, यशस्वी आणि प्रकाशमान बालकाला जन्म दिला.

सूर्याची उत्पत्ती दहा अंगीरस तारकांनी केली, असे स्पष्टपणे ऋग्वेद (१०/२७/१५-१६) मध्ये म्हटले आहे. या ठिकाणी दहा अंगीरस तारकांना 'त्वष्ट्टच्या पत्नी' असे म्हटले आहे. या दहा तारकांनी चंचल, प्रखर, तेजस्वी आणि प्रकाशमान सूर्याला जन्म दिला. त्वष्ट्ट हा यज्ञकर्मामध्ये वाढतो, असे म्हटले आहे. याचा अर्थ विश्वनिर्माण क्रियेमध्ये इतर घटकांच्या मिश्रणाने याची आपोआप वाढ होत जाते. त्वष्ट्ट हा संचरनशील म्हणजे प्रसरण पावणारा वायू आहे. देव अग्रगामी म्हणजे विश्वनिर्माणकारी घटकांमध्ये मुख्य आणि प्रथम घटक आहे. आद्य जन्म म्हणजे विश्वनिर्माणकारी घटकांमध्ये प्रथम निर्माण झाला. वीर्यउत्पादक म्हणजे जननक्रियेमध्ये त्वष्ट्ट हा पुरूष तत्त्व आहे. अदिती ही प्रकृती आहे. पुरुष आणि प्रकृती यांचा संयोग होऊन विश्वनिर्मिती होते.

ऋग्वेदामध्ये प्रत्येक वेळी त्वष्ट्टच्या उल्लेखाबरोबर देवपत्नींचाही उल्लेख आवर्जून आला आहे. त्वष्ट्टचा उल्लेख हा देवपत्नीसह त्वष्ट्टा असाच आलेला आहे. देवपत्नींसह त्वष्ट्टने आमच्या यज्ञात, यावे अशी प्रार्थना ऋषीही करतात. त्वष्ट्टाबरोबर देवपत्नींचा उल्लेख का केलेला आहे हे समजत नाही. यावरून सर्व देवपत्नींचा सांभाळ त्वष्ट्टा करीत होता काय, असा प्रश्न निर्माण होतो. या देवपत्नी म्हणजे ताऱ्यांच्या पत्नी तारका होत्या काय, असा प्रश्न पडतो. देवपत्नी म्हणजे प्रकृती हे तत्त्व असावे.

ऋग्वेदातील वर्णनावरून त्वष्ट्ट हा स्त्रीभोगेच्छू, कामुक आणि व्यभिचारी होता, असे दिसून येते. (ऋग्वेद ४/१८/५, ४/१८/१२) कुमारिका आदितीबरोबर त्वष्ट्टाने व्यभिचार केला होता. प्रकृती तत्त्वाच्या अगोदर पुरुष तत्त्वामध्ये कामेच्छा निर्माण होते. (हेलियम वायू जबरदस्तीने दुसऱ्या वायुतत्त्वात मिसळत असावा.) त्या व्यभिचारातून इंद्राचा जन्म झाला. या व्यभिचारी कृत्यामुळे त्वष्ट्टा हा असुरात गणला जाऊ लागला.

इंद्राचा पिता एक असुर असावा आणि त्याच्या व्यभिचारी कृत्यामुळे अदितीच्या पोटी आमचा सर्वश्रेष्ठ देव इंद्राचा जन्म झाला, ही कल्पना पुढील काळातील काही ऋषींना सहन झाली नाही. ही ऋषींसाठी अत्यंत मानहानिकारक घटना होती. हा श्रेष्ठ देवाचा अपमान होता. यावर उपाय शोधला गेला. आमचा देवही काही कमी नाही हे

दाखविण्यासाठी ऋचांची रचना केली गेली. इंद्राने जन्मतःच आपल्या पित्याला ठार मारले, अशा वर्णनाची ऋचा लिहून इंद्राचे श्रेष्ठत्व सिद्ध करून असुराला शिक्षा दिली आणि आपल्या रागाचे परिमार्जन केले. (ऋग्वेद ४/१८/१२) या ऋचाद्वारे अदितीला विधवा करून तिलाही शिक्षा दिली. ब्रह्मदेव स्वरूप असलेल्या त्वष्ट्टसाठी ऋग्वेदामध्ये एकही सूक्त लिहिले गेले नाही. एवढेच नव्हे तर त्वष्ट्टचे महत्त्वही कमी झाले. त्याचे नावसुद्धा नको म्हणून पुढे त्वष्ट्टच्या जागी ब्राह्मण, ब्रह्मणस्पती, धाता, विधाता, प्रजापती अशी दुसरी नावे पुढे आणली.

काही ग्रंथांप्रमाणे त्वष्ट्ट हा 'प्रजापती' होता. त्याच्या पत्नीचे नाव 'रचना' असे होते. यांना दोन मुले झाली आणि एक मुलगी झाली. मुलांची नावे 'संनिवेश' आणि विश्वरूप आणि मुलीचे नाव 'संज्ञा' (त्वाष्ट्री) होते. ही विवस्वान आदित्याला दिली. विश्वरूप हा इंद्राकडून मारला गेला. (प्राचीन नामकोश संपादक महादेव शास्त्री जोशी पान क्र. १७८)

अशा तऱ्हेने ऋग्वेदकाळामध्ये विश्वनिर्माता म्हणून प्रसिद्ध असलेल्या त्वष्ट्टचे महत्त्व उत्तरोत्तर कमी होत गेले आणि आज त्याचे नामोनिशाणही उरले नाही. त्वष्ट्ट हा विश्व निर्माणकर्ता आहे. पत्नीचे नाव रचना म्हणजे ब्रह्मांडाची रचना करणारी. या दोघांनी ब्रह्मांडाची अशी रचना केली की ते आपोआप निर्माण होते आणि आपोआप नष्ट होते. या ब्रह्मांडाच्या उतरंडीची अशी यथायोग्य रचना करून ठेवली आहे की ती अनंतकाळापर्यंत टिकावी.

❖❖❖

७.

अश्विनीकुमार

अश्विनी नक्षत्रातील द्वैती (जोड) तारा ऋषींनी शोधला होता. असे जोडतारे ऋषींनी पहिल्यांदाच पाहिले होते. ही एक अद्‌भुत चमत्कारिक आणि आश्चर्यकारक घटना होती.

सूर्य ही ऋग्वेदातील सर्वश्रेष्ठ देवता आहे. सूर्यामुळे सृष्टीचे पालनपोषण होते. सूर्य हा विश्वातील एक तारा आहे तसेच विश्वातील प्रत्येक तारा हा सूर्य आहे. म्हणून ऋग्वेदामध्ये सर्व तारे-तारकांना देव मानले आहे. एवढेच नव्हे तर विश्वातील सर्व तेजोमय वस्तुमात्रांनाही देव मानले आहे. अश्विनीकुमार हे आर्यांचे देव होते म्हणून अश्विनीकुमार हे सुद्धा तारे असले पाहिजेत, हे ओघानेच येते. ऋग्वेदामध्ये अनेक सूक्तामध्ये अश्विनीकुमारांच्या पराक्रमाची वर्णने आलेली आहेत. त्यांना यज्ञामध्ये आहुती दिलेली आहे. त्यांची अनेक प्रकारांनी स्तुती केलेली आहे. त्यांच्याकडे मदतीची याचना केलेली आहे.

ऋग्वेदाचा अभ्यास करताना अश्विनीकुमारांविषयी अनेक प्रश्न निर्माण होतात. अश्विनीकुमार म्हणजे नेमका कोणता तारा आहे? त्यांना अश्विनीकुमार हे नाव का मिळाले? इतर सर्व देव एक एक असताना अश्विनीकुमारांची संख्या दोन का? ते कुमार म्हणजे मुलेच का? त्यांना कुमारच का म्हटले गेले आहे? असे विविध प्रश्न मनामध्ये उभे राहतात. अश्विनीकुमारांच्या जन्माबद्दल काही पुराणे आणि ग्रंथांमध्ये काही कथा मिळतात. परंतु त्या कथा अश्विनी म्हणजे घोडी या नावावरूनच तयार झालेल्या आहेत. खरे म्हणजे अश्विनी याचा अर्थ घोडी असा होत नाही; परंतु आमच्या कथाकारांनी अश्विनी या शब्दाचा अर्थ घोडी असा करून सूर्य अश्विनी आणि अश्विनी कुमार यांच्यावर भ्रामक कथा रचलेली आहे. त्या कथावरून अश्विनीकुमारांचे नेमके स्थान कळून येत नाही.

निरुक्तं पान क्र. ७५४मध्ये यास्काचार्यांनी अश्विनीकुमारांचे स्पष्टीकरण पुढीलप्रमाणे दिलेले आहे. अश्विनीकुमार हे द्यु स्थानीय देवता आहेत. अर्धरात्रीनंतर ते सूर्योदयापूर्वीपर्यंत रात्रीच्या वेळी दिसणारा अंधुक प्रकाश म्हणजे अश्विनीकुमार

असे स्पष्टीकरण त्यांनी दिले आहे. या स्पष्टीकरणावरून मनाचे समाधान होत नव्हते. शेवटी अलीकडील काळात खगोलीय संशोधनावर लिहिलेल्या पुस्तकामध्ये आकाश कसे पाहावे पान क्र. २१मध्ये अश्विनीकुमाराबद्दल स्पष्टीकरण मिळाले. अश्विनी नक्षत्रामध्ये असलेल्या द्वैती ताऱ्यांची माहिती मिळाली. फार विचार करून अश्विनी नक्षत्रात असलेला युगुल तारा म्हणजेच अश्विनीकुमार आहेत हे मनाशी पक्के केले. द्वैती ताऱ्याच्या ऋग्वेदातील वर्णनावरून मी माझ्या मताशी ठाम झालो. वाचकांनीही माझ्या या मताशी सहमती दाखवावी, अशी माझी अपेक्षा आहे.

अश्विनीकुमार हे तारे आहेत, याचा आणखी एक पुरावा उपलब्ध आहे. ब्रह्मदेवाच्या तारकामय देहावरील स्तनावर अश्विनीकुमारांचे स्थान निश्चित केलेले आहे. याचाच अर्थ अश्विनीकुमार हे तारेच आहेत. हे स्पष्टपणे सिद्ध होते.

द्वैती तारा म्हणजे एकमेकांच्या अगदी जवळ असणारे दोन तारे. वर वर पाहता द्वैती तारे एकच असल्याचा भास होतो. दुर्बिणीतून निरीक्षण केल्यानंतर ते दोन तारे असल्याचे स्पष्ट होते. या जोडताऱ्यांचे सगळ्यात महत्त्वाचे वैशिष्ट्य म्हणजे हे दोन्ही तारे फुगडी खेळल्याप्रमाणे एकमेकांभोवती परिभ्रमण करीत असतात. विश्वामध्ये अशा द्वैती ताऱ्यांची संख्या फार कमी आहे. वेदकाळामध्ये भारतीय ऋषींनी खगोलशास्त्रामध्ये नेत्रदीपक प्रगती केलेली होती. अनेक तारे, तारका, ग्रह, राशी, नक्षत्रे, तारकापुंज, तेजोमेघ त्यांनी शोधून काढले होते. विश्वाची उत्पत्ती, सूर्य-तारे-तारकांची उत्पत्ती याबद्दल तर्कयुक्त विचार मांडले होते. आजचे विज्ञान अनेक दुर्बिणींच्या साहाय्याने अजून तेथपर्यंत पोहोचले नाही. वेदकाळाचा प्रारंभ सुमारे २५००० वर्षांपूर्वी झाला आहे. हा काळ त्या वेळच्या ग्रह, तारा-तारका, ध्रुव यांची केलेली वर्णने, स्थान यावरून निश्चित होतो. त्यांनी शोधलेल्या तारे-तारकांना, नक्षत्रांना साजेशी नावे दिली. उदाहरणार्थ ज्येष्ठा हे नक्षत्र दिसण्यात अंधुक आहे. ते सहजासहजी दिसत नाही. तरी पण त्याला 'ज्येष्ठा' हे नाव दिले आहे. यामागचे कारण तसेच महत्त्वाचे आहे. या नक्षत्रामध्ये वयाने आणि तेजाने एक मोठा तारा आहे. हा तारा सूर्यापेक्षा २७०० पटींनी मोठा आहे आणि त्याची तेजस्विता सूर्यापेक्षा तीन लाख पटींनी जास्त आहे. म्हणून या नक्षत्राला आमच्या ऋषींनी ज्येष्ठा हे नाव दिले आहे.

अश्विनी नक्षत्रातील द्वैती (जोड) तारा ऋषींनी शोधला होता. असे जोडतारे ऋषींनी पहिल्यांदाच पाहिले होते. ही एक अद्‌भुत चमत्कारिक आणि आश्चर्यकारक घटना होती. म्हणून अश्विनी नक्षत्रातील या जोडताऱ्यांना बंधू असे समजून त्यांना 'अश्विनीकुमार', 'अश्विनीपुत्र', 'अश्विनौ' असे नामकरण करून त्यांना देवत्व बहाल केले. या बंधूचे ऋग्वेदामध्ये कसे वर्णन केले आहे हे आपण पाहूया –

ऋग्वेद १/३०/१९
हे अश्विनीकुमारांनो, तुम्ही आपले एक रथचक्र पर्वतावर स्थापिले असून एक रथचक्र आकाशात भ्रमण करीत आहे. या स्थिर ताऱ्याच्या भोवती दुसरा तारा फिरत आहे.

स्पष्टीकरण
पर्वत याचा अर्थ स्थिरतादर्शक असा होतो. म्हणजे या द्वैती ताऱ्यांपैकी एक तारा स्थिर असून दुसरा तारा आकाशात भ्रमण करीत आहे

ऋग्वेद ६/६३/५
सूर्यकन्या सूर्येचे आश्रयस्थान अशा हे सुरक्षित, रथयुक्त, कुशल आणि नर्तनशील अश्विनीकुमारांनो, यज्ञीय देवांना तुम्ही आमच्याकडे घेऊन या.

स्पष्टीकरण
सूर्यकन्या सूर्येचा पती असणारे आणि भ्रमणशील आणि एकमेकांभोवती पिंगा घालणारे अश्विनीकुमार आहेत. सूर्यपुत्री सूर्या आणि सूर्यपुत्र अश्विनीकुमार यांचा विवाह झाला आहे.

ऋग्वेद ७/६९/३
द्युलोक सीमावर्ती रथाने युक्त अशा सुंदर अश्वयुक्त आणि दर्शनीय अश्विनीकुमारांनो, आपल्या अन्नधान्यासह आमच्याकडे येऊन तुम्ही अमृत प्राशन करा.

स्पष्टीकरण
अश्विनी नक्षत्र हे सूर्याच्या आयनिक वृत्तावर येते. त्यामुळे हे नक्षत्र म्हणजे सूर्याची उत्तरेकडे सरकण्याची सीमा आहे. तसेच हे प्रथम नक्षत्र आहे. त्यामुळे या ऋचेमध्ये 'द्युलोक सीमावर्ती रथ' असे या नक्षत्राला म्हटले आहे. याच नक्षत्रामध्ये अश्विनीकुमार हे द्वैती तारे आहेत. अश्विनीकुमार सूक्तामध्ये अश्विनीकुमारांच्या रथाचे वर्णन आले आहे. रथ तीनचाकी आहे. तीन आसनांचा आहे. रथाला तीन दांड्या आहेत, अशी वर्णने अनेक ठिकाणी केली आहेत. याचे कारण असे की, अश्विनी नक्षत्र हे तीन महत्त्वाच्या ताऱ्यांनी बनलेले आहे. हमाल (अश्विनी), शेरटान आणि मेसार्थीन हे ते तारे आहेत. यापैकी

मेसार्थीन हा द्वैती तारा आहे. मेसार्थीन हा तारा साध्या निरीक्षणातून एकच तारा असल्याचे जाणवते. परंतु या ताऱ्याचे दीर्घकाळ निरीक्षण केल्यास हा तारा दोन जोडताऱ्यांनी बनला असल्याचे सिद्ध होते. हा जोडतारा म्हणजेच अश्विनीकुमार आहेत. अश्विनी नक्षत्र हे सूर्यपत्नी म्हणून वेदामध्ये वर्णिलेले आहे. कारण सूर्य हा द्युस्थानीय प्रथम देव आहे. तसेच अश्विनी हे प्रथम नक्षत्र आहे. हे मेष या प्रथम राशीमध्ये स्थित आहे. वेदकालामध्ये वसंत संपात हा अश्विनी नक्षत्रामध्ये होता. अश्विनी नक्षत्र हे सूर्याची उत्तरेकडे सरकण्याची सीमा आहे. आयनिकवृत्त हे या नक्षत्रामधून जाते. या सर्व कारणांमुळे अश्विनी नक्षत्राला सूर्याची पत्नी, अशी उपमा दिलेली आहे.

अश्विनीकुमारांचे वाहन गदर्भ आहे. गदर्भ हा प्राणी मंद चालीचा आहे. त्यावरून या ताऱ्यांचा भ्रमणवेग अत्यंत मंद असावा, असे वाटते. तीन अहोरात्रीमध्ये दिव्यलोकांचे परिभ्रमण करणारे अश्विनीकुमार असे म्हटले आहे. यावरून असे वाटते की, हा द्वैती तारा तीन दिवसांमध्ये दुसऱ्या ताऱ्याभोवती प्रदक्षिणा पूर्ण करीत असावा.

ऋग्वेद ८/५/८

हे सोमपी अश्विनीकुमारांनो, मधुर अन्नयुक्त तीनचाकी आणि तीन स्तंभयुक्त रथातून तुम्ही रात्री तीन वेळा आणि दिवसा तीन वेळा भ्रमण करता. १/३४/२

स्वत:च्या तीन चाकी रथावर सूर्यकन्येला बिराजमान करणाऱ्या अश्विनीकुमारांनो, १/३४/५

तीन चाकाच्या त्रिकोणी रथातून यज्ञस्थानी येणाऱ्या हे सत्यवत अश्विनीकुमारांनो, तुमच्या रथाची तीन चाके तसेच त्यांच्या बैठकीची तीन लाकडे कशाने बनली आहेत? १/३४/९

स्पष्टीकरण

अश्विनी हे नक्षत्र तीन मुख्य तारकांनी बनले आहे. या तारकांची नावे अशी हमाल किंवा अश्विनी, दुसरा शेरटान, तिसरा मेसार्थिम. यांपैकी मेसार्थिम हा द्वैती तारा आहे. हा मेसार्थिम म्हणजे अश्विनीकुमार आहे. या नक्षत्रातील तीन ताऱ्यांनाच तीन चाकी रथ, तीन स्तंभयुक्त रथ, त्रिकोणी रथ, बैठकीची तीन लाकडे, अशी उपमा वरील ऋचामध्ये दिली आहे.

ऋग्वेद १०/३९/३

अश्विनीकुमारांना 'यज्ञगृहातील वैद्य' असे म्हटले आहे. हे यज्ञगृह म्हणजे विश्वाची निर्मिती करणारे यज्ञगृह होय. या विश्वात एक वैशिष्ट्यपूर्ण रचना असणारे अश्विनीकुमार आहेत. आमच्या ग्रंथामध्ये देवांचा यज्ञ म्हणजे ऋषि-मुनी करतात, तसा यज्ञ असा समज केलेला आहे. देवांचा यज्ञ याचा अर्थ ब्रह्मांडाची जडण-घडण. ब्रह्मांडातील वस्तुमानांची निर्मिती आणि नाश असा घेतला पाहिजे.

वैद्य या शब्दाचे शब्दकोशामध्ये अनेक अर्थ दिलेले आहेत. त्यांपैकी विद्वान हा एक अर्थ आहे. माझ्या स्पष्टीकरणामध्ये विद्वान हा अर्थ घेऊन स्पष्टीकरण केले आहे. अश्विनीकुमार म्हणजे हा एक द्वैती तारा आहे, असे गृहीत धरूनच मी माझे स्पष्टीकरण दिले आहे.

अश्विनीकुमारांना 'देवांचे वैद्य' असे ऋग्वेदामध्ये म्हटले आहे. वैद्य या शब्दाचा अर्थ विद्वान असा आहे. हे तारे एकमेका भोवती फिरण्यात तरबेज होते, विद्वान होते. परंतु आजार बरा करणारा म्हणजे वैद्य, असा चुकीचा अर्थ केला गेला.

ऋग्वेदामध्ये अश्विनीकुमारांनी कुठल्याही देवांचा आजार बरा केल्याचा उल्लेख नाही. मानवी व्यक्तींचा आजार बरा केल्याची अनेक काल्पनिक वर्णने ऋग्वेदामध्ये केली आहेत.

ऋग्वेद ८/५/९

अश्विनीकुमारांना 'सूर्यप्रकाश निर्माण करणारा' असे म्हटले आहे. आदित्याच्या व्याख्येप्रमाणे आदित्य हा नक्षत्राकडून प्रकाश आकर्षण करून घेतो. अश्विनीकुमार हे अश्विनी नक्षत्रात स्थित असल्यामुळे आदित्य या नक्षत्रातून प्रकाशाचे शोषण करतो. अश्विनीकुमार हे स्वयंप्रकाशी तारे आहेत.

स्पष्टीकरण

ऋग्वेदकाळात वैशिष्ट्यपूर्ण अश्विनीकुमार या जोडताऱ्यांचा शोध लागला होता. हा शोध नुकताच लागला होता. इतर सर्व तारे एकटे होते पण अश्विनीकुमार हे जोडतारे होते. यामुळे त्यांना अत्यंत महत्त्व प्राप्त झाले होते. अशा ताऱ्यांचे महत्त्व जनमानसात कायमचे टिकून राहावे, म्हणून या ताऱ्याचे अनेक काल्पनिक पराक्रमांचे वर्णन ऋग्वेदामध्ये केलेले आहे. ज्या गोष्टी आपोआप घडल्या त्या घटनांना अश्विनीकुमारांचे श्रेय देण्यात आलेले आहे. जी संकटे स्वयंप्रयत्नांनी दूर केली त्यांना अश्विनीकुमारांचे नाव जोडण्यात आले आहे. (ऋग्वेद १०/३९/१ ते १६) ऋग्वेदामध्ये एवढ्या कथा तसेच पराक्रम दुसऱ्या कोणत्याच देवांच्या नावाने रचल्या नाहीत.

भुज्यु कथा, कक्षिवत पज्रियऋषी कथा, अत्रिऋषी कथा, गोतम कथा, च्यवन ऋषी कथा, दध्यंच अथर्वन कथा, विश्पला कथा, जाहुष ऋषी कथा, रेभऋषी कथा अशा अनेक कथा अश्विनीकुमार सूक्तामध्ये दिलेल्या आहेत.

अश्विनीकुमारांची नावे 'नस्र' आणि 'नासत्य' अशी आहेत. असे वाटते की, ऋग्वेदकालामध्ये अश्विनी या नक्षत्राचा आकार घोडीसारखा असावा. अश्विनीकुमार या ताऱ्यांचे स्थान या घोडीच्या नाकपुडीजवळ असावे म्हणून अश्विनीकुमारांना नस्र आणि नासत्य अशी नावे दिली असावीत. 'यम' आणि 'यमी' तसेच अश्विनीकुमार यांना सूर्याची अपत्ये असे म्हटले आहे. यावरून असे वाटते की, या चार ताऱ्यांचा जन्म सूर्य उत्पत्तीनंतर दीर्घकाळाने अश्विनी नक्षत्रामध्ये झाला असावा. म्हणून सूर्याला त्यांचे पितृत्व दिले गेले. यापैकी दोन कथांचे स्पष्टीकरण आपण घेऊ.

ऋग्वेद १/११६/१२

हे शूर अश्विनीकुमारांनो दध्यंच अथर्वन ऋषींना अश्वमुख चिकटवून तुम्ही त्याच्याकडून मधुविद्या तसेच अवयव साधण्याची त्वष्ट्रप्रणीत प्रवर्ग्यविद्या प्राप्त केलीत.

स्पष्टीकरण

सायन भाष्य आणि बृहददेवतामध्ये वरील ऋचांचे स्पष्टीकरण खालीलप्रमाणे दिले आहे. (सायन भाष्य १/११७-२२; ११९-९, बृहददेवता ३/१८/२४)

दध्यंच ऋषींचे मस्तक तोडून अश्विनीकुमारांनी त्या जागी अश्वमुख बसविले. त्या मुखाकरवी इंद्राने त्या ऋषींना शिकविलेल्या असुरविनाशक मधुविद्या प्राप्त केल्या.

मधुविद्येचा गौप्यस्फोट करणारे दध्यंच ऋषीचे अश्वमुख इंद्राने तोडताच अश्विनीकुमारांनी त्या ऋषींचे मानवी मस्तक पुन्हा बसविले. मधुविद्येच्या अश्विनीकुमारकृत अपहारामुळे असुरांची संख्या वाढू लागली. त्या विद्येच्या पुनर्प्राप्तीसाठी इंद्र दध्यंच ऋषींचे अश्वमुख पुन्हा शोधू लागला असता शर्णावत सरोवराजवळ ते सापडले. त्याच्या साहाय्याने असुरांचा त्याने पराभव केला. इंद्राने असुरनाशक मधुविद्या इतरांना देण्यास दध्यंच ऋषींना मज्जाव केला होता परंतु अश्विनीकूमारांनी त्या विद्या युक्तीने दध्यंच ऋषींकडून प्राप्त केल्या. या ठिकाणी अश्विनीकुमार हे देव

आहेत का, असा प्रश्न निर्माण होतो किंवा दोन सख्ख्या मानवी भावांना अश्विनीकुमार असे संबोधले आहे, असाही प्रश्न निर्माण होतो. दोन मानवी सख्ख्या भावांनी अशी विद्या प्राप्त केली असावी, असे वाटते. प्रत्यक्ष देव असणाऱ्या अश्विनीकुमारांना सर्व विद्या अवगत असणारच. तसेच प्रत्यक्ष देव असणाऱ्या अश्विनीकुमारांना मानवी ऋषीकडून विद्या अवगत करणे अप्रस्तुत आहे. म्हणजे या विद्या प्राप्त करणारे दोन मानवी बंधू असावेत.

असे वाटते की, या ऋचेमध्ये असलेला अश्व या शब्दाच्या जागी अस्व हा शब्द असावा. ऋचांचे पाठांतर करण्यामध्ये अस्वचे अश्व झाले असावे. अस्वमुख म्हणजे दुसरे मुख असा होतो. दध्यंच ऋषीकडून दुसऱ्यांदा मधुविद्या शिकून घेतली. पहिल्यांदा इंद्राने (राजा) दध्यंच ऋषीकडून मधुविद्या शिकून घेतली होती. अश्विनीकुमार ही मधुविद्या शिकणारे दुसरी व्यक्ती होती, असा सरळ अर्थ निघतो.

- दधित्थ याचा अर्थ हिरा. दध्यंच ऋषीजवळ अनेक हिरे असावेत. अश्विनीकुमारांनी दुसरा हिरा देऊन दध्यंच ऋषींकडून पैलू पाडलेला हिरा घेतला असावा. इंद्राच्या वज्रामध्ये हिऱ्यांचे तुकडे बसविले होते. त्यामुळे वज्र अधिक अणकुचीदार झाले होते.
- मधुविद्या म्हणजे मोहापासून दारू काढण्याची विद्या. अश्विनीकुमारांनी दधिची ऋषींना हिरा देऊन ही विद्या प्राप्त केली.

प्रवर्ग्य विद्या म्हणजे अवयव साधण्याची विद्या पण या ठिकाणी माणसांचे अवयव नसून दोन लोखंडी तुकडे जोडण्याची (लोहार काम) विद्या असा घ्यायला पाहिजे. अश्विनीकुमारांनी कच्चा हिरा देऊन हे लोहारकाम दधिचींकडून प्राप्त केले. या ठिकाणी दधिची ऋषी ही एकच व्यक्ती न घेता दधिची समुदाय, असा घेणे जरूरीचे आहे. दधिची समुदायातील लोक अनेक विद्येमध्ये पारंगत होते. त्यांना हिऱ्यांना पैलू पाडण्याची विद्या माहिती होती. लोहार काम आणि सुतार काम त्यांना अवगत होते.

विष्पला कथा

ऋग्वेद १/११६/१५

हे अश्विनीकुमारांनो, पंख तुटलेल्या पक्षिणीप्रमाणे खेल पत्नी विष्पलेचा पाय युद्धामध्ये तुटला असता पहाटेच्या वेळी नवा लोहमय पाय तुम्ही तिला बसविला आणि युद्धामध्ये भाग घेण्यास तुम्ही तिला पुन्हा समर्थ बनविले.

स्पष्टीकरण

संस्कृत-मराठी शब्दकोशात पाद याचा अर्थ खांब, चक्र, शिडीची पायरी असा दिलेला आहे.

प्राचीन काळी चक्र हे युद्धामध्ये वापरण्याचे आयुध होते. त्याला अनेक धारदार पाती असत. हे चक्र एका बाजूला धरून चोहीकडे फिरविले असता शत्रू लांब पांगत असे. कधी कधी चक्राच्या एका बाजूला लांब दोरी बांधून गोफणीसारखे फिरवीत असत. पुढे हेच चक्र सुदर्शन चक्र म्हणून कृष्णाचे आयुध झाले. विष्पलेचे हेच चक्र युद्धामध्ये तुटले होते. हे चक्र दुरुस्त करून विष्पला युद्धास सज्ज झाली.

पुष्कळ लोक विष्पलेला लोखंडी पाय बसविला असा अर्थ करतात. तो चुकीचा आहे. आजकाल तुटलेला पाय कापून कृत्रिम पाय बसविला जातो. ऑपरेशन करताना वेदना शमविण्यासाठी भूल द्यावी लागते. पेशंटला कमीत कमी एक महिना ॲडमिट करावे लागते.

विष्पलेचा पाय लोखंडी नव्हता, जो वेल्डिंग करून ताबडतोब दुरुस्त झाला. सूज, सेप्टिक, रक्त भरणे इत्यादी त्या वेळी शक्य नव्हते.

टीप

असुरनाशक विद्या म्हणजे दोन लोखंडी तुकडे जोडून किंवा लोखंड तापवून त्याच्यापासून अणकुचीदार व धारदार शस्त्र तयार करणे, तसेच लाकडी गदेमध्ये हिऱ्याचे तुकडे बसवून गदा अधिक प्रभावी बनविणे. मोहाच्या दारूमुळे शत्रूविरुद्ध लढताना जोम पैदा होत होता. अंगाला झालेल्या जखमांची जाणीव होत नव्हती. दधिची समुदाय लोहारकाम, सुतारकाम इ. कामांमध्ये तरबेज होते. मोहापासून दारू काढण्याची पद्धत त्यांना माहिती होती. या सर्व कामाची माहिती अश्विनीकुमारांनी दधिची समाजाकडून करून घेतली होती.

❖❖❖

८.

मरुत् (वैश्विक वायू)

ऋग्वेद १/१३४/५मध्ये मरुत् हे प्रवाही नद्यांप्रमाणे आहेत असे म्हटले आहे. ऋग्वेद १/३७/३ प्रमाणे मरुत् हे चाबकाप्रमाणे कडकड आवाज करतात. ऋग्वेद १/३९/१ प्रमाणे मरुत् हे सूर्यकिरणाप्रमाणे लांब पल्ल्याचे पदक्षेप करतात, म्हणजे विश्वामध्ये उत्पन्न झालेले मरुत् हे सूर्यकिरणाप्रमाणे सर्वत्र पसरले, असा याचा अर्थ होतो.

निरुक्तामध्ये मरुताची व्याख्या पुढीलप्रमाणे केली आहे – (निरुक्तं पान क्र. ७१२) मंद ध्वनी करणारे, स्वल्प चमकणारे, सुंदर दीप्तीसंपन्न तसेच शक्ती या आयुधाने संपन्न असणारा आणि विश्वामध्ये भ्रमण करणारा वायू म्हणजे मरुत् आहे.

मरुत् हे विभिन्न आभूषणांच्या साहाय्याने शरीरास भूषवितात. वृक्षस्थलावर हार, स्कंधावर लखलखणारे भाले आणि सुवर्ण मुकुट धारण करणारे, दंडावर सोन्याचे बाजुबंद असणारे, सोनेरी वस्त्र परिधान करणारे, हिरण्यकांतीचे मरुत्, आरक्तपीत वर्णाच्या रथात भ्रमण करतात, असे मरुताचे वर्ण्न ऋग्वेदामध्ये आलेले आहे. एवढे अलंकार विभूषित वर्णन इतर कोणत्याही देवांचे केलेले नाही. याचे कारण असे की, मरुत् हे अत्यंत चमचमणारे, लखलखणारे आहेत. हे दर्शविण्यासाठी असे अलंकारयुक्त, अलंकारिक वर्णन केलेले आहे. मरुत् हे स्वयंप्रकाशी आहेत. ते सोन्यासारखे पिवळसरपणे चमकतात.

ऋग्वेदामध्ये मरुतांना समुद्रपुत्र, वायुपुत्र, अंतरिक्षवीर अशी विशेषणे लावलेली आहेत.

विश्वामध्ये मरुतांची उत्पत्ती ही तारकाबरोबर झाली आहे. ते तारकांचे सामर्थ्य वृद्धिंगत करतात असे ऋग्वेद १/१६५/१मध्ये म्हटले आहे. ऋग्वेद ८/७/३मध्ये मरुतांना वायूंच्या साहाय्याने उड्डाण करणारे असे म्हटले आहे. ऋग्वेद १०/७८मध्ये मरुतांना वायूची उपमा दिलेली आहे. म्हणजे मरुत हे वायूपेक्षा वेगळे आहेत असे स्पष्ट होते. मरुत् हे इंद्राचे साहाय्यकारी आहेत, असे म्हटले आहे.

ऋग्वेद १/८५/२ तसेच ऋग्वेद १/८५/१ आणि ऋग्वेद १/८५/७मध्ये स्वसामर्थ्याने शक्तिमान झालेले मरुत् स्वर्लोकी आरूढ झाले आणि तेथे त्यांनी महान निवासस्थान स्थापन केले असे म्हटले आहे. म्हणजे मरुत् विश्वातील विश्वनिर्माणकारी घटकांमध्ये थेट सामील न होता स्वतंत्रपणे विश्वनिर्माणकारी क्रियेमध्ये भाग घेतात, असे स्पष्ट होते किंवा मरुतांचे वेगळे स्वतंत्र अस्तित्व आहे, असे वाटते. मरुतांच्या हातात शस्त्र आहे. यावरून ते इतर घटकांचे संरक्षण करतात, असे यावरून सिद्ध होते.

ऋग्वेद १/१३४/५मध्ये मरुत् हे प्रवाही नद्यांप्रमाणे आहेत असे म्हटले आहे. ऋग्वेद १/३७/३ प्रमाणे मरुत् हे चाबकाप्रमाणे कडकड आवाज करतात. ऋग्वेद १/३९/१ प्रमाणे मरुत् हे सूर्यकिरणाप्रमाणे लांब पल्ल्याचे पदक्षेप करतात, म्हणजे विश्वामध्ये उत्पन्न झालेले मरुत् हे सूर्यकिरणाप्रमाणे सर्वत्र पसरले, असा याचा अर्थ होतो. मरुताच्या संदर्भात ऋग्वेदामध्ये दिलेल्या काही ऋचा आपण पाहू –

ऋग्वेद ५/५४/१२

स्वसामर्थ्याने प्रकाशमान होणाऱ्या हे सृष्टी नियमानुसारी श्रेष्ठ मरुतांनो, तुमच्या महान गर्जनेने प्रखर सूर्य आणि स्फटिकरूप उदक कंपायमान होते. वैश्विक मरुत हे एवढे वेगवान असतात की त्यांच्या वेगाने वैश्विक उदकाचे स्फटिक आणि सूर्यसुद्धा थरथरतो.

ऋग्वेद ५/५४/११

पायात साखळ्या आणि वक्षस्थलावर हार घातलेल्या हे मरुतांनो, तुमच्या खांद्यावर परशू आणि हातात अग्निसदृश्य विद्युत असून तुमच्या मस्तकी जरतारी मंदील आणि रथावर दिव्य शोभा झळाळत असते.

ऋग्वेद ५/५६/१

हे अग्निदेवा, अलंकारधारी, उत्साहसंपन्न, यज्ञस्तुत मरुद्गणांना तू स्वर्लोकाहून पृथ्वीवर घेऊन ये. (मरुताचे अस्तित्व स्वर्लोकामध्ये आहे.)

ऋग्वेद ५/८७/१

बलसंपन्न, महाप्रतापी, श्रेष्ठ, अजिंक्य, पराक्रमी असे मरुत् किरणासह प्रकाशित होणाऱ्या नक्षत्राप्रमाणे आपल्या अलंकारांसह प्रकट होतात. (मरुत हे चकाकणारे आहेत.)

ऋग्वेद ५/५२/१६

ज्ञानवान आणि समर्थ मरुत्भक्तांनी मरुत् हे रुद्र आणि पृष्णी यांचे पुत्र असल्याचे मला सांगितले.

ऋग्वेद ५/८७/३

स्वर्गीय स्थानी अचल राहणाऱ्या अग्नीप्रमाणे स्वयंप्रकाशी अशा नदी प्रवाहक, द्युलोक निवासी, तेजस्वी, मरुतांचे मी स्तवन करतो. (मरुताचे अस्तित्व द्यु लोकांमध्ये आहे.)

ऋग्वेद ६/६६/२

धूळरहित, सुवर्ण रथयुक्त असे अग्नी शिखेसदृश् प्रकाशमान, वर्धिष्णू आणि तेजस्वी मरुत् धनसंपत्तीसह अवतीर्ण होवो.

ऋग्वेद ८/७/७

रौद्रभीषण, गर्जनाकारी, आरक्तवर्णीय, रथाधिष्ठित मरुत् द्युलोकरूपी पर्वत शिखरावर अवतीर्ण होतात. (मरुतांचे अस्तित्व द्यु लोकांमध्ये आहे.)

ऋग्वेद ८/७/८

सूर्यमार्ग निर्माते, सामर्थ्यशाली आणि तेजस्वी मरुत् समस्त सृष्टी व्यापतात. मरुताना सूर्य मार्ग निर्माते असे म्हटले आहे. हे सूर्याच्या दिशेने जाणारे किंवा सूर्यावर आदळू पाहणाऱ्या अवकाशातील पर्वतप्राय वस्तू किंवा धूमकेतू मरुताच्या वेगवान प्रवाहामुळे सूर्यापासून दूर जातात.

ऋग्वेद १/८७/३

प्रवाहित आणि लखलखणारे भाले धारण करणारे मरुत् अंतरिक्षात उड्डाण करणारा रथ जोडतात.

ऋग्वेद १०/७८/२

अग्नीसदृश, तेजस्वी, वायुसदृश द्रुतगामी आणि सालंकृत वक्षस्थलयुक्त मरुत्.

ऋग्वेद १/१६४/२

महान वीर्यवान, पवित्र, सूर्यासदृश तेजस्वी, पर्जन्यवृष्टीकारक, योद्ध्याप्रमाणे भयंकर असे रुद्रपुत्र मरुत् द्युलोकापासून जन्मले आहेत. (विश्वामध्ये मरुत पर्जन्यवृष्टी करण्यास कारणीभूत आहेत.)

ऋग्वेद १०/७८/३

वायुसदृश शत्रुकंपायकारी, अग्निशिखेसदृश तेजस्वी मरुत् आमच्या यज्ञस्थानी येवोत.

ऋग्वेद १/८५/२
रुद्र आणि पृष्णीपुत्र असणाऱ्या मरुतांनी स्वपराक्रमाने श्रेष्ठ पदप्राप्त करून द्यु लोकी स्वतःचे निवासस्थान बांधले. (द्यु लोकांमध्ये एका विशिष्ट ठिकाणी मरूत निवास करतात. आपले वैश्विक कार्य संपल्यानंतर ते परत आपल्या निवासस्थानी जातात. या निवास्थानामध्येच त्यांची निर्मिती आणि वृद्धी होते.)

ऋग्वेद १/३७/३
मरुतांचे चाबुक त्यांच्या हातात वाजत असून त्यांचा आवाज मला अगदी जवळ ऐकू येत आहे.

ऋग्वेद १/३७/२
रथास जोडावयाच्या मृगी, भाले, कुठार आदी शस्त्रे तसेच अलंकार यांसह स्वयंप्रकाशी मरुत् जन्मले.

मरुद्गण

मरुद्गण म्हणजे पावसाळी वारे किंवा वादळी वारे. ऋग्वेदामध्ये मरुद्गणांची संख्या २१,४९,१८० अशी वेगवेगळी दिलेली आहे (श्रीमद्भागवत प्राचीन नामकोश खंड १६) संपादक : पं. महादेवशास्त्री जोशी पान क्र. १८७). पृथ्वीवरील मरुद्गण हे द्युलोकातील मरुतांचे सेवक आहेत. प्राचीन वाङ्मयाप्रमाणे मरुद्गण हे दितीचे पुत्र आहेत. दिती ही अदितीची सवत आहे. दिती आणि अदितीच्या पुत्रांमध्ये नेहमी आपसांत युद्धे होत असत. त्या युद्धामध्ये दितीचे पुत्र इंद्राकडून मारले गेले म्हणून इंद्रनाशार्थ दितीने पूसंवन व्रत केले. दिती गर्भवती असताना इंद्राने गर्भनाशार्थ दितीच्या गर्भात प्रवेश करून गर्भाचे ४९ तुकडे केले, हेच पुढे मरुद्गण म्हणून प्रसिद्धीस आले.

एकोणपन्नास मरुद्गण म्हणजे वादळी वारे किंवा पावसाळी वाऱ्याचे हे प्रकार असावेत. पृथ्वीवरील मरुत् हे वैश्विक मरुतांचा कनिष्ठ स्तर आहे.

❖❖❖

९.

मित्रावरुण (तेजोमेघ)

मित्रावरुण हा विश्व निर्माणकारी महत्त्वाचा घटक आहे. हे कार्य करताना मित्रावरुणांच्या सामर्थ्यामध्ये सातत्य राखले जाते. त्यांच्यामधील शक्ती क्षीण होत नाही. विश्वामध्ये हे रहाटगाडगे अखंड सुरू असते.

मित्रावरुण हे विश्वातील तेजोमेघ आहेत. मित्रावरुणाबद्दल ऋग्वेदामध्ये काय वर्णन आहे ते आपण पाहू.

ऋग्वेद ५/६८
उदक आच्छादित सूर्यमंडलात निवास आणि अश्वविमुक्ती करणाऱ्या हे तेजस्वी मित्रवरुणांनो तुमचे सहस्रकिरणयुक्त निवासस्थान मी डोळे भरून पाहात आहे.

स्पष्टीकरण
उष्ण पाणी असणाऱ्या सूर्यमंडलात (विश्व) अस्तित्वात असणाऱ्या आणि प्रकाशाचा वर्षाव करणाऱ्या हे तेजस्वी आणि दीप्तिमान मित्रवरुणांनो (तेजोमेघ), तुमचे सहस्र किरणांनी प्रकाशित होणारे निवासस्थान मी पाहात आहे.

ऋग्वेदामध्ये उष्ण उदकाचा अनेक ठिकाणी उल्लेख आलेला आहे. (ऋग्वेद १०/७२/६, १०/८२/६) विश्वामध्ये उदक सर्वत्र पसरले आहे. आदित्याची उत्पत्ती ही अशा उदकापासून झाली आहे तसेच सूर्यामध्येही उदकाचे अस्तित्व आहे असे वेद सांगतो. जे उदक (इंधन) पृथ्वीवर आहे ते विश्वामध्येसुद्धा अस्तित्वात असले पाहिजे. पृथ्वीवर जो पेट्रोलियम गॅस आहे तो विश्वातसुद्धा आहे. सूर्य हा वायुरूप (गॅसरूप) गोल आहे. सूर्यामधील पेट्रोलचे वायुरूप ज्वलनशील गॅसमध्ये रूपांतर होऊन सूर्य प्रदीप्त

झाला. त्या गॅसचे ज्वलन सूर्यामध्ये लाखो वर्षांपासून होत आहे. पृथ्वीवरील पेट्रोल आणि गॅसपेक्षा विश्वातील उदक आणि वायू लाखो पटींनी शक्तिशाली आहे. ऋग्वेदाचे हे मत २५,००० वर्षापूर्वी व्यक्त झाले आहे. त्या वेळी हे ज्वालाग्राही उदक (पेट्रोल) आणि ज्वालाग्राही वायू ऋषींना माहिती नव्हता. ऋग्वेद काळी गळीत धान्यापासून निघणारी तेले उदा. तीळ, शेंगदाणा, करडई यांचा वापर करून प्रकाश देण्यासाठी दिवा वापरला जात असे तरीसुद्धा ऋषींनी अशा तेलापासून किंवा तुपापासून सूर्य प्रज्वलित होतो असे म्हटले नाही. त्यांनी प्रत्येक वेळी उदकाचा (पाणी) उल्लेख केला आहे.

ऋग्वेद ५/६२/२

आदित्याच्या सर्वंकष तेजाचे निर्माते असलेल्या हे एकरथारूढ मित्रवरुणांनो, वर्षाकालीन पर्जन्य वर्षावाचा अतुल पराक्रम आदित्य तुमच्यामुळेच करतो.

स्पष्टीकरण

या मित्रावरुणापासून आदित्य (सूर्य) प्रकाशित होतो. या तेजोमेघामधून आदित्याला उष्ण उदकाचा पुरवठा होतो. विश्वातील हे तेजोमेघ अलग असतात. त्याचे वेगवेगळे ढग नसतात. या तेजोमेघातून मिळालेल्या इंधनामुळे सूर्यामध्ये प्रकाश आणि उष्णता निर्माण होते. या उष्णतेमुळे पाण्याची वाफ होऊन पृथ्वीवर पाऊस पडतो.

सूर्यामध्ये नुसता प्रकाशच असता तर पृथ्वीवर पाऊस पडला नसता. तेजोमेघ हे विश्वामध्ये अत्यंत दूरवर आहेत. तरीसुद्धा पृथ्वीवरून ते दृश्यमान होतात. हे मित्रावरुण सूर्याप्रमाणे तेजस्वी असल्यामुळेच ते दृश्यमान होतात.

ऋग्वेद ५/६२/३

आपल्या रथचक्राने सूर्याचे प्रेरक तेज वृद्धिंगत करणाऱ्या हे सामर्थ्य संपन्न मित्रावरुणांनो,

स्पष्टीकरण

तेजोमेघामधून सूर्याला सतत ऊर्जेचा पुरवठा होत असतो.

ऋग्वेद ५/६२/४

स्वपराक्रमाने अंतरिक्षीय नद्यांना प्रवाहित करणारे जलसवन मित्रावरुणांनो,

स्पष्टीकरण

मित्रावरुणामधून उष्ण उदकांच्या नद्या प्रवाहित होतात. विश्वातील या मित्रावरुणामधून पर्जन्यवृष्टी होते. तेजोमेघामधून उष्ण उदक पाझरते. ज्याप्रमाणे मातीच्या डेऱ्यामधून पाणी पाझरून त्याचे थेंब तयार होतात त्याप्रमाणे या तेजोमेघामधून उदक पाझरते.

ऋग्वेद ५/६२/६

यज्ञकर्त्याला साहाय्य आणि संरक्षण देणाऱ्या हे वितराग सामर्थ्य संपन्न आणि राजाधिराज मित्रावरुणांनो, अंतरिक्षरूपी सहस्रस्तंभीय निवासस्थान तुम्ही भक्ताप्रीत्यर्थ धारण करता.

स्पष्टीकरण

तेजोमेघ विश्वातील निर्माणकारी घटकांना विश्वनिर्मितीमध्ये साहाय्य करतात. या त्यागी, सामर्थ्यवान आणि सर्वश्रेष्ठ मित्रावरुणांचा विश्वामध्ये प्रचंड विस्तार आहे. ते विश्वामध्ये विस्तृतपणे पसरले आहेत. स्तंभ म्हणजे तोलून धरणे मित्रावरुणामध्ये विश्वातील सर्व पदार्थमात्रांना तोलून धरण्याची (गुरुत्वाकर्षण) शक्ती आहे. या मित्रावरुणामुळे सर्व तारे (भक्त) आपापल्या जागी स्थिर आहेत.

ऋग्वेद ५/६२/७

सूर्यकिरणरूपी सुवर्णस्तंभीय आणि सुवर्णप्रभ, रथाधिष्ठित अशा हे अंतरिक्ष निवासी मित्रावरुणांनो, यज्ञीय स्तंभ पुरलेल्या यज्ञभूमीमध्ये तुमच्या रथातील यज्ञीयसोम तुम्ही आम्हास द्या.

स्पष्टीकरण

मित्रावरुण हे गुरुत्वाकर्षण शक्तीचे वैश्विक केंद्र आहे. मित्रावरुण हे सूर्यप्रकाशाप्रमाणे तेजस्वी तसेच सुवर्णाप्रमाणे प्रभा असणारे आणि अत्यंत मनोहर दिसणारे आहेत. मित्रावरुण विश्वामध्ये अस्तित्वात आहेत. विश्वामध्ये सुरू असलेल्या निर्मितीरूपी यज्ञातील सोमरस (प्रकाश, तेज) मित्रावरुणांनी आम्हास द्यावा, अशी प्रार्थना या ऋचेमध्ये केली आहे तसेच मित्रावरुणाच्या किरणामध्ये प्रचंड गुरुत्वाकर्षण शक्ती आहे. गुरुत्वाकर्षण शक्तीमुळे ब्रह्मांडाची निर्मिती झाली.

ऋग्वेद ५/६३/१

सुमधुर पर्जन्याचा वर्षाव करणाऱ्या हे उदकरक्षक आणि सत्यधर्मी मित्रवरुणांनो, आपल्या द्युलोकस्थ रथामध्ये तुम्ही स्थानपन्न व्हा.

स्पष्टीकरण

(तेजोमेघामध्ये असलेले पाणी हे घट्ट आहे.) घट्ट उदकाचा वर्षाव करणाऱ्या हे उदकरक्षक आणि पुण्य कर्म करणाऱ्या मित्रावरुणांनो तुम्ही विश्वामध्ये आसनस्थ व्हावे.

ऋग्वेद ५/६३/२

स्वकिरणांनी द्यावा पृथ्वीमध्ये संचार करणाऱ्या हे यज्ञसम्राट आणि जगदीश्वर मित्रावरुणांनो,

स्पष्टीकरण

मित्रावरुणांचा प्रकाश द्यावा पृथ्वीपर्यंत पसरतो. मित्रावरुण पृथ्वीवरून दिसू शकतात. मित्रावरुणांना विश्वनिर्माणकारी यज्ञामधील यज्ञसम्राट आणि जगदीश्वर अशी उपमा दिलेली आहे. मित्रावरुण विश्वनिर्माणकारी घटकामध्ये अत्यंत महत्त्वाचा घटक आहे.

ऋग्वेद ५/६३/३

द्यावा पृथ्वीचे अधिपती अशा हे पर्जन्यकारक आणि लोकदृष्ट्या मित्रावरुण सम्राटांनो, गर्जनकारी मेघांच्या साहाय्याने तुम्ही पर्जन्यवृष्टी करता.

स्पष्टीकरण

मित्रावरुण हे द्यावा – पृथ्वीचे मुख्य आणि सम्राट आहेत. विश्वामध्येसुद्धा गर्जना होऊन (गरजणे) तेजोमेघामधून पर्जन्यवृष्टी होते. विश्वातील सर्व लोक (भुवने) मित्रावरुणामुळे निर्माण झाली.

ऋग्वेद ५/६३/६

पर्जन्यदेवाच्या अन्नसमृद्ध गर्जनेस प्रेरणा देणाऱ्या हे मित्रवरुणांनो, तुमच्या प्रेरणेनेच द्यु लोकांस कृष्णमेघ व्याप्त बनविणारे मरुत् निरभ्र आकाशातून पर्जन्यवृष्टी करतात.

स्पष्टीकरण

मित्रावरुणाच्या (तेजोमेघ) प्रेरणेतूनच मरुत (विश्ववायू) विश्वामध्ये कृष्णमेघांची निर्मिती करतात. कृष्णमेघ म्हणजे कृष्णविवरे. विश्वामध्ये मरुत तेजोमेघातून उदकवृष्टी करतात. विश्वामध्ये विश्ववायू (मरुत्) आहेत. पृथ्वीवर मरूद्‌गण आहेत. दोन्हींमध्ये एकच वायूतत्त्व आहे पण पृथ्वीवरील वायू हे कनिष्ठ दर्जाचे व अदृश्य आहेत. उलट विश्ववायू चमकणारे आहेत. विश्वामध्ये निरभ्र आकाशातून पर्जन्यवृष्टी होते. मित्रावरुणामुळे पृथ्वीवरील मेघामध्ये मेघगर्जना होते.

ऋग्वेद ५/६३/७

सूर्यरूपी आश्चर्यकारक रथ द्यु लोकी धारण करणाऱ्या हे बलसामर्थ्ययुक्त शोभायमान आणि ज्ञानवान मित्रावरुणांनो, धर्मकर्माच्या साहाय्याने तुम्ही आमचे रक्षण करा.

ऋग्वेद ५/६३/२

मित्रावरुणांनी त्रैलोक्यात सामर्थ्य आणि अंतरिक्षात सूर्याची स्थापना केली.

स्पष्टीकरण

मित्रावरुणामुळे सूर्य एका ठराविक जागी स्थिर झाला. ऋग्वेदामध्ये मित्रावरुणांना 'यज्ञसम्राट' आणि यज्ञकर्माने बलवान होणारे असे म्हटले आहे. मित्रावरुण हा विश्व निर्माणकारी महत्त्वाचा घटक आहे. हे कार्य करताना मित्रावरुणांच्या सामर्थ्यामध्ये सातत्य राखले जाते. त्यांच्यामधील शक्ती क्षीण होत नाही. विश्वामध्ये हे रहाटगाडगे अखंड सुरू असते. एक गाडगे रिकामे होताना दुसरे आपोआप भरते. एकातून अनेकांची निर्मिती होत तर अनेकांतून एकाची निर्मिती होते. हे कार्य अनंत काळापासून चालत आले आहे आणि अनंत काळापर्यंत चालणार आहे. मित्रावरुणामुळे विश्वातील तारे-तारका एका ठराविक जागी स्थिर आहेत.

मित्रावरुण द्यु मध्ये कार्यरत असतात तर वरुण पृथ्वीवर कार्यरत असतो. वरुण हा पर्जन्याची देवता आहे. ऋतूचे आणि सृष्टीचे नियमन करणाऱ्या वरुणाला 'लोकपाल' म्हटले आहे. वरुण हा पर्जन्यदायी वायू आहे, हा पश्चिम दिशेचा स्वामी आहे.

❖❖❖

१०.

रुद्र

पुराणकालामध्ये रुद्राचे पशूंना मारणारे, साथीचा रोग पसरविणारे रूप जाऊन तो पशुनाथ, पशुपती झाला. सुरुवातीला तो पशूंचा देव असेच त्याचे स्वरूप होते. रुद्राचे क्रोधी रूप जाऊन तो भक्तांचा दयाळू, लोकांना लवकर प्रसन्न होणारा, भोलेनाथ म्हणून पुढे आला. ईश, शिव, (मंगलमय) जगत्पिता, वृषांड म्हणजे वृषभ हे वाहन असलेला, भुतात्मा, परमात्मा झाला. तो शत्रूंना आणि पापी लोकांना रडविणारा रुद्र झाला.

ऋग्वेद १/४३/५

सूर्यासदृश तेज:पुंज आणि सुवर्णाप्रमाणे प्रकाशमान असा रुद्र समस्त देवगणांमध्ये श्रेष्ठ आहे.

स्पष्टीकरण

रुद्र हा सूर्याप्रमाणे तेजस्वी आणि सोन्याप्रमाणे चमकणारा आहे. या ठिकाणी रुद्र हा देवगण आहे, देव नाही. देवगण म्हणजे देवांचा सेवक. देवगण हा देवांचा कनिष्ठ स्तर आहे. रुद्रही असाच देवगण आहे.

आकाशगंगेच्या जवळ असणाऱ्या एका ताऱ्याला 'व्याध' हे नाव दिले आहे. प्रजापती हरीण होऊन रोहिणीच्या मागे लागतो. त्या वेळेस रुद्र हा हरणाला बाण मारतो. अशी एक कथा आहे. हा व्याध तारा म्हणजे रुद्र आहे काय? मग या ताऱ्याला रुद्र तारा असे नाव का दिले नाही? रुद्र हा एक तारा म्हणून कोठेही उल्लेख आलेला नाही. मग हा रुद्र कोण आहे? त्याचे अस्तित्व विश्वामध्ये कोठे आहे? हा प्रश्न पडतो. रुद्राचे अस्तित्व नेमके कोठे आहे, याचा उल्लेख ऋग्वेदामध्ये कोठेही आलेला नाही. तो द्यु लोकस्थित आहे, असा अस्पष्ट उल्लेख ऋग्वेदामध्ये आला आहे.

ऋग्वेद १/११४/५

द्यु लोकातील वराह अशा आरक्त जटाधारी रागीट आणि सिद्ध औषधीयुक्त रुद्राला आम्ही नमस्कारपूर्वक आवाहन करतो. तो आम्हांस अभय देऊन उत्कृष्ट निवासस्थान प्रदान करो.

स्पष्टीकरण

संस्कृत-मराठी शब्दकोशामध्ये 'वराह' या शब्दाचा एक अर्थ मेघ असा दिलेला आहे. पण या ऋचातील ढग हा पृथ्वीवरचा नसून द्यु लोकामधला आहे. यावरून रुद्र हा तेजोमेघाशी संबंधित आहे, असे दिसते. रुद्र हा रसायनाने सिद्ध आहे. विश्वामध्ये वैश्विक ढगातून रसायनयुक्त द्रव्याचा वर्षाव होतो.

यास्काचार्यांनी रुद्राचे काय स्पष्टीकरण केलेले आहे ते आपण पाहू.

मेघ गर्जनकारी वायूला 'रुद्र' म्हणतात. रुद्र ध्वनी करतो किंवा ध्वनी करत गमन करतो. रुद्र हा स्वतः रडणारा किंवा दुसऱ्याला रडविणारा आहे. ज्या कारणाने रुद्र रडतो तेच त्याचे रुद्रत्व आहे (निरुक्तं पान क्र. ६४५). रुद्र रडला या वचनासाठी यास्काचार्यांनी कठ शाखेचा आणि हरिद्रव शाखेचा एक मंत्र प्रमाण मानून त्याचा आधार घेतला आहे. त्या मंत्राचा अर्थ असा :

वायूने (रुद्र) मेघाचे निर्माण केले. त्याच्या अपरोक्ष प्रजापतीने मेघांना बाण मारून छिद्रित केले आणि मेघाने वर्षाव केला. या कृत्याला पाहून रुद्र रडू लागला. मेघाची वृष्टी म्हणजेच रुद्राचे अश्रू होत. या मेघातून पडणाऱ्या पाण्याला 'भेषज' (औषधी) असे म्हटले आहे. निरुक्तामध्ये अग्नीलासुद्धा रुद्र मानले आहे. रुद्रामधील रूत-द्रावक या शब्दावरून रुद्र रोगपरिहारक आहे असे म्हटले गेले आहे. वरील कथा वैश्विक मेघाशी संबंधित आहे. वैश्विक मेघाचे गरजणे म्हणजे रुद्र आहे. रुद्र म्हणजे गरजणारा वायू आहे. याच शब्दाचा विचार करून आपणांस पुढील स्पष्टीकरण करता येईल,

द्यु लोकातील मेघ म्हणजे तेजोमेघ आहेत. या तेजोमेघामध्ये गरजणारा वायू रुद्र आहे. तो आरक्त जटाधारी म्हणजे लाल रंगाचा वायू आहे. (निरुक्तं पान क्र. ६४७). या मेघांतून पडणारे पाणी शुद्ध औषधीयुक्त आहे. ही औषधी म्हणजे एक प्रकारचा रस (रसायन) आहे. या रसायनामध्ये तारेनिर्मितीसाठी लागणारे आवश्यक द्रव्य आहे. या रसायनाची विश्वामध्ये ऊर्ध्वपतन, अधःपतन तसेच शोधन होऊन ताऱ्याची निर्मिती होते. उदाहरणार्थ, द्रवरूप पाऱ्यापासून घनरूप पारा तयार होतो त्याप्रमाणे.

रुद्र हा रडतो याचे स्पष्टीकरण असे, (निरुक्तम पान क्र. ६४७)

तेजोमेघामधून उष्ण उदकाची पर्जन्यवृष्टी होते. यालाच रुद्राचे रडणे असे म्हटले आहे. लाखो वर्षांतून एखाद्या वेळी विश्वामध्ये पर्जन्यवृष्टी होते.

आभाळाच्या गरजण्यामुळे पृथ्वीवर रोगजंतूंचा प्रसार होऊन शेळ्या-मेंढ्या व गुरेढोरे मरतात, असे या ऋचेमध्ये सुचवायचे आहे. पावसाळ्यात गुराढोरांना मोठ्या प्रमाणावर रोगराई होते, तसेच माणसांनासुद्धा नारू, पटकी, कॉलरा, हगवण इ. रोग होतात. या रोगप्रसाराचा आणि गरजण्याचा काही संबंध आहे काय, हा संशोधनाचा विषय आहे.

ऋग्वेदकाली रुद्र ही देवता मनुष्य आणि पशूंना आजारी पाडणारी तसेच त्यांचा मृत्यू घडविणारी देवता होती. रुद्राच्या कोपामुळे गायी, मेंढ्या इत्यादी पशू आणि मनुष्य आजारी पडतात किंवा साथीचे रोग पसरतात, अशी अंधश्रद्धा होती. रुद्राच्या संबंधी पुढील ऋचांचा अभ्यास आपण करू या. (पृथ्वीवरील रुद्र म्हणजे ढगांमध्ये गरजणारा वायू आहे.)

ऋग्वेद १/४३/६

रुद्र आमच्या अश्वांना मेंढ्यांना आणि मेंढीला, पुरुषांना आणि स्त्रियांना तसेच गायींना सुखी ठेवो.

ऋग्वेद १/११४/१

आपल्या ग्रामातील मनुष्य आणि प्राणी निरोगी आणि आनंदी होण्यासाठी आपण बलवान जटाधारी वीरपुत्रयुक्त रुद्राची स्तोत्रे गाऊया.

ऋग्वेद १/११४/८

हे रुद्रा, आम्ही हविपूर्वक तुझी प्रार्थना करतो की, क्रुद्ध होऊन तू आमच्या वीरांचा, पुत्रपौत्रांचा, नोकर-चाकरांचा तसेच गायी-घोड्यांचा वध करू नकोस.

ऋग्वेद १/११४/७

हे रुद्रा, आम्हा भक्तांच्या शरीरास दुःख देऊ नकोस. आमच्यातील आबालवृद्धांना लहान-मोठ्यांना अथवा माता-पित्यांना तू वधू नकोस.

ऋग्वेद १/३३/२

हे रुद्रा, शंभर हिवाळे सुखाने व्यतीत करण्यासाठी आवश्यक ती दिव्य औषधी तू आम्हास प्रदान कर. आमच्या असूयाग्रस्त शत्रूचा तू निःपात कर तसेच आमचे पाप, रोगराई आणि साथीचे रोग तू नष्ट कर.

ऋग्वेद काळी रुद्राला निष्ठुर, निर्दय आणि क्रोधकारी देवता मानले होते. रुद्र याचा अर्थ रडविणारा असा आहे. हा रुद्र आपल्या आप्तेष्टांना व गुराढोरांना मारून रडवतो असे लोकांना वाटे. ही एक प्रकारची अंधश्रद्धा होती. रुद्र साथीचे रोग पसरवितो. त्यामध्ये मनुष्य आणि पशू यांना ठार मारतो, असा लोकांचा समज होता. रुद्राची स्तुती केली, त्याची प्रार्थना केली की रुद्र आपणांस दुःख देत नाही, असे लोकांना वाटत होते. त्यासाठी रुद्राच्या स्तुतिपर अनेक सूक्ते ऋग्वेदामध्ये रचलेली आहेत. विश्वाचा वेध घेणाऱ्या ऋषीमध्ये अशी अंधश्रद्धा असावी, याचे नवल वाटते.

(ऋग्वेदामध्ये रुद्राला धन्वंतरी आणि वैद्यराज म्हटले आहे.) (ऋग्वेद २-३३-४) हा धन्वंतरी म्हणजे वैश्विक रुद्र आहे. रुद्राला धन्वंतरी अशा अर्थाने म्हटले आहे की रुद्र वैश्विक मेघामधून रसायन (औषधी) युक्त जलवर्षाव करतो.

ऋग्वेद २/३३/४

या स्तोत्र्याने आवाहनसुलभ, कोमलहृदयी आणि सुस्वरूप रुद्राला आपण स्तोत्राच्या साहाय्याने शांत करू या. स्वतःच्या क्रोधापासून तो आमचा बचाव करो.

ऋग्वेदकाली रुद्राचे असे क्रोधी, निर्दय स्वरूप होते. तो साथीचे रोग पसरवून लोकांना आणि पशूंना मारत होता. तो लोकांना दुःख देत होता. लोकांना रडविणारा म्हणून त्याची ख्याती होती. एक भयप्रद देवता म्हणून लोक त्याला घाबरत होते. भीतीपोटी त्याची स्तुती करीत होते.

पुराणकालामध्ये रुद्राचे पशूंना मारणारे, साथीचा रोग पसरविणारे रूप जाऊन तो पशुनाथ, पशुपती झाला. सुरुवातीला तो पशूंचा देव असेच त्याचे स्वरूप होते. रुद्राचे क्रोधी रूप जाऊन तो भक्तांचा दयाळू, लोकांना लवकर प्रसन्न होणारा, भोलेनाथ म्हणून पुढे आला. ईश, शिव, (मंगलमय) जगत्पिता, वृषांड म्हणजे वृषभ हे वाहन असलेला, भुतात्मा, परमात्मा झाला. तो शत्रूंना आणि पापी लोकांना रडविणारा रुद्र झाला. तो प्रलंयकारी आपले रौद्ररूप धारण करतो, असे मानले जाऊ लागले. रुद्राला शिवशंकर, महादेव असे म्हटले जाऊ लागले. रुद्र या शब्दाचा एक अर्थ अकरा ही संख्या असा आहे. म्हणून रुद्राचे अकरा रुद्र झाले. त्यांना अकरा नावे प्राप्त झाली. रुद्र हा शैव पंथीयांचा एक सर्वश्रेष्ठ देव म्हणून पुढे आला. त्याचे वाहन एक पशू (नंदी) झाले. शांत स्वभावाचे प्रतीक म्हणून चंद्रकोर मस्तकावर विराजमान झाली. पशूंचे निवासस्थान अरण्य म्हणून या देवाचे मुख्य निवासस्थान अरण्य झाले.

रुद्राला प्रसन्न करण्यासाठी ऋग्वेद ७/५९/१२ मध्ये महामृत्युंजय मंत्र दिलेला आहे. तो असा :

त्र्यम्बकं यजामहे सुगन्धि पुष्टिवर्धनम।
उर्वारूकमिव बन्धनात मृत्योर्मुक्षीय मामृतात॥

याचा अर्थ आहे कीर्तिमान आणि महाशक्तिशाली रुद्राचे आम्ही यजन करतो. फलविच्छेदक माळ्याच्या क्रूरतेने मानवी प्राण हिरावणाऱ्या मृत्यूपासून मुक्त करून तो आम्हांस मोक्ष प्रदान करो.

हा एक रुद्राची प्रार्थना करणारा मंत्र आहे. पण त्याला शिवाशी जोडले गेले. त्र्यंबक म्हणजे रक्षिणारा (रुद्र) असा अर्थ होतो. पुढे याच त्र्यंबक शब्दाला धनुष्य किंवा तीन डोळ्यांचा असे समजले जाऊ लागले. कोणी याचा अर्थ 'त्रिशूल' असा करतात. त्र्यंबक शब्दावरून शिवाला 'त्रिनेत्र' अशी पदवी मिळाली.

अशा तऱ्हेने एके काळचा रडविणारा रुद्र नंतर आनंद देणारा शिव झाला. रुद्र हा प्रथम वैश्विक मेघामधील गरजणारा वायू आहे असे प्राथमिक ऋचांमध्ये सांगितले गेले. पुढील ऋचांमध्ये त्यालाच पशूंना आणि माणसांना मारणारा असे स्वरूप दिले गेले. यावरून असे वाटते की, विश्वामध्ये असणारा रुद्र आणि पृथ्वीवर असणारा रुद्र अशी रुद्राची दोन स्वरूपे असावीत.

❖❖❖

११.

पूषन

सूर्य आपल्या तेजस्वी किरणांनी वनस्पतीचे निर्माण आणि पोषण करण्याचे उच्च कोटीतील कार्य करतो तर पूषन आपल्या मंद किरणांनी धान्याचे पोषण करण्याचे कनिष्ठ कार्य करतो म्हणून पूषनला सूर्याचा (दूत) सेवक म्हटले आहे.

पौष महिन्यातील सूर्याला 'पूषन' म्हटले जाते. बारा आदित्यांपैकी दहाव्या आदित्याचे नाव पूषन आहे. पूषन हा पोषणवाचक आहे. पौंष महिन्यात शेतातील धान्याच्या राशी तयार होतात. म्हणून पूषन आदित्याला धनदाता, संपत्तीदाता म्हटले जाते. पूषन आदित्याविषयी आलेल्या वर्णनाविषयी आपण पाहू –

ऋग्वेद १/२३/१३
देदीप्यमान पूषन रस्ता चुकलेल्या धेनूस शोधून आणणाऱ्या गुराख्याप्रमाणे द्युलोकास आधारभूत पर्णयुक्त सोमाला तू घेऊन ये.

स्पष्टीकरण
द्युलोकास आधारभूत असणाऱ्या पंखयुक्त सूर्यकिरणांना तू घेऊन ये.

ऋग्वेद १/२३/१४
गुहेमध्ये दडलेल्या चित्रविचित्र रंगाच्या किरणरूपी पिसाऱ्याच्या सोमराजाला तेजस्वी पूषनने शोधून काढले.

स्पष्टीकरण
सूर्यकिरण हे पांढऱ्या रंगाचे आहेत; परंतु त्यामध्ये विविध रंगाचे किरण दडलेले आहेत. ते सहजी डोळ्यांना दिसत नाहीत.

ऋग्वेद १/२३/१५

बैलाच्या साह्याने नांगरणी करून धान्य उत्पादन करणाऱ्या शेतकऱ्याप्रमाणे पूषन सहा सोमयुक्त ऋतुंची पुनः पुन्हा निर्मिती करतो. वैदिक काळामध्ये सहा ऋतू मानले होते.

ऋग्वेद १/४२/१

मेघपुत्र पूषन, मार्गामध्ये तू आमच्या अग्रभागी राहून आमचा प्रवास सुखरूपपणे पार पाड आणि आम्हास संकटातून तार.

स्पष्टीकरण

हे पूषन आमच्या जीवनयात्रेत अग्रभागी राहून आमची जीवनयात्रा सुखरूपपणे पार पाड. आम्हाला संकटातून तारून ने.

ऋग्वेद १/४२/६

सर्वसंपत्तीमान आणि सुवर्णशस्त्रधारी पूषन, तू आमच्या धनसंपत्तीचा मार्ग सुलभ कर.

स्पष्टीकरण

हे कोवळी किरणे असलेल्या पूषन, आम्हाला धनधान्य मिळवून दे.

ऋग्वेद १/१३८/४

हे अजवाहन आणि समृद्धीदात्या पूषन, आम्हाला मुक्तहस्ताने संपत्ती दे. (पूषनचे वाहन बोकड आहे.)

ऋग्वेद ६/५४/७

मृत्यू आणि कूपपतन यापासून धेनूचे रक्षण करणाऱ्या हे गोधनरक्षक पूषन संरक्षिलेल्या धेनूसह आमच्या यज्ञस्थानी ये.

स्पष्टीकरण

ऋग्वेदामध्ये कुपाचा उल्लेख अनेक ठिकाणी आलेला आहे. आपण कुपाविषयी विचार करूया. कूप याचा अर्थ खड्डा, आड किंवा छोटी विहीर असा आहे. कूप म्हणजे खड्ड्यात पाणी साचणे आणि त्या पाण्याच्या आसपास किती खोल गाळ आहे की नुसता चिखल आहे हे सहजासहजी समजून येत नाही. त्यामुळे जनावर पाणी पिण्याच्या आशेने कुपाकडे जातात आणि गाळामध्ये फसतात. एक पाय

वर उचलला तर दुसरा पाय खोल गाळात शिरतो. कितीही प्रयत्न केला तरी गाळामधून बाहेर पडता येत नाही. जास्त वेळ जर जनावर गाळात राहिले तर जनावर पूर्णपणे गाळात बुडून मरते. त्याचप्रमाणे नदीच्या आसपास अशी गाळाची शेते असतात. नदीच्या पुरामुळे जमीन अनेक दिवस पाण्याखाली राहिल्यामुळे तेथे पातळ गाळाचे कूप तयार होतात. काही काळानंतर गाळाचा वरचा पापुद्रा (पृष्ठभाग) फक्त वाळतो. मात्र त्याच्या खाली असलेला पातळ गाळ वाळत नाही. कधी कधी जनावर अशा शेतावरून चालत जाताना गाळात अडकते. त्याला स्वत:च्या प्रयत्नाने गाळाच्या बाहेर पडता येत नाही. ते त्या ठिकाणी गाळात बुडून मरते. अशा वेळी जनावरांच्या मानेला लांब दोरी (दावे) बाधून कुपापासून लांब अंतरावर थांबून अनेक माणसांकडून जनावर ओढून काढावे लागते. ऋग्वेदामध्ये अनेक ऋषि अशा कुपात अडकल्याची वर्णने आलेली आहेत. अनेक ऋषी अशा वाळलेल्या पापुद्र्याला फसून गाळात फसलेले आहेत.

ऋग्वेद ६/५७/४

पूषन जलसंपन्न इंद्राच्या जलाअवतरणाच्या पराक्रमाप्रसंगी साह्य करतो.

स्पष्टीकरण

पूषन इंद्राला मेघवर्षाव करण्यासाठी मदत करतो. याचा अर्थ पुढच्या वर्षी पाऊस पाडण्यास पूषन पौष महिन्यात अनुकूल वातावरण निर्मिती करतो.

ऋग्वेद ६/५७/२

हे सूर्यासदृश तेजस्वी, सकल क्लृप्तिविद आणि अन्नसंपन्न पूषन, तुझ्या कल्याणकारी देणग्या आम्हास प्रदान कर.

ऋग्वेद ६/५८/३

अंतरिक्ष सागरात सुवर्ण नौकाच्या साह्याने (मंद किरणे) संचार करणाऱ्या हे कीर्तिप्रद आणि भक्तांकित पूषन, तू सूर्याचे दौत्य कर्म करतो.

स्पष्टीकरण

सूर्य आपल्या तेजस्वी किरणांनी वनस्पतीचे निर्माण आणि पोषण करण्याचे उच्च कोटीतील कार्य करतो तर पूषन आपल्या मंद किरणांनी धान्याचे

पोषण करण्याचे कनिष्ठ कार्य करतो म्हणून पूषनला सूर्याचा (दूत) सेवक म्हटले आहे.

सायनाचार्यांच्या मते देवासुर संग्रामामध्ये भाग घेण्यासाठी सूर्य निघाला असता दुःख करू लागलेल्या सूर्यपत्नीच्या सांत्वनार्थ सूर्याने पूषनला आपला दूत म्हणून तिच्याकडे पाठविले.

पूषन हा सूर्यपुत्री सूर्या हिचा पालक असल्याचे ऋग्वेदात म्हटले आहे. (ऋग्वेद ६/५८/४)

❖❖❖

१२.

यम

यम-यमी या द्वैती ताऱ्यांमधील एक तारा आकाराने मोठा आणि दुसरा तारा आकाराने लहान पण तेजस्वी होता म्हणून त्यांना बंधू आणि भगिनी असे संबोधले गेले. मोठ्या ताऱ्याला यम आणि लहान ताऱ्याला यमी असे नावे दिली.

यम या शब्दाचा अर्थ संस्कृत-मराठी शब्दकोशामध्ये पुढीलप्रमाणे दिला आहे – नियमन करणारा, आत्मसंयमन, अष्टांगयोग, मृत्युदेवता, जुळे, जोडी, जोडपे. यम आणि यमी हे बहीण आणि भाऊ म्हणून ऋग्वेदात वर्णन केले आहेत. हे दोन्हीही अश्विनीकुमाराप्रमाणे जुळे तारे होते. (यम हा तारा भ्रमण कक्षेचे नियमन करणारा होता. यम हा ताराविश्वामध्ये भ्रमण करताना आपला तोल सांभाळणारा, आत्मसंयमन करणारा तारा होता.) यम ही ऋग्वेदात मृत्युदेवता म्हणून मान्यता पावलेली देवता होती.

यम आणि यमी हे ऋग्वेदाप्रमाणे सूर्य आणि सरण्यू यांची अपत्ये होती. अश्विनीकुमार हे सुद्धा सूर्य आणि सरण्युची अपत्ये होती. (ऋग्वेद १०/१७/१-२) एका कथेप्रमाणे सरण्युने अश्विनीचे (घोडी) रूप घेतले व सूर्याने अश्वाचे रूप घेतले. नंतर यांना चार अपत्ये झाली. ऋग्वेदामध्ये सूर्याला रथाश्वाची उपमा दिलेली आहे. या उपमेचा संबंध पुढे अशा तऱ्हेने कथेमध्ये जोडला गेला. अश्विनी हे मेष राशीमध्ये स्थित असणारे प्रथम नक्षत्र आहे. मेष रास ही प्रथम रास आहे. सूर्य हा सुद्धा सर्व देवामध्ये आद्य म्हणजे प्रथम देव आहे. यम आणि यमी तसेच अश्विनीकुमार यांना सूर्याची अपत्त्ये असे म्हंटले आहे. यावरून असे वाटते की, सूर्याच्या उत्पत्तीनंतर यम आणि यमी आणि अश्विनीकुमार या ताऱ्यांची निर्मिती अश्विनी नक्षत्रामध्ये झाली असावी. (यम आणि यमी हे जोडतारे होते. ताऱ्यांना ऋग्वेदामध्ये देव मानले आहे.) म्हणजे यम आणि यमी हे देव होते. म्हणजे खात्रीने तारे होते; परंतु अश्विनी नक्षत्रामध्ये सध्या एकच जोडतारा आहे. मग हे यम-यमी हे जोडतारे कुठे गेले, असा प्रश्न निर्माण होतो. त्यासाठी आपण यम हा देव होता हे सिद्ध करणाऱ्या काही ऋचांचे अर्थ पाहू.

ऋग्वेद १०/१४/४
हे अंगिरादी पितृगणासहित, यज्ञ पाचारित, यमराजा, विद्वान स्तोत्याच्या हवियुक्त मंत्राचा तू स्वीकार कर.

ऋग्वेद १०/१४/५
पितृसहित अंगीरस आणि विवस्वतसहित यमदेवा, तू यज्ञ स्थानी स्थानापन्न होऊन तू आम्हास संतुष्ट कर. (विवस्वत म्हणजे सूर्य) अंगीरस तारे सूर्याचे पिता होते, म्हणून अंगीरस तारे यमाचे पितामह होतात.

ऋग्वेद १०/१४/१३
हे ऋत्विजांनो अग्निदौत्यकारी, सुशोभित आणि समर्पित यज्ञात तुम्ही यमाला सोमयुक्त हवि अर्पण करा.

ऋग्वेद १०/१४/१४
यमाला स्तोत्रयुक्त हवि अर्पिणाऱ्या हे ऋत्विजांनो, देवराज यम आम्हाला दीर्घायुष्य प्रदान करो.

ऋग्वेद १०/१४/१६
त्रिष्टुभ, गायत्री आदी छंदासमावेशक, भक्तरक्षक यम त्रिकद्रुक यज्ञोत्सवात सहा भूमीमध्ये अवतीर्ण होवो. (सहा भूमी म्हणजे द्यु, पृथ्वी, अप, औषधी, ऋक व सुनृता).

यज्ञातील या वर्णनावरून यम हा एक देव म्हणजे तारा होता हे सिद्ध होते. यम-यमी हे सरण्यु पुत्र होते हे खालील ऋचांवरून दिसून येईल –

ऋग्वेद १०/१७/१
त्वष्टुकन्या सरण्युने विवस्वत सूर्याशी विवाह करून सारी सृष्टी निर्माण केली. विवस्वत पत्नी यम माता श्रेष्ठ बनली.

ऋग्वेद १०/१७/२
अमर सरण्युला गुप्त करून देवांनी तिच्याऐवजी अन्य एक स्त्री विवस्वानला अर्पिली. विवस्वानपुत्र सरण्युला यम, यमी आणि अश्विनीकुमार ही अपत्ये झाली.

वरील वर्णनावरून अश्विनीकुमार आणि यम-यमी हे सख्खे भाऊ होते, हे स्पष्ट होते. म्हणजे यम आणि यमी हे अश्विनी नक्षत्रामधील द्वैती तारे होते हे स्पष्ट होते. सरण्यु म्हणजे वायू, मेघ, पाणी, अग्नी असा अर्थ

होतो. असे वाटते की, ताऱ्यांची पत्नी तारकाच असावी, म्हणून पुढील काळात अश्विनी या नक्षत्राला सूर्यपत्नी करून टाकले. सरण्यु घोडीचे रूप घेऊन निघून गेली. सूर्याने घोड्याचे रूप घेऊन अश्विनीशी संभोग केला. त्यांच्यापासून अश्विनीकुमार जन्मले अशी कथा पुढे रचली गेली.

अश्विनीकुमार हे जोडतारे हे सारख्याच आकाराचे आणि एकसारख्या तेजाचे होते. म्हणून त्यांना बंधू मानले गेले तर यम-यमी या द्वैती ताऱ्यांमधील एक तारा आकाराने मोठा आणि दुसरा तारा आकाराने लहान पण तेजस्वी होता म्हणून त्यांना बंधू आणि भगिनी असे संबोधले गेले. मोठ्या ताऱ्याला यम आणि लहान ताऱ्याला यमी असे नावे दिली पण सध्या अश्विनीकुमार हा एकच जोडतारा अश्विनी नक्षत्रामध्ये अस्तित्वात आहे. मग यम-यमी हा जोडतारा कुठे गेला?

यम-यमी हे जोड तारे खगोलीय उलथापालथीमध्ये नष्ट झाले किंवा हे दोन तारे वैश्विक नियमांना धरून निर्माण झाले नव्हते, म्हणून नष्ट झाले. आमच्या ऋषींनी यमाला साजेसे नाव दिले होते. यम म्हणजे नियमन करणारा किंवा आत्मसंयमन करणारा तारा. काही वैश्विक घटनांमुळे यम ताऱ्याचे अस्तित्व धोक्यात आले होते. तो तारा आपल्या भ्रमण कक्षेचे सारखे नियमन करू लागला. तो आपला तोल सावरून धरण्याचा प्रयत्न करू लागला. हे शोध कर्त्या ऋषीच्या ध्यानात आले होते. म्हणून त्याला यम तारा नाव दिले होते परंतु हा तारा शेवटी प्रयत्न करूनही नष्ट झाला. तो जवळच्या मोठ्या ताऱ्यावर जाऊन आदळला. त्याबरोबर छोटा यमी ताराही नष्ट झाला. या घटनांचे वर्णन पुढील ऋचांमध्ये केले आहे.

ऋग्वेद १०/१२/६

हे अग्ने मातृप्रहारक यमाचा अपराध पोटात घालणाऱ्या सृष्टी निर्मात्या आणि जलदात्या, सूर्याचे तू रक्षण कर.

स्पष्टीकरण

या ऋचेमधील वर्णन हेच दर्शविते की, यम हा द्वैती तारा दुसऱ्या मातृताऱ्यावर आदळून नष्ट झाला. त्याने दुसऱ्या तारकावर प्रहार केला म्हणजे आदळला.

जुळ्या यम ताऱ्याबद्दल पुढे दोन ऋचा पाहू –

ऋग्वेद १०/१३/२
हे जुळ्या मुलासदृश, सहजन्म, यज्ञसाहित्य वाहक, यज्ञावतीर्ण तू सोमाचे अधिष्ठान बनतोस.

ऋग्वेद १०/१३/३
यम म्हणतो, ओमकारासहित छंदोबद्ध चतुष्पदी पठण करणारा मी पाच यज्ञीय स्थाने चढतो. यज्ञीय सोमाला मी नवे पावित्र्य प्रदान करतो.

यम तारा नष्ट झाला हे दर्शविणारी पुढील ऋचा पाहू –

ऋग्वेद १०/१३/१४
मानवी प्रजेप्रीत्यर्थ अमरत्व नाकारून मृत्यू कोणी मागून घेतला? बृहस्पतीच्या यज्ञात यमाने स्वत:च्या प्रिय शरीराचा होम केला.

स्पष्टीकरण
विश्वामध्ये चालणाऱ्या विश्वनिर्माणकारी यज्ञात किंवा विश्वाच्या जडणघडणरूपी यज्ञात यम तारा नष्ट झाला. यम हा द्वैती तारा दुसऱ्या ताऱ्यावर आदळून नष्ट झाला. दोन ताऱ्यांमध्ये असलेल्या ओढाताणीतून असा एखादा तारा दुसऱ्या ताऱ्यावर आदळणे शक्य आहे. मोठा तारा छोट्या ताऱ्याला आपल्या गुरुत्वाकर्षण शक्तीने ओढून घेऊ शकतो. यम स्वत: मृत्यू पावल्यामुळे यमाला मृत्युदेवतेचे पद दिले होते.

यम आणि यमी हे जोडतारे नष्ट झाले. परंपरागत चालत आलेले यमाचे मृत्युदेवतेचे पद यमाच्या मृत्यूमुळे रिकामे झाले. त्यासाठी दुसरा तारा शोधणे आवश्यक होते. याअगोदरच अनेक ताऱ्यांना नावे देऊन झाली होती. शेवटी दक्षिण आकाशातील (गोलार्ध) एक तारा शोधला गेला. त्या ताऱ्याला यम तारा असे नाव दिले. या ताऱ्याला दक्षिण दिशेचा दिक्पाल करून टाकले. यम ही मृत्यूची देवता म्हणून आजही कायम आहे. मृत्यू पावलेल्या देवतेला (यम) मृत्यु-देवता केले गेले. दक्षिण दिशेला अपवित्र मानले जाते. वास्तुशास्त्रामध्ये घराचा दरवाजा दक्षिण दिशेला असणे वर्ज्य आहे. अशा घरामध्ये सुख-शांती नांदत नाही. कर्त्या मुलाचा मृत्यू, नि:संतान, घरामध्ये कुष्ठरोग होणे इत्यादी किंवा इतर कोणत्या तरी मार्गाने घरामध्ये सुखशांती नसते असे प्रकार घडतात.

दक्षिण दिशा अशुभ असल्यामुळे अशुभ यमाला दक्षिण आकाशातील ताऱ्याचे स्थान दिले. ऋषींनी अर्थपूर्ण आणि तर्कशुद्ध बुद्धीने ताऱ्यांना साजेशी नावे दिलेली आहेत, याचे हे आणखी एक उदाहरण आहे.

यम ताऱ्याच्या शेजारी नदी प्रवाहासदृश तारकांच्या रेषेला यमुना नदी हे नाव दिलेले आहे. हीच यमुना यमाची बहीण म्हणून ओळखली जाते.

समाजाच्या चालीरीती, रीतिरिवाज, पद्धती तसेच कुटुंबातील घटकांतील आपसांतील संबंध, शासकाचे जनतेशी संबंध हे काळाबरोबर बदलत गेलेले दिसतात. नैतिकता-अनैतिकताही बदलत गेलेली दिसते. काही काळापूर्वी जी गोष्ट नैतिक होती ती कालांतराने अनैतिक ठरली. जी गोष्ट काही काळामध्ये अनैतिक होती ती पुढे नैतिक झाली. या सर्व प्रवाहांना 'धर्म' अशी संज्ञा प्राप्त झाली. कायद्यापेक्षा नैतिकता प्रभावी असते. व्यक्ती नैतिकतेची बंधने आपोआप स्वीकारतो. शासन व्यवस्था ही व्यक्तीला कायद्याने बद्ध करते. पुढे धर्माला पाप-पुण्य जोड देण्यात आली. पुण्यवान कर्म म्हणजे धर्म आणि पापी कर्म म्हणजे अधर्म, असे मानले जाऊ लागले. प्राचीन काळी ऋषी मांसाहार करीत होते. पण पुढे ज्ञानार्जन करणाऱ्या व्यक्तींनी मांसाहार करणे, अधर्म मानले जाऊ लागले.

मानवाच्या प्राथमिक अवस्थेत मानवाचे सर्व व्यवहार हे पशुवत होते. त्यांच्या मैथुन कर्मावर नात्यांची कसलीच बंधने नव्हती. ही प्रथा ऋग्वेदाच्या प्राथमिक कालखंडापर्यंत सुरू होती. ब्रह्माने आपल्या कन्येशी शरीरसंबंध ठेवल्याचा उल्लेख ऋग्वेदामध्ये आलेला आहे. (देवांची जन्मकथा, लेखिका पुष्पा त्रिलोकेकर). पण पुढे ही प्रथा क्रमाक्रमाने बंद होत गेली. आईशी, नंतर बहिणीशी, नंतर मुलीशी संबंध ठेवणे बंद होत गेले. यमीने आपला भाऊ यमाबरोबर केलेला कामोच्छुक संवाद ऋग्वेदामध्ये दिला आहे. यमाने अशी प्रथा बंद झाली, म्हणून यमीची समजूत काढली आहे.

विवाहसंस्था निर्माण झाल्यानंतर पती-पत्नीचे संबंध एकनिष्ठ झाले. प्राचीन काळी मानवी संख्या एवढी कमी होती की, अरण्यामध्ये राहणाऱ्या स्त्री पुरुषांना आपला विवाह समारोह हा दोघांतच करावा लागे. विवाहाचा साक्षीदार म्हणून अग्नीसमोर असे विवाह होत होते.

ऋग्वेदाच्या अर्वाचीन कालखंडात यम हा मृत्यूचा देव म्हणून उदयाला आला. प्रेत संस्काराचे विधी तयार झाले. त्याच्या संबंधाने मंत्र तयार झाले. हयातीमध्ये केलेल्या पापपुण्याचा हिशेब मृत्यूनंतर होतो, अशी श्रद्धा निर्माण झाली. या भयापोटी मृत्यूनंतर आपल्याला सद्गती लाभावी म्हणून धर्माचे पालन कसोशीने होऊ लागले. नरकाची आणि स्वर्गाची कल्पना निर्माण झाली. पापी आत्मे नरकात जातात आणि पुण्यवान आत्मे स्वर्गात जातात, अशी श्रद्धा निर्माण झाली.

ऋषिपुत्र नचिकेत आणि यम यांचा संवाद ऋग्वेद १०/१३५मध्ये दिला आहे. नचिकेतने जिवंतपणी यमराज्याला भेट दिली होती. नचिकेताच्या कथनाप्रमाणे यमाचे गृह हे अंतरिक्षात अश्वत्थ वृक्षाखाली आहे. त्या ठिकाणी मृत आत्मे नाळीवाद्याच्या तालावर यमाची स्तुती करतात.

❖❖❖

१३.

ऋभू

ऋभू बंधू हे उत्तम शिल्पकार होते. त्यांनी आपल्या बुद्धिसामर्थ्याने शिल्प विद्येत प्राविण्य मिळवले होते. त्यांनी प्रथमच लोखंडी आस असणारा आणि दोन अश्वांनी ओढला जाणारा रथ तयार केला. दोन अश्व जोडल्यामुळे रथ वेगाने धावणारा होता. त्यांनी रथचक्राला धावपट्ट्या बसवल्या होत्या.

ऋभू, विभू आणि वाज हे तीन सुधन्वन अंगिरस ऋषींचे पुत्र होते. ते अत्यंत बुद्धिमान, संशोधक, शिल्पकार, पशुचिकित्सक आणि दीर्घ उद्योगी होते. त्यांनी लावलेल्या नवीन शोधामुळे त्यावेळच्या मानवी जीवनात क्रांती झाली. घोड्यांना माणसाळून त्यांना त्यांनी रथास जुंपले. रथाचा शोध लावला. मेलेल्या गाईचे कातडे सोलून काढण्याची पद्धत विकसित केली. गायीची वेण करण्याची (गायीचे वासरू गर्भाशयातून सुरक्षित रितीने बाहेर काढणे) पद्धत तयार केली. त्यांनी दिशा निश्चित केल्या. घटिका, पळे निमिष यांची निश्चिती केली. या त्यांच्या कार्यामुळे त्यांचा गौरव म्हणून यज्ञाच्या तिसऱ्या स्तवनात त्यांना हवि अर्पण केला जाऊ लागला. त्यांनी सूक्त रचना केली नाही. तरीही इतर ऋषींपेक्षा त्यांना जास्त महत्त्व प्राप्त झाले. त्यांच्या संशोधनामुळे ते अमर झाले.

ऋग्वेदामध्ये ऋभूंची कार्ये अत्यंत गूढ भाषेत असल्यामुळे भारतीय विद्वान आणि जर्मन पंडित मॅक्डोनेल यांनी ऋभूंवर केलेली स्पष्टीकरणे यामध्ये मतभेद आहेत. ऋभूंनी जे शोध लावले, तसेच त्यांनी जी कार्ये केली त्यांचे क्रमशः स्पष्टीकरण पुढे देत आहे –

ऋग्वेद १/२०/२

इशारा करताच जोडले जाणारे अश्वद्वय स्वतःच्या मनःसामर्थ्याने निर्माण करणाऱ्या कार्यकुशल ऋभूंची या यज्ञात आम्ही स्तुती करीत आहोत.

ऋग्वेद १/१६१/७

हे सौधन्वन ऋभूंनो, आपल्या बुद्धिसामर्थ्याने अश्वापासून अश्व निर्माण करून तो रथास जोडून तुम्ही देवाप्रत जाऊन पोहोचला.

स्पष्टीकरण

ऋभूंनी आपल्या घरी अश्व पाळले होते. लहानपणापासूनच अश्वाच्या पिल्लाला (शिंगरू) त्यांनी रथाला जोडून रथ ओढण्याचे शिक्षण दिले. ऋभूंच्या पूर्वी अश्व माणसाळले नव्हते. त्यांच्यावर स्वार होता येत नव्हते. तसेच रथ ओढण्याचे कार्य अश्वाकडून केले जात नव्हते. त्यासाठी ऋभूंनी लगाम शोधून काढला. रथाला जोडण्यासाठी कातडी पट्ट्या (वादी) तयार केली. अश्वाच्या पिल्लाला शिक्षण देऊन त्यांच्याकडून अनेक कामे करून घेतली जातात. तसाच हा प्रकार आहे. यावेळेपासून अश्वांना रथास जोडले जाऊ लागले.

ऋग्वेद १/१६१/८

हे सुध्वन पुत्र ऋभूंनो, आपल्या हस्तकौशल्याने तुम्ही धेनूची आणि तिच्या वत्साची भेट घडवून आणली.

स्पष्टीकरण

गाभण गाय कधी कधी सुलभपणे प्रसव शकत नाही. कधी कधी वासरू गर्भाशयात आडवे होते. कधी त्याचे पुढचे पाय बाहेर येताना अडकतात. त्यामुळे गाय प्रसवत नाही. अशावेळी गाय मरण्याची शक्यता असते. कधी काही कारणांनी प्रसव होताना वासरू मरण्याची शक्यता असते. ऋभूंनी या सर्व गोष्टींचा अभ्यास करून गायींची प्रसव सुलभ होण्याची पद्धत तयार केली. शेतकरी याच पद्धतीचा अवलंब करून गायीची प्रसूती सुलभ व सुरक्षित करतात.

ऋग्वेद १/११०/३

त्वष्ट्रने निर्माण केलेल्या आकाशाला चमसपात्राची उपमा दिलेली आहे. या आकाशरूपी एका चमसपात्राची ऋभूने दिशारूपी चार चमसपत्रे बनविली. यांना पूर्व, पश्चिम, उत्तर आणि दक्षिण अशी नावे दिली.

ऋग्वेद १/११०/५

देवलोकीच्या सोमाची आणि हविद्रव्याची इच्छा करणाऱ्या ऋभूंनी शेताचे एकसारखे तुकडे करणाऱ्या मोजणीदाराप्रमाणे उघड्या तोंडाच्या चमसपात्राचे स्वतःच्या तीक्ष्ण शस्त्राने चार भाग केले.

स्पष्टीकरण

या ऋचेमध्ये काष्ठापात्र हा संस्कृत शब्द आला आहे. याचा अर्थ अनेकांनी लाकडी पेला असा केला आहे. काष्ठ याचा अर्थ लाकूड होतो. परंतु काष्ठा या शब्दाचा अर्थ संस्कृत-मराठी शब्दकोषामध्ये दिशा, कला, अंश, निमेश असे दिलेले आहेत. यावरून ऋभूंनी चार दिशा ठरविल्या, असा होतो. ऋभूंच्या अगोदर दिशा ठरविल्या नव्हत्या. ऋभूंनी चार दिशा ठरवून टाकल्या. त्यांना चार वेगवेगळी नावे दिली. दिशा कशा ठरवावयाच्या याची सोपी पद्धत तयार केली.

तसेच वेळ मोजण्यासाठी घटिका, पळे, कला आणि निमिष ठरवून टाकले. एका दिवसात किती घटिका एका घटिकेत किती पळे एका पळेत किती कला आणि एका कलेत किती निमिष हे ठरवून टाकले.

ऋग्वेद १/२०/३

स्वतःचे असा भोवती फिरणारा अश्विनीकुमारांचा सुखकारक रथ ऋभूंनी तयार केला. त्यांनी दुभत्या गायीची निर्मिती केली.

ऋग्वेद १/१११/१

कुशल कारागीर ऋभूंनी इंद्रासाठी चांगला रथ आणि दोन सुदृढ अश्व निर्माण केले. आपल्या वृद्ध मातापित्यांना पुन्हा तरुण बनविले आणि अनाथ धेनुवत्सांना नवी माता उपलब्ध करून दिली.

ऋग्वेद १/१६१/७

हे सौधन्वन ऋभूंनो, आपल्या बुद्धिसामर्थ्याने तुम्ही मृत चामड्यातून गाय बाहेर काढली. अश्वापासून अश्वनिर्माण करून आणि रथास जोडून तुम्ही देवाप्रत जाऊन पोहोचला.

ऋग्वेद ४/३६/२

द्रुतगामी आणि सरळमार्गी रथ निर्माण करणाऱ्या हे सामर्थ्ययुक्त ऋभूंनो, सोम प्राशनार्थ आम्ही तुम्हाला आवाहन करीत आहोत.

स्पष्टीकरण

ऋग्वेद १/१११/१ मध्ये इंद्रासाठी चांगला रथ आणि सुदृढ अश्व निर्माण केले. म्हणजे ऋभूंनी त्यांच्या प्रदेशाचा जो राजा होता, त्याला एक रथ बनवून दिला. तसेच रथाबरोबर स्वतःचे दोन माणसाळलेले अश्वही दिले.

ऋभू हे अनेक घोडे पाळून त्यांना माणसाळवीत होते. घोड्यांचे प्रजोत्पादनही करीत होते आपल्या वृद्ध मातापित्यांना पुन्हा तरुण बनविले म्हणजे जे माता पिता थकले होते, एका जागी बसून होते अशा वृद्धांना रथामध्ये बसून तरुण माणसाप्रमाणे कोठेही दूरपर्यंत हिंडणे-फिरणे शक्य झाले. तसेच आजारी गायीवर औषध शोधून त्याचा उपयोग करून गायीचा आजार बरा केला. गायीला मृत्यूपासून वाचविले.

ऋभू बंधू हे उत्तम शिल्पकार होते. त्यांनी आपल्या बुद्धिसामर्थ्याने शिल्प विद्येत प्राविण्य मिळवले होते. त्यांनी प्रथमच लोखंडी आस असणारा आणि दोन अश्वांनी ओढला जाणारा रथ तयार केला. दोन अश्व जोडल्यामुळे रथ वेगाने धावणारा होता. त्यांनी रथचक्राला धावपट्ट्या बसवल्या होत्या. अर्थात असा रथ म्हणजे एक साधा खटारा होता. आपण चित्रामध्ये पाहतो तसा तो देखणा रथ नव्हता. रथ म्हणजे ती एक बैलगाडी होती. ती रथाची नुसती सुरुवात होती. नंतरच्या काळात जरूरीप्रमाणे त्यात बदल होत गेले. शिल्पकारांनी आपले कसब पणाला लावून त्यात देखणेपणा निर्माण केला.

ऋग्वेद १/१६१/९

हे सत्यवचनी ऋभूंनो, उदक आणि अग्नी श्रेष्ठ असल्याचे मत तुम्हांपैकी दोन बंधूंनी व्यक्त केले. याचे उलट भूमी श्रेष्ठ असल्याचे तिसऱ्या बंधूने सांगितले. अशा तऱ्हेने चमसाचे तुम्ही चार भाग केले.

स्पष्टीकरण

ऋभूंनी या ऋचेमध्ये तीन महाभूतांची कल्पना मांडली आहे. सृष्टीनिर्मितीसाठी उदक, अग्नी आणि भूमी अशा तीन महाभूतांची आवश्यकता प्रतिपादन केली. एका भूताने चार महाभूते कायम केली. सृष्टी अधिक तीन महाभूतांची कल्पना मांडली.

ऋग्वेद १/१६१/६

इंद्राने आणि बृहस्पतीने ऋभूनिर्मित हर्यश्वाचा आणि विश्वरूपा धेनूचा स्वीकार केला. तसेच अश्विनीकुमारांनी ऋभूंचा रथस्वीकृत करून ऋभू, विभू आणि वाज या तीन यज्ञकुशल बंधूना देवत्व प्राप्त करून दिले. त्यांना यज्ञीय हवि अर्पण केला जाऊ लागला.

स्पष्टीकरण

ऋभूंच्या पूर्वी सूर्याचे वाहन हे वृषभ होते. तर इंद्राचे वाहन बोकड होते. घोडे माणसाळले गेले; तसेच रथाचा शोध लागला. म्हणून ऋभूंनी सूर्याचे वाहन बदलून त्याचे रथ हे वाहन निश्चित केले. इंद्राचे ही नवीन वाहन हर्यश्व निश्चित केले. विश्वरूपा धेनू हे वाहन बृहस्पतीसाठी निश्चित केले. अश्विनीकुमारांसाठी रथ हे वाहन निश्चित केले. ही सर्व वाहने देवांना साजेशी अशी होती. ऋभूंच्या अनेक कार्यामुळे ऋभूंना देवत्व बहाल केले. या काळापर्यंत हवि हा फक्त देवासाठी अर्पण केला जात असे. हा नियम मोडून ऋभूंसारख्या मानवाला हवि अर्पण केला जाऊ लागला. या हवि अर्पण करण्यामागे एक युक्ती साधली गेली. सूर्यकिरण या अर्थाने ऋभूंना हवि अर्पण केला जाऊ लागला. ऋभूंच्या शब्दाचा अर्थ सूर्यकिरण असालावला गेला. यज्ञाच्या तिसऱ्या स्तवनात ऋभूंना हवि अर्पण केला जाऊ लागला.

मानवाचा जसा जसा विकास होत गेला, तसातसा मानवाच्या वस्त्रालंकार आणि वाहने यात फरक पडत गेला. मानवाचे वस्त्रालंकार आणि वाहने देवांनाही बहाल केली गेली. जेव्हा मानवाच्या डोक्यात विमानाची कल्पना आली तेव्हा देवही विमानामधून फिरू लागले. विशेषत: जैनधर्मीयांचे देव विमानाचा वापर करू लागले.

ऋग्वेद १/१६१/११

पुरातन काळी असह्य सवितृदेवाच्या घरी निद्रिस्त झालेल्या हे नेतृत्व कुशल ऋभूंनो, तुम्ही पृथ्वीच्या पर्वतीय प्रदेशावर गवत उत्पन्न केले आणि सखल प्रदेशात पाणी उत्पन्न केले.

स्पष्टीकरण

या ऋचेमध्ये सूर्य उत्पत्तीच्या वेळचे वर्णन आलेले आहे. सूर्य उत्पन्न झाल्यानंतर तो काही काळ अप्रदीप्त अवस्थेत होता. त्यावेळी त्याची किरणे प्रकाशत नव्हती. पण सूर्य जेव्हा जागृत झाला (पेटला) त्या वेळेस सूर्यकिरणे प्रक्षेपित होऊ लागली. त्या प्रकाश किरणांनी पृथ्वीवर वनस्पती सृष्टी निर्माण करण्यास सुरुवात केली. मेघवर्षाव करून पाणी निर्माण केले.

ऋग्वेद १/१६१/१३

हे ऋभूंनो, अगोपनीय सवित्याच्या घरी निद्रा घेत असताना वायुरूपी श्वान तुम्हाला तुमच्या कार्यात प्रेरणा देत असल्याचे त्याने तुम्हाला सांगितले. त्यानुसार एक नवे विश्व तुम्ही वर्षाकालानंतर प्रकट केले.

सूर्य मकरवृत्ताजवळ असताना सूर्यकिरणे मंद होतात. वायू सूर्याबरोबर उत्तरेकडून दक्षिणेकडे वाहतो. सूर्य मकर वृत्ताकडून कर्क वृत्ताकडे येऊ लागला म्हणजे वायू सूर्याबरोबर दक्षिणेकडून उत्तरेकडे वाहू लागतो. त्यामुळे पर्जन्यवृष्टीस प्रेरणा मिळते. पर्जन्य वर्षाव झाल्यानंतर सृष्टी पुन्हा बहरू लागते.

ऋग्वेद १/१६१/४

हे ऋभूंनो, उपरोक्त पराक्रम केल्यानंतर अग्निरूपी दूताचा शोध करू जाता त्वष्ट्टसिद्ध चमसानजीकच्या स्त्री समुदायामध्ये तुम्हांस तो लपून बसलेला दिसला. (सूर्य आणि तारेतारकांबद्दल ऋभूंनी काही संशोधन केले असावे. विश्वाच्या परिघाजवळ तारका (नक्षत्रे) मध्ये सूर्याचे स्थान आहे, असा शोध ऋभूनी लावला असावा.)

स्पष्टीकरण

ऋभूंनी दिशांची आणि वेळेची (घटिका, पळे) निर्मिती केल्यानंतर सूर्य चार दिशांच्या आणि वेळेच्या बंधनात अडकला.

ऋग्वेद ४/३३/७

प्रकाशमान आदित्याचे घरी बारा दिवसांपर्यंत अतिथीवत राहिलेल्या ऋभूंनी पृथ्वीवरील शेते सुपीक केली, नद्या प्रवाही केल्या, निर्जल प्रदेशात औषधी निर्मिल्या आणि सखल प्रदेश जलव्याप्त केला.

स्पष्टीकरण

या ठिकाणी लोकमान्य टिळकांसहित काही विद्वानांनी द्वादश द्यून याचा अर्थ बारा दिवस असा अर्थ केला आहे.

संस्कृत-मराठी शब्दकोशामध्ये द्युन याचा अर्थ खेळाडू असा दिलेला आहे. बारा पावसाळी नक्षत्रांना या ऋचेमध्ये खेळाडू अशी उपमा दिलेली आहे.

पावसाळी दिवसांमध्ये आभाळ मेघाच्छादित असते. त्यामुळे सूर्यकिरणांची तीव्रता कमी असते. पर्जन्यवृष्टी झाल्यानंतर पृथ्वीवर

वनस्पती फळतात, फुलतात, धनधान्य पिकते. नद्यांना भरपूर पाणी असते. बारा पावसाळी नक्षत्रांना या ठिकाणी पाहुण्याची उपमा दिली आहे. सध्या पावसाळी नक्षत्रे नऊ आहेत. ऋग्वेद काळी ही संख्या बारा असावी.

ऋग्वेद ४/३३/३

जीर्ण काष्ठस्तंभाप्रमाणे कुचकामी झालेल्या मातापित्यांना नवतारुण्य प्रदान करणारे ऋभू आमच्या यज्ञस्थानी येवोत.

स्पष्टीकरण

ऋभू सूक्तामध्ये अनेक ठिकाणी वृद्ध मातापित्यांना तरुण बनविले, असे उल्लेख आलेले आहेत. ऋभूंच्या नवीन शोधामुळे जुन्या पद्धती बंद होऊन नवीन सुलभ पद्धती निमाण झाल्या. उदाहरणार्थ, अश्वांना माणसाळवणे, रथाचा शोध, वेळेचा आणि दिशेचा शोध, गायीची सुलभ प्रसुती यामुळे मानवी जीवन सुखमय झाले. जीवन गतीमान झाले. मानवी जीवन सुलभ झाले. तसेच वृद्धांना रथामध्ये बसून दूरपर्यंत जाता येऊ लागले.

टीप

ऋग्वेद १/२०/४

ऋभूंनी आपल्या वृद्ध माता-पित्यांना गायीचे दूध पाजून धष्ट-पुष्ट बनवले.

❖❖❖

१४.

अस्य वामीय तत्त्वज्ञान

देवगण म्हणजे मुख्य देवांचे सेवक होत. मुख्य देव ब्रह्मांडाचा जडण-घडणरूपी यज्ञ करीत होते. ब्रह्मांडाची निर्मिती आणि नाश हाच मुख्य देवांचा यज्ञ होता. देवगण हे मुख्य देवांना ब्रह्मांडाच्या निर्मिती आणि नाशासाठी या यज्ञामध्ये साहाय्य करीत होते. मुख्य देवांना सेवक देवगणांनी साह्य करणे हाच प्राचीन काळी प्रमुख धर्म होता.

ऋग्वेद १/१६४/६
ज्या जन्मरहित देवाने विश्वाचे सहा लोक धारण केले. त्यांच्या विभिन्न स्वरूपात काही एकात्मता आहे काय?

स्पष्टीकरण
मूळ गर्भरूप आदित्याने आपल्याभोवती सहा वेगवेगळ्या वेष्टनांचे आदित्य धारण केले आहेत. त्या वेगवेगळ्या आदित्यांचे तत्त्व (घटक) एकच आहे किंवा ते विविध तत्त्वांचे (घटक) आहेत?

ऋग्वेद १/१६४/७
या गूढ परमेश्वराच्या गायी आपल्या मस्तकाद्वारे पान्हा स्रवितात आणि स्वत:च्या पायांनी दुग्धप्राशन करतात.

स्पष्टीकरण
या गूढ आदित्यापासून प्रकाश किरणे पृथ्वीपर्यंत प्रक्षेपित होतात. ही किरणे पृथ्वीवरील पाणी आणि वनस्पतीमधील रस शोषून घेतात.

टीप : ऋग्वेद १/१६४/१, ऋग्वेद १/१६४/२, ऋग्वेद १/१६४/३ या ऋचांचे स्पष्टीकरण 'आदित्य' या प्रकरणात केलेले आहे.

ऋग्वेद १/१६४/८

पृथ्वीरूपी मातेने द्युरूपी पित्याला आपले शरीर मनोमन अर्पण केले. तो तिच्याशी मनोमन रममाण झाला आणि गर्भोत्सुक अशा तिच्या ठायी त्याने गर्भाधान केले. या परमेश्वरी चमत्कारामुळे भाविक जन द्यावा पृथ्वीचे स्तवन करू लागले.

स्पष्टीकरण

पृथ्वीने सूर्याला आपले शरीर मनोमन अर्पण केले. सूर्याच्या प्रभावामुळे पृथ्वीवर सृष्टी निर्माण झाली. या ऋचेमध्ये गूढ शब्दरचना केलेली आहे. पृथ्वी ही प्राणिमात्राची माता आहे. कारण पृथ्वीने प्राणिमात्रांची निर्मिती केली तसेच सूर्य हा द्युचा पिता आहे. कारण सूर्याच्या अस्तित्वामुळे द्युची (प्रकाशलोक) निर्मिती झाली. द्युलोक हा विश्वाचा भाग आहे. सूर्याच्या जन्मानंतर द्युलोक हा एक भाग तयार झाला. सूर्य निर्माण होण्यापूर्वी द्युलोकाचा भाग 'विश्व' म्हणूनच गणला जात होता.

ज्या वेळी सूर्याचा जन्म झाला त्या वेळेपासून पृथ्वी सूर्याभोवती फिरू लागली. सूर्याचे स्थान द्युमध्ये. त्यामुळे पृथ्वीचे स्थानही द्यु झाले. या ऋचेमध्ये गूढ शब्दरचना केलेली आहे. पृथ्वी ही जीवसृष्टी आणि वनस्पती सृष्टीची माता आहे. या ऋचेमध्ये तो तिच्याशी रममाण झाला असे म्हटले आहे. सूर्य हे पुल्लिंगी आहे. व द्यु हे नपुंसकलिंगी आहे. पृथ्वीही स्त्रीलिंगी आहे. तो हा शब्द सूर्याच्या संदर्भाने आलेला आहे तसेच तिच्याशी हा शब्द पृथ्वीच्या संदर्भाने आलेला आहे. सूर्याच्या प्रभावाने पृथ्वीवर जीवसृष्टी आणि वनसपती सृष्टी निर्माण झाली. म्हणून सूर्य हा पृथ्वीचा पती आहे. या सर्व चमत्कारामुळे तारे-तारका (भाविक जन) द्यावा पृथ्वीची स्तुती करू लागले.

ऋग्वेद १/१६४/९

दक्षिण दिशारूपी धुरेला विश्वरूपी माता जोडली गेली आणि तिच्या पोटी गर्भ राहिला. अंतरात्मारूपी वत्स हंबरू लागला आणि दूर अंतरावर असणाऱ्या आपल्या धेनुरूपधारी विश्वरूपा मातेकडे पाहू लागला.

स्पष्टीकरण

विश्वामध्येच विश्व केंद्रापासून दूर विश्वाचा एक उपविभाग (द्यु) तयार झाला. त्या द्युमध्ये आदित्याचा जन्म झाला. तो आदित्य प्रकाशरूपाने दूर

असलेल्या विश्वकेंद्राकडे पाहू लागला. विश्व केंद्रकापासून दूर विश्वाच्या परिघाजवळ सूर्याचा जन्म झाला. तो जन्मतःच मूलनिर्माता असलेल्या विश्वकेंद्राकडे (मातेकडे) तेथूनच पाहून हंबरू लागला म्हणजे सूर्य प्रचंड आवाज (गर्जना) करू लागला.

ऋग्वेद १/१६४/१०

तीन माता आणि तीन पिता यांचे प्रचंड ओझे स्वतःच्या स्कंदांवर पेलून धरणारा अंतरात्मा ताठ उभा आहे. त्या प्रचंड ओझ्याचा त्यास कधीही कंटाळा येत नाही. अंतरिक्षाचा तो सर्वज्ञ असून सर्वव्यापी वाग्देवतेशी तो वादविवाद करतो.

स्पष्टीकरण

मूळ आदित्याला या ऋचेमध्ये 'अंतरात्मा' असे म्हटले आहे. हा अंतरात्मा सहा वलयांकित सूर्याचे ओझे घेऊन ताठ उभा आहे. या वेष्टनावृत्त सूर्याच्या ओझ्याचा आदित्याला कधीही कंटाळा येत नाही.

तो आदित्य अंतरिक्षाचा ज्ञाता आहे. या ऋचेमध्ये शब्द (वाणी) ही सर्वव्यापक आहे असे म्हटले आहे. हा आदित्य प्रचंड आवाज करतो. प्रचंड गर्जना करतो (ऋग्वेदामध्ये सूर्य हा प्रचंड गर्जना करतो, असे अनेक ठिकाणी सांगितलेले आहे.) (सहा वलयाची तिघे माता आणि तिघे पिता, अशी कल्पना केलेली आहे.)

ऋग्वेद १/१६४/११

सत्यभूत आदित्याचे द्वादश आऱ्यांनी युक्त असे रथचक्र अविश्रांतपणे द्युलोकाभोवती भ्रमण करीत असते. या रथचक्रावर तुझ्या उपासकांची सातशे वीस जोडपी आरूढ झाली आहेत. (काही विद्वानांची द्वादश आऱ्यांना संवत्सरातील बारा महिने अशी कल्पना करून स्पष्टीकरण केले आहे.)

स्पष्टीकरण

आदित्याच्या रथचक्राला बारा राशींच्या आऱ्या जोडलेल्या आहेत. आदित्याचे हे रथचक्र द्युलोकाभोवती भ्रमण करते आहे, असे स्पष्टपणे नमूद करावे लागते. हे रथचक्र विश्वाभोवती भ्रमण करीत नाही. ते फक्त द्यु लोकाभोवतीच भ्रमण करते. द्यु लोक हा विश्वाचा एक भाग आहे. ३६० होरा वृत्ते आणि ३६० क्रांती वृत्ते हे आदित्याचे उपासक आहेत.(काही आचार्यांनी

वर्षातील ३६० दिवस आणि ३६० रात्री मिळून ७२० जोडपी आदित्यांच्या या चक्रावर आरूढ झालेली आहेत, असे स्पष्टीकरण केले आहे.)

ऋग्वेद १/१६४/१६

माझ्या पत्नीला मी पुरुषाचे अधिकार दिले आहेत. माझा बुद्धिमान पुत्रच केवळ या गोष्टीचे रहस्य जाणेल आणि तो पितामह होईल.

स्पष्टीकरण

विश्वातील तारका या त्वष्टच्या (ब्रह्मा) पत्नी आहेत. परंतु सूर्य हा तारका असूनसुद्धा त्याला सूर्य, विष्णु, इंद्र अशी पुरुषवाचक नावे दिली आहेत तसेच इतर तारका उदा. अंगीरस, वसू इत्यादी पुरुषवाचक नावे आहेत. बहुतेक नक्षत्रांची नावे स्त्रीवाचक आहेत. याचे रहस्य सूर्यच जाणतो. पितामह ब्रह्माने ब्रह्मांडनिर्मितीचे कार्य केले तर सूर्याने सृष्टीनिर्मितीचे कार्य केले. निर्मिती हे एकच कार्य सूर्य आणि ब्रह्माने केले आहे. म्हणून ब्रह्मदेव हा सृष्टीचा पितामह आहे.

ऋग्वेद १/१६४/१७

स्वत:च्या एका पायाने अधोवर्ती सृष्टीला धारण करणारी आणि दुसऱ्या पायाने ऊर्ध्ववर्ती अंतरिक्षास पेलून धरणारी पृथ्वीरूपी गाय उदित झाली आहे. सध्या ती आदित्याच्या कुठल्या परार्धात भ्रमण करीत आहे? गायींच्या कळपात न राहणारी ही गाय कोठे प्रसवते? ती कोठे निवास करते?

स्पष्टीकरण

प्राणी सृष्टी आणि वनस्पती सृष्टीला निर्माण करणारी आणि धारण करणारी तसेच मेघरूपी आकाशाला पेलून धरणारी पृथ्वी अस्तित्वात आली आहे. सध्या ती आदित्याच्या तिसऱ्या परार्धात भ्रमण करीत आहे. आदित्याच्या विपुल घनद्रव्याच्या पर्जन्यवृष्टीमध्ये अनेक पृथ्वी उत्पन्न झाल्या परंतु त्या पृथ्वीच्या कळपात ही पृथ्वी राहिली नाही. ती स्वतंत्रपणे विश्वात भटकत होती. ती सध्या आदित्याच्या सूर्यमंडलात स्थानापन्न आहे.

ऋग्वेद १/१६४/२७

वासराच्या मायेने हंबरणारी, मुला-वासरांची इच्छा करणारी, सर्वौषधीपूर्ण दूध देणारी, सतत संरक्षणयोग्य आणि आरोग्यरक्षक धेनू आम्हास प्रसन्न होऊन ऐश्वर्यवृद्धी करो.

स्पष्टीकरण

प्रचंड आवाज करणारा, सृष्टीची उत्पत्ती आणि विकास करणारा, धनधान्य आणि वनस्पती उत्पादक, सृष्टीचा संरक्षक व आरोग्यरक्षक सूर्य आमच्यावर प्रसन्न होऊन आमची ऐश्वर्यवृद्धी करो.

ऋग्वेद १/१६४/२८

डोके झाकलेल्या स्वत:च्या वत्साकडे पाहून दुग्धधारा स्रवणारी आदित्यरूपी धेनू मोठ्याने आवाज करते आणि आत्मरूपी वत्साच्या मस्तकाचे अवघ्राण करते. त्यामुळे तिला पुन्हा एकवार पान्हा फुटतो.

स्पष्टीकरण

- वायूने व्याप्त असलेल्या पृथ्वीरूपी वत्साकडे पाहून प्रकाश प्रक्षेपित करणारा आदित्य मोठ्याने आवाज करतो, गर्जना करतो आणि आदित्य स्वत:च्या प्रकाशाने निरंतर प्रकाशित राहतो.
- स्वत:ला वलयांकित केलेल्या सहा सूर्यरूपी वत्साकडे पाहून आदित्य स्वत:चा प्रकाश प्रक्षेपित करतो. त्याच वेळी तो गर्जना करतो. सहा सूर्यांमधील व्याप्त वायूचे आकर्षण करून आदित्य निरंतर प्रकाशतो. (वायूचे, गॅसचे आकुंचन होऊन आदित्यामध्ये पुन्हा पुन्हा ज्वाला निर्माण होतात.)

ऋग्वेद १/१६४/२९

आत्मरूपी वत्स आवाज करू लागताच त्याने व्यापलेली गोठ्यातील धेनू हंबरू लागते. आपल्या ज्ञानाने सर्वांना मागे टाकीत ती विद्युत्‌रूपाने अवतीर्ण होते.

स्पष्टीकरण

मेघ व्याप्त आकाशात वायू मोठ्याने गर्जना करतो, त्याचवेळी मेघांमध्ये वीज निर्माण होते.

ऋग्वेद १/१६/३०

एका जागी न बसणारी चंचल आणि सजीव अशी देहरूपी वास्तू घराच्या मध्यभागी श्वासोच्छ्वास करीत निश्चल पडून राहते. उलट अमर असा जीव मृत शरीरातही स्वसामर्थ्याने भ्रमण करतो. अशा तऱ्हेने मर्त्य आणि अमर हे दोन्ही एकाच ठिकाणी निवास करतात.

स्पष्टीकरण

या ऋचेमध्ये ब्रह्मांडनिर्मितीच्या वेळचे वर्णन केले आहे. ज्या वेळेस ब्रह्मांड अस्तित्वात नव्हते, सत् असत् अस्तित्वात नव्हते, सर्वत्र तम् (तत्त्व) व्याप्त होते, अशा वेळी एक अस्थिर निर्मितीची प्रेरणा असणारे तत्त्व (अभ) सर्वत्र पसरले. असे हे तत्त्व या पोकळीमध्ये स्वयंप्रेरणेने अंतस्थ हालचाल (श्वासोच्छ्वास) करीत होते. अशा वरील तत्त्वामध्ये जिवात्मा अस्तित्वात आला. अशा तऱ्हेने ब्रह्मांडनिर्मितीच्या वेळेस सत् आणि असत् ही दोन्ही तत्त्वे एकत्र आली.

ऋग्वेद १/१६४/३१

समुदायाने आणि एकाकीपणे उपासना करणाऱ्या भक्तांना व्यापून टाकणारा, अविश्रांतपणे मजकडे येणारा आणि पुन्हा परत जाणारा साक्षात्काररूपी रक्षक मला दृगोच्चर होवो.

स्पष्टीकरण

या ऋचेमध्ये सूर्याची स्तुती केली आहे. विश्वातील सर्व तारे-तारका सूर्याचे भक्त आहेत. सूर्य या तारे-तारकांना (विश्व) आपल्या प्रकाशाने व्यापणारा आहे. तसेच सूर्याचा प्रकाश पृथ्वीला व्यापून परत परावर्तित होणार आहे. त्यामुळे प्रकाश किरणे ज्या जागी पोहोचत नाहीत (उदा. घर, झाडाखाली) अशा ठिकाणांनासुद्धा तो प्रकाशित करतो. सूर्य आपल्या अस्तित्वाची जाणीव करून देतो. अशा सूर्याचे मला प्रत्यक्ष दर्शन व्हावे अशी इच्छा ऋचाकर्ता ऋषी करीत आहे.

ऋग्वेद १/१६४/३३

अंतरिक्ष हा माझा पिता आणि उत्पत्तिस्थान आहे. त्याच्या पोटी मी जन्म घेतला आहे. महान पृथ्वी ही माझी माता असून उताण्या धरलेल्या दोन सोमपात्रांच्या दरम्यान तिचे गर्भाशय आहे. तेथे माझा पिता गर्भाधारण करतो.

स्पष्टीकरण

या ऋचेमध्ये मेघातील विजेचे अलंकारिक भाषेत केलेले कथन आहे. अंतरिक्षामध्ये मेघामध्ये वीज तयार होते. म्हणून अंतरिक्ष हा विजेचा पिता आहे. पृथ्वीवरील पाण्यापासून मेघ तयार होतात. मेघांमध्ये विजेची उत्पत्ती होते म्हणून पृथ्वीला विजेची माता अशी कल्पना केलेली आहे. समुद्र आणि

भूभाग हे पृथ्वीचे गर्भाशय आहे. समुद्रामध्ये समुद्री जीव निर्माण होतात तर जमिनीवर जीव आणि वनस्पती निर्माण होते. या गर्भावर माझा पिता (अंतरिक्ष) गर्भसंस्कार करतो.

ऋग्वेद १/१६४/३४ (प्रश्न)
पृथ्वीचा अन्त कोठे होतो आणि जगाचा मध्य कोठे आहे तसेच वळूसज्ञक अश्वाचे रेत आणि वाणीचे श्रेष्ठ स्थान कोणते?

स्पष्टीकरण
यज्ञवेदी ही पृथ्वीची अंतिम सीमा असून यज्ञ हाच जगाचा केंद्रबिंदू होय. यज्ञीय सोम हा वळूअश्वाचे रेत असून यज्ञातील ब्राह्मणनामक आचार्य वाणीचे परमोच्च स्थान आहे. पृथ्वी गोल असल्यामुळे ज्या ठिकाणी तिची सुरुवात होते त्याच ठिकाणी तिचा अन्त होतो. (विश्वामध्ये ज्या ठिकाणी विश्वनिर्मितीचा यज्ञ चालतो तोच विश्वाचा केंद्रबिंदू आहे. ज्वालाग्राही रसायन (उदक) हेच वळू अश्वाचे रेत आहे. वैश्वानर वायू हेच वाणीचे श्रेष्ठ स्थान आहे.)

ऋग्वेद १/१६४/३६
स्वत:च्या मनाने तसेच बुद्धीने समस्त दिशा आणि विश्व व्यापून टाकणारे तसेच जगाचे रेत असणारे अपूर्ण गर्भधारी आणि परम बुद्धिमान सप्त किरण विष्णूच्या नियंत्रणाखाली अंतरिक्षात निवास करतात.

स्पष्टीकरण
घन पदार्थांवरून परावर्तित होण्याचे तसेच पाण्यातून (द्रव) पारदर्शी होण्याचे तसेच वायूच्या घनतेनुसार कमी-अधिक वेगाने जाण्याचे ज्ञान सूर्यकिरणांमध्ये आहे. हे किरण सर्वव्यापी आहेत. हे किरण सृष्टी निर्माणकारी शक्ती (रेत) असणारे आहेत परंतु हे प्रकाशकिरण एकटेच असतील तर ते उदासीन किंवा कार्यशून्य असतात. जर किरणांनी घन पदार्थांना स्पर्श केला तर तो पदार्थ गरम होतो, पघळतो. किरणांनी पाण्याला स्पर्श केला तर पाण्याची वाफ होते. किरणांनी वनस्पतीला स्पर्श केला तर वनस्पतीची वाढ होते, फूलधारणा, फलधारणा होते. म्हणून एकट्या किरणांना अपूर्ण गर्भधारी म्हटले आहे. प्रकाश किरणे सूर्यापासून उत्पन्न होत असल्यामुळे सूर्य प्रकाश किरणांचा नियंत्रक आहे. सूर्याची शक्ती काही कारणाने वाढली तर प्रकाश किरणांची शक्तीही वाढते. काही कारणांनी

सूर्याची शक्ती कमी झाली तर प्रकाश किरणांची शक्ती कमी होते. अंतरिक्ष हे प्रकाश किरणांमुळे दृश्यमान होते. रात्रीचे वेळी अंतरिक्ष हे अदृश्य होते.

ऋग्वेद १/१६४/३७

मोक्षरूपी धेनूपासून चारही दिशा आणि उपदिशा जगतात. तिच्या कासेतून स्त्रवणाऱ्या दुग्धामुळे समस्त विश्वाचे पोषण होते.

स्पष्टीकरण

(सूर्याच्या अस्तित्वामुळे चार मुख्य दिशा आणि चार उपदिशा निश्चित करता येतात.) सूर्याला पाहून दिशा ठरविल्या जातात. सूर्याच्या अस्तित्वामुळे दिशा निर्मिती होते. सूर्यामधून निघणाऱ्या प्रकाश किरणांनी विश्वाचे पोषण होते.

ऋग्वेद १/१६४/४३

गोवरीच्या धुराने व्याप्त असा दूरवर पसरलेला अग्नी मी पाहिला. त्या अग्नीच्या साह्याने धर्मरूपी शूर पुरुष एका चित्रविचित्र वृषभाला शिजवीत होता.

स्पष्टीकरण

वरील ऋचेमध्ये आदित्य गर्भाचे वर्णन आलेले आहे. आदित्य गर्भ लाखो वर्षांपर्यंत वैश्विक जलामध्ये बुडून होता. हे वैश्विक जल अत्यंत गरम होते. विश्वामध्ये पसरलेल्या वैश्वानर अग्नीमुळे हे जल अत्यंत तप्त होते. या जलामध्ये असलेल्या अनेक रसायने आणि त्यांच्या रासायनिक क्रियांमुळे आदित्य गर्भाचे पोषण होत होते.या तप्त जलामधून बाष्पसदृश वायू उत्पन्न होतो. हा वायू म्हणजे मरुत् वायू होता. या उष्ण पाण्यामधील गर्भालाच शिजविले जात होते असे अलंकारिक भाषेत वर्णन केले आहे. या आदित्य गर्भाचे (वृषभ विष्णू) चित्रविचित्र असे वर्णन आलेले आहे. कारण या आदित्य गर्भालाच खालच्या बाजूने सहा नवीन आदित्य फुटले होते, तयार झाले होते. या सर्व क्रिया करणारा एक शूर धर्म पुरुष होता. त्यालाच त्वष्टृ असे म्हटले गेले आहे. (ऋग्वेदामध्ये काही ठिकाणी वृषभ महावृषभ असे म्हटले आहे.)

ऋग्वेद १/१६४/४४

अग्नी, सूर्य आणि वायू हे तिघे सृष्टीतील ऋतूंचे अवलोकन करतात. त्यापैकी अग्नी सृष्टीला भाजून काढतो. याच्या उलट प्रकाश आणि पर्जन्यवृष्टी यांचे साहाय्याने सूर्य विश्वाचे पोषण करतो. वायूची गती जाणवते परंतु रूप मात्र दिसत नाही.

ऋग्वेद १/१६४/४६

इंद्र, मित्रावरुण आणि अग्नी या साऱ्या देवता एकाच पंखयुक्त सुपर्णाची विभिन्न रूपे आहेत. त्याची एकात्मता सूज्ञ लोकांना ज्ञात असून त्यांना ते अग्नी, यम, मातारिश्वन अशा विभिन्न नावांनी संबोधितात.

स्पष्टीकरण

इंद्र, मित्रावरुण, मातारिश्वन व यम या सर्व देवता एकच आहेत. या सर्व देवता अग्नीची वेगवेगळी रूपे आहेत.

ऋग्वेद १/१६४/४८

बारा धावा, एक रथचक्र तसेच तीन आसांच्या फळ्यांनी युक्त असा सूर्यरथ कोणी पाहिला आहे का? या रथाच्या रथचक्रावर खुंट्याप्रमाणे दिसणाऱ्या तीनशे साठ आऱ्या बसविल्या आहेत.

स्पष्टीकरण

बारा धावा म्हणजे बारा राशी. एक रथचक्र म्हणजे सूर्य. तीन आस म्हणजे द्यु, अवकाश आणि ब्रह्मांड सूर्याचे भ्रमण या तीन मर्यादांतूनच होते. प्रथम सूर्य हा द्यु मध्ये अस्तित्वात आहे. द्यु हे अवकाशामध्ये अस्तित्वात आहे. अवकाश हे ब्रह्मांडामध्ये अंतर्भूत आहे. ३६० खुंट्या म्हणजे सूर्य स्वत:भोवती तीनशे साठ अंशातून फिरतो, तसेच सूर्याचे रथचक्र हे सुद्धा तीनशेसाठ अंशातून फिरते.

आमच्या पूर्वाचारींनी याचे स्पष्टीकरण पुढीलप्रमाणे केले आहे – बारा धावा म्हणजे बारा महिने. एक रथचक्र म्हणजे संवत्सर. तीन आस म्हणजे तीन ऋतू. रथचक्राच्या तीनशेसाठ खुंट्या म्हणजे तीनशे साठ दिवस. आमचे आचार्य सूर्याच्या रथचक्राचे वर्णन करताना त्याचा संबंध पृथ्वीवरील महिने, ऋतु, संवत्सर आणि दिवस यांच्याशी का जोडतात ते समजत नाही. तसे पाहिले तर बारा महिन्याचे एक वर्ष धरले तर तीन वर्षांतून एकदा अधिक मास येतो. म्हणजे ते वर्ष तेरा महिन्यांचे असते. ऋग्वेदामध्ये ऋतूंची संख्या काही ठिकाणी पाच दिलेली आहे, काही ठिकाणी तीन दिलेली आहे तर काही ठिकाणी सहा दिलेली आहे. तसेच एका वर्षातील दिवसांचा विचार केला तर वर्षाचे तीनशे पासष्ट दिवस, पाच तास अठ्ठेचाळीस मिनिटे आणि पंचेचाळीस सेकंद म्हणजे एक वर्षात साधारणपणे तीनशे साडेपासष्ट दिवस भरतात.

सूर्याच्या रथचक्राचा संबंध फक्त सूर्य आणि त्या संबंधातील बाबींशी जोडणे आवश्यक आहे. पृथ्वीच्या संबंधाने जोडणे गैर आहे.

माहितीसाठी

चंद्र पृथ्वीभोवती २७.३ दिवसांत एक फेरी मारतो. त्यामुळे तो रोज वेगळ्या तारका समूहामध्ये (नक्षत्रामध्ये) आहे असा भास होतो. आकाशातील चंद्राच्या या रोज बदलत्या २७ जागांना चंद्रगृहे असे म्हणतात. म्हणून २७ नक्षत्रांना चंद्राच्या पत्नी असे म्हणतात.

ऋग्वेद १/१६४/५०

यज्ञाच्या साह्याने देवगणांनी केलेली यज्ञाची पूजा प्राचीन काळी प्रमुख धर्म मानला जात असे. प्राचीनकालीन यज्ञकर्ते उपस्थित असलेल्या यज्ञस्थानी उपासकांना स्वर्ग प्राप्त होतो.

स्पष्टीकरण

देवगण म्हणजे मुख्य देवांचे सेवक होत. मुख्य देव ब्रह्मांडाचा जडण-घडणरूपी यज्ञ करीत होते. ब्रह्मांडाची निर्मिती आणि नाश हाच मुख्य देवांचा यज्ञ होता. देवगण हे मुख्य देवांना ब्रह्मांडाच्या निर्मिती आणि नाशासाठी या यज्ञामध्ये साहाय्य करीत होते. मुख्य देवांना सेवक देवगणांनी साह्य करणे हाच प्राचीन काळी प्रमुख धर्म होता. देवांच्या या यज्ञामध्ये विश्वातील तारे-तारकांचा (उपासक) नाश होत होता. या उपासकांना अशा यज्ञांच्या नष्ट होण्यामध्ये स्वर्गप्राप्ती होत होती. त्यांच्या पार्थिव शरीराचे नष्ट झालेले अवशेष विश्वामध्येच विखुरले जातात.

ऋग्वेद १/१६४/५१

पृथ्वीमधून वर जाणारे आणि पर्जन्यरूपाने खाली येणारे उदक एकच आहे. त्यापैकी एका उदकाद्वारे पर्जन्यभूमीला प्रसन्न करतात तर अन्य उदकांद्वारे सूर्याचे प्रकाशकिरण आकाशाला आहुतीच्या योगे प्रसन्न करतात.

स्पष्टीकरण

वैश्विक उदकामुळे सूर्यामध्ये प्रकाशकिरणे उत्पन्न होतात. पृथ्वीवरील पाणी गरम होऊन ते बाष्पाच्या रूपाने आकाशात जाते. पृथ्वीतील उदक आणि विश्वातील उदक यांमध्ये एकच उदकतत्त्व सामावलेले आहे. वैश्विक उदकाद्वारे निर्मित सूर्यकिरणे आकाशभर पसरतात. (ऋग्वेद १/१६४ ऋचा १२ ते १५ यांचे स्पष्टीकरण 'आदित्य' प्रकरणात केलेले आहे.) त्यांच्यामुळे अंतरिक्ष प्रकाशमय होते.

❖❖❖

१५.

नासदीय सूक्त

त्या वेळी जन्म नव्हता, मृत्यू नव्हता, सूर्यसुद्धा नव्हता; अशा वेळी आच्छादित तत्त्वामध्ये सूक्ष्म अबोध (अज्ञान) सृष्टी निर्माण झाली. ती सृष्टी आपल्याच शक्तीने वायूशिवाय श्वासोच्छवास करीत होती. स्वबलाने स्पंदन करीत होती.

ऋग्वेद १०/१२९/१

सृष्टीच्या मूलारंभी असत् आणि सत् तसेच अंतरिक्ष आणि आकाश यापैकी काहीच अस्तित्वात नव्हते. अशा स्थितीत कोणी कोणाला आवरण घातले? कोणाच्या सुखासाठी हे सारे झाले? अगाध जल तरी त्या काळी अस्तित्वात होते का?

स्पष्टीकरण

विश्वाची उत्पत्ती होण्याअगोदर ब्रह्मांडाची स्थिती कशी होती, याचे वर्णन या ऋचेमध्ये केले आहे.

त्या वेळी विश्वामध्ये काहीही अस्तित्वात नव्हते. दृश्य, अदृश्य, अविनाशी, नाशवंत एवढेच नव्हे तर अंतरिक्ष आणि अवकाश यांपैकी काहीच अस्तित्वात नव्हते. आकाश हे पृथ्वीपुरते मर्यादित आहे. पृथ्वी नव्हती म्हणून आकाश नव्हते. अंतरिक्ष हे तारे-तारकांचे निवासस्थान आहे. तारे नव्हते म्हणजे अंतरिक्ष नव्हते.

मग हे विश्व कसे निर्माण झाले? याला कोणी निर्माण? कुणासाठी निर्माण केले? अशा वेळी कोणते तरी आच्छादक तत्त्व (घटक) निर्माण झाले, पण आच्छादित करण्यासारखे काहीच नव्हते म्हणून ते सर्वत्र पसरले (प्रसरण पावले). हा प्रसरण पावणारा पदार्थ कोठून आला आणि का आला ते माहिती नाही. त्या वेळी गूढ (अदृश्य) जल विश्वामध्ये होते का, ते माहिती नाही.

ऋग्वेद १०/१२९/२

त्या काळी मृत्यू नसल्यामुळे अमृतही अस्तित्वात नव्हते. अहोरात्री भेदक काही साधन नव्हते. तत्कालीन अबोध सृष्टी स्वबलाने वायूशिवाय श्वासोच्छवास करीत स्फुरत होती याखेरीज अथवा त्या पलीकडे काही नव्हते.

स्पष्टीकरण

त्या वेळी जन्म नव्हता, मृत्यू नव्हता, सूर्यसुद्धा नव्हता; अशा वेळी आच्छादित तत्त्वामध्ये सूक्ष्म अबोध (अज्ञान) सृष्टी निर्माण झाली. ती सृष्टी आपल्याच शक्तीने वायूशिवाय श्वासोच्छ्वास करीत होती. स्वबलाने स्पंदन करीत होती.

विश्वात पहिल्यांदा जे तत्त्व चोहोकडे पसरले त्याला अभ असे नाव आहे. हे अभ, घन द्रव आणि वायू या तत्त्वांच्या पलीकडचे होते. या अभमध्ये प्रथम सूक्ष्म गुठळ्या आपोआप तयार झाल्या. त्यामध्ये वायूशिवाय नुसते स्पंदन सुरू होते.

ऋग्वेद १०/१२९/३

समस्त जल तमोव्याप्त आणि भेदाभेदविरहित असून तप महिम्याने प्रकट झलेले सर्व व्यापी ब्रह्म फोल मायेने आच्छादिले होते.

स्पष्टीकरण

हे अभ अदृश्य आणि वजन, रूप, आकार आणि घनत्व नसलेले अत्यंत विरल होते. गुठळ्यांच्या स्पंदनाने ते तप्त झाले. तप्त झाल्यामुळे त्याची वाफ तयार झाली. या वाफेलाच ब्रह्म असे म्हटले जाते. ही वाफ तरल रूपाने अभ वर पसरली. त्या वेळी ब्रह्मांड हे एकाच तम गुणनि व्याप्त होते.

ऋग्वेद १०/१२९/४

ब्रह्माच्या मनोबीजातून प्रथम काम उत्पन्न झाला. मूळ ब्रह्माचा विनाशी आणि दृश्य सृष्टीशी जडलेला हा पहिला संबंध होय.

स्पष्टीकरण

या ब्रह्मामध्ये प्रथम काम प्रवृत्ती (निर्माणकारी प्रवृत्ती) निर्माण झाली. या कामशक्तीचा आणि असत्चा हा पहिला प्रसंग होता. कामप्रवृत्ती आणि असत्पासून सत् निर्माण झाले.

ऋग्वेद १०/१२९/५
सत् आणि असत्मधील हा धागा खालपासून वरपर्यंत आडवा पसरला. त्या धाग्यापासून काही भाग बीजप्रद होऊन मोठा झाला. या धाग्याचीच स्वशक्ती अलीकडे आणि प्रभाव पलीकडे पसरला.

स्पष्टीकरण
सत् आणि असत्चा हा धागा उभा आणि आडवा पसरला. यामध्ये काही धागे बीज धारणा करू लागले. त्यांची वाढ झाली. प्रयत्न करणारे बीज वाढले. प्रयत्न न करणारे तसेच राहिले.

ऋग्वेद १०/१२/६
सत्चा हा पसारा कशापासून आणि कोठून उत्पन्न झाला, हे यापेक्षा अधिक विस्ताराने कोण सांगू शकेल? सत् सृष्टीच्या विसर्गानंतर उत्पन्न झालेल्या देवांनाही हे ज्ञात नाही. मग ही सृष्टी कोठून आली हे कोण सांगणार?

स्पष्टीकरण
सत् सृष्टीच्या विस्तारानंतर देव निर्माण झाले. त्यामुळे ही सृष्टी कोठून आली हे देवांनाही माहिती नाही.

ऋग्वेद १०/१२९/७
सत्चा हा पसारा जेथून निर्माण झाला, ते स्थान आकाश निवासी जगताध्यक्षाला कदाचित हे ज्ञात असेल अथवा नसेलही. (देवांच्या अगोदर निर्माण झालेल्या जगताध्यक्षाला हे ज्ञान असेल अथवा नसेल. त्याच्याही वर आणखी कोणी अध्यक्ष असेल किंवा त्याच्या अपरोक्ष हा पसारा निर्माण झाला असेल.)

❖❖❖

१६.

दाशराज्ञ युद्ध

ज्या प्रदेशात भरपूर पाऊस-पाणी होत असे, अन्नधान्य भरपूर पिकत असे, नद्यांना मुबलक पाणी असे, लोक सुखी समाधानी असत, अशा राज्याला इंद्राचे मित्रराज्य समजले जाई. ज्या प्रदेशामध्ये पावसाचे प्रमाण कमी असे, धनधान्य अपुरे पिकत असे, नद्यांना अल्प पाणी असे, कधी कधी अशा राज्यांतील लोकांना दुष्काळाचा सामना करावा लागे, असे प्रदेश इंद्राचे शत्रुराज्य समजले जाई.

ऋग्वेद काळामध्ये आर्यावर्तामधील अनेक सीमावर्ती राजे आणि पांचालनरेश सुदास यांच्यामध्ये झालेले हे सुप्रसिद्ध युद्ध आहे. वायव्य सीमेवरील अनेक राजे आणि गणांचे प्रमुख या युद्धामध्ये सामील झालेले होते. गणप्रमुख म्हणजे जनजाती किंवा टोळ्यांचे प्रमुख. या युद्धामध्ये दोन्ही बाजूकडून अनेक राजे सामील झाले होते परंतु, त्यामध्ये प्रमुख दहा राजे होते. म्हणून या युद्धाला दाशराज्ञ युद्ध म्हटले जाते.

पांचालवंशीय राजाचे विश्वामित्र हे परंपरेने राजगुरू होते. तसेच वसिष्ठ हे कौशल देशातील राजांचे राजगुरू होते. वसिष्ठ हा एक मोठा समाज गट कौशल देशात पूर्वीपासून वास्तव्यास होता. त्यामुळे त्यांचे कौशल देशामध्ये सामाजिक आणि राजकीय वर्चस्व होते. कौशल देशामधील राजे दुर्बल झाले. त्यामुळे आर्थिक भरभराट संपली. आपल्या महत्त्वाकांक्षेला आणि कर्तृत्वाला या ठिकाणी वाव नाही, म्हणून तसेच त्याच वेळेस पांचाल देश हा संपन्न होता. म्हणून कौशल देशातील वसिष्ठ समाज पांचाल देशामध्ये येऊन राहिला. आपल्या कर्तृत्वावर आणि विद्येच्या जोरावर वसिष्ठ लोक राजसत्तेच्या जवळ पोहोचला, त्यांचे महत्त्व तेथे वाढू लागले. हे पाहून विश्वामित्र वर्ग त्यांचा द्वेष करू लागला. यामधूनच वसिष्ठ आणि विश्वामित्र या दोन समाजांमध्ये भांडणे होऊ लागली. विश्वामित्रांनी इतर लोकांच्या मदतीने वसिष्ठ समाजातील अनेक लोकांना ठार केले. त्यांना राज्याबाहेर हाकलून लावले. वसिष्ठ लोक संवरण देशात पळून गेले. तेथेही सुदास पक्षीय लोकांनी त्यांचा पाठलाग केला. सुदास राजाचे हे आक्रमण थोपविण्यासाठी वसिष्ठांनी अनेक राजांचा एक संघ बनवून सुदास राजाविरुद्ध उभा केला.

दाशराज्ञ युद्धात सामील झालेले सुदासविरोधी राजे : सिम्यु, तुर्वश, द्रुह्यु, पुरू, अनु, भेद, शंबर, वैकर्ण, यदू, मत्स्य, पक्थ, अज, शिव, यक्षू, याब्द, चायमान, श्रृत, मन्यु युद्धामधी

सुदास पक्षीय राजे : तुत्सु, भरत, पशू, पृर्थू, दाशराज्ञ युद्ध हे परुष्णी (रावी) नदीच्या परिसरात लढले गेले.

युद्धाच्या वेळी सुदास राजासाठी नैसर्गिक परिस्थिती अनुकूल होती. सुदासाच्या सुदैवाने युद्धाच्या वेळी फार मोठी पर्जन्यवृष्टी झाली. नद्यांना मोठे पूर आले. सुदास राजाने नदीचे बांध (तट) फोडून दिले. त्यामुळे शत्रूंचा फार मोठा प्रदेश जलमय झाला. अनेक गावे वाहून गेली. सैन्य पुरामध्ये अडकले. त्यामुळे ते हतबल झाले. अनेकांनी युद्धातून अंग काढून घेतले. राहिलेल्या राजांबरोबर सुदासाने सामना देऊन त्यांचा पराभव केला. काही गणप्रमुख अरण्यामध्ये पळून गेले. अनेक राजांना ठार मारले आणि सुदास राजा युद्धात विजयी झाला.

ऋग्वेदामध्ये सुदास राजाला इंद्राने साह्य केले म्हणून सुदास राजा विजयी झाला, असे वर्णन आलेले आहे. या ठिकाणी इंद्राने साह्य केले म्हणजे इंद्राने युद्धामध्ये सुदासच्या बाजूने प्रत्यक्ष युद्ध केले नाही. इंद्राच्या सैन्याने युद्धात लढाई केली नाही.

सुदासच्या सुदैवाने मोठी पर्जन्यसृष्टी झाली. ही पर्जन्यवृष्टी सुदास राजाला साह्य करण्यासाठी इंद्राने केली, असा अर्थ होतो. या पर्जन्यवृष्टीमुळे नद्यांना पूर आले. शत्रुपक्षाची अनेक गावे आणि सैन्य वाहून गेले. इंद्राने पर्जन्याचे रूप घेऊन शत्रुपक्षाची हानी केली. त्यामुळे सुदास राजाला लढाई सुलभ झाली इतकेच.

इतिहासात अशी अनेक उदाहरणे आहेत. ज्यामध्ये नैसर्गिक परिस्थितीच अनुकुलतेमुळे दुर्बल सैन्य विजयी झाले आणि निसर्गाच्या प्रतिकूल परिस्थितीमुळे प्रबळ सैन्याला पराभव स्वीकारावा लागला.

ज्या प्रदेशात भरपूर पाऊस-पाणी होत असे, अन्नधान्य भरपूर पिकत असे, नद्यांना मुबलक पाणी असे, लोक सुखी समाधानी असत, अशा राज्याला इंद्राचे मित्रराज्य समजले जाई. ज्या प्रदेशामध्ये पावसाचे प्रमाण कमी असे, धनधान्य अपुरे पिकत असे, नद्यांना अल्प पाणी असे, कधी कधी अशा राज्यांतील लोकांना दुष्काळाचा सामना करावा लागे, असे प्रदेश इंद्राचे शत्रुराज्य समजले जाई. एखाद्या प्रदेशात मोठ्या प्रमाणावर धुके पडणे, किंवा अति थंडी पडणे किंवा इतर कोणत्याही नैसर्गिक आपत्तीमुळे त्या प्रदेशातील प्रजेला दुःख भोगावे लागले तर त्याला इंद्राचा क्रोध असे मानले जाई.

भारतीय ग्रंथकारांनी आणि पुराणकारांनी इंद्र हा कोणी मानवी राजा होता, तो आपल्या मित्रराजांना प्रत्यक्षात युद्धामध्ये मदत करतो आणि त्यांना विजय मिळवून देतो. शत्रुराजाबरोबर स्वतः युद्ध करून त्यांचा पराभव करतो, असे चुकीचे चित्र भारतीयांमध्ये उभे केले आहे. इंद्र हा शक्तिशाली सम्राट भारतीय राजा होता, असे इतिहासकारांनाही वाटत होते.

❖❖❖

१७.

दध्यंच ऋषी

दध्यंच ऋषीकडे अनेक हिरे होते. ते ऋषी असे हिरे आपल्या गळ्यात धारण करीत असत. हिरा धारण करणारे म्हणून त्यांना 'दध्यंच' असे नाव पडले होते किंवा हिऱ्यांना पैलू पाडणाऱ्या व्यक्तीला दध्यंच असे म्हटले जात असे किंवा हिऱ्यालाच ऋषींची उपमा दिली आहे.

ऋग्वेद १/८४/१३

ऋग्वेद मंडल एक सूक्त चौऱ्याऐंशी ऋचा तेरामध्ये दध्यंच ऋषींची कथा आली आहे. या कथेमध्ये दध्यंच ऋषींच्या अस्थींच्या (हाडे) साह्याने इंद्राने वज्र तयार करून त्याच्या साह्याने नव्याण्णव असुरांचा वध केला असे वर्णन आहे. तसेच प्राचीन ग्रंथ, पुराणे यामध्ये ही कथा अनेक वेळा आली आहे. एका ठिकाणी तर असे म्हटले गेले आहे की योगसाधनेमुळे दध्यंच ऋषीची हाडे अत्यंत बळकट झाली होती. त्यामुळे या ऋषींना इंद्राने त्यांच्या अस्थी मागितल्या. एक समाजकार्य म्हणून दधिची ऋषींनी आपला प्राणत्याग करून अस्थी इंद्राला दिल्या. इंद्राने त्याच्या साह्याने असुरांचा वध केला.

प्रश्न असा निर्माण होतो की, मानवी हाडापेक्षा पशूंची हाडे अनेक पटींनी बळकट असतात. पशूंच्या हाडांचा उपयोग इंद्राने का केला नाही. तसेच त्वष्टने इंद्रासाठी अत्यंत तीक्ष्ण, बळकट, चमकणारे, गर्जना करणारे वज्र इंद्रासाठी खास तयार करून दिले होते. तर मग इंद्राला दध्यंच ऋषींच्या अस्थीची गरज का भासली? वेदकाळामध्ये अनेक ऋषी योगाभ्यास करीत असतील. त्यांना इंद्राने अस्थी का मागितल्या नाहीत? फक्त दध्यंच ऋषी आपला प्राणत्याग करण्यास का तयार झाले?

संस्कृत-मराठी शब्दकोशामध्ये दधित्य याचा अर्थ हिरा असा दिलेला आहे तसेच वज्र याचाही एक अर्थ 'हिरा' असा दिलेला आहे. निरुक्तामध्ये दध्यंच याचा अर्थ प्रकाशधारक तसेच प्रकाशक असा केलेला आहे. यावरून प्रकाश देणारा म्हणजे हिरा असा अर्थ होऊ शकतो. (निरुक्तं पान क्र. ७७९)

दध्यंच ऋषीकडे अनेक हिरे होते. ते ऋषी असे हिरे आपल्या गळ्यात धारण करीत असत. हिरा धारण करणारे म्हणून त्यांना 'दध्यंच' असे नाव पडले होते किंवा हिऱ्यांना पैलू पाडणाऱ्या व्यक्तीला दध्यंच असे म्हटले जात असे किंवा हिऱ्यालाच ऋषींची उममा दिली आहे.

हिरा हा अत्यंत कठीण असतो, तो फोडला तर त्याचे अत्यंत अणकुचीदार तीक्ष्ण तुकडे तयार होतात तसेच हिरा अत्यंत विषारी असतो.

एखाद्या राजाने (इंद्र) एक हिरा ऋषीकडून मागून घेतला. त्या हिऱ्याचा (दधित्य) बारीक चुरा करून तो चुरा आपल्या गदेमध्ये कोंदणाप्रमाणे बसविला व त्या गदेचा वापर युद्धामध्ये एक आयुध म्हणून केला. हिऱ्याच्या चुऱ्याच्या प्रभावाने आणि गदेच्या प्रहाराने शत्रू घायाळ होत असे. हिऱ्यामधील विषारी द्रव्य थेट शरीरामध्ये जात असल्यामुळे शत्रू ताबडतोब मृत्युमुखी पडत असे. अशी गदा फक्त राजेच वापरीत असत. सामान्य सैनिकांची अशी गदा वापरण्याची ऐपत नसे.

हिऱ्यांचे असे तुकडे म्हणजे दध्यंच ऋषींच्या अस्थी होत्या. दध्यंच ऋषीच्या अस्थीच्या साह्याने इंद्राने आपले अस्त्र तयार केले, असा अर्थ पुराणकारांनी लावला आहे. हिऱ्यालाच दध्यंच ऋषी अशी उपमा दिलेली आहे.

❖❖❖

१८.

एका ताऱ्याचा मृत्यू

एखादा वृद्ध, मृत्युपंथाला लागलेला तारा शेवटच्या वेळी त्याचे आकारमान अचानक हजारो पटींनी वाढते. त्याच्या तेजस्वितेमध्ये एकाएकी हजारोपटींनी वाढ होते. असा तारा काही मिनिटांत नष्ट होतो. त्याचे हजारो तुकडे आकाशात फेकले जातात. त्याचा चुरा आणि धूळ आकाशात पसरते. ऋषींनी असाच नष्ट होणारा तारा पाहिला होता आणि त्याची नोंद ऋग्वेदामध्ये करून ठेवली आहे.

ऋग्वेद १/५१/९

मुळातच महान असा इंद्र द्यु लोकास भिडण्याएवढा बृहदाकार झाल्याची प्रशंसा वभ्रनामक भक्ताने केली आणि त्यास मुक्ती मिळाली.

स्पष्टीकरण

ही ऋचा अत्यंत महत्त्वाची आहे. हे स्फोट होऊन नष्ट होणाऱ्या ताऱ्याचे प्रत्यक्ष वर्णन आहे. या ऋचेमध्ये अकस्मात घडलेल्या खगोलीय घटनेचे वर्णन आलेले आहे. हे दृश्य आमच्या ऋषींनी सुमारे २०-२५ हजार वर्षांपूर्वी पाहिले होते. हे दृश्य एका सुपरनोव्हाचे (मृत्युपंथाला लागलेल्या ताऱ्याचे) होते. त्या ऋषींचे नाव आहे वभ्र वैखानस.

मुळातच महान म्हणजे आपल्या सूर्यापेक्षा तेजस्वितेने आणि विस्ताराने अनेक पटींनी मोठा तारा. ऋग्वेदामध्ये ज्या ताऱ्याला नाव दिले नाही किंवा जो सामान्य तारा आहे त्याला इंद्र हे सामान्य नाव दिलेले आहे. आकाशात अगणित तारे आहेत. त्यांना प्रत्येकाला नाव देणे शक्य नाही. म्हणून अशा ताऱ्यांना इंद्र असे म्हटले आहे. असा तारा एकाएकी प्रचंड विस्तारित झाला. त्याचा विस्तार एवढा वाढला की तो जणू काय द्यु लोकास भिडला होता. त्याने विश्वाचा मोठा भाग व्यापला. याची तेजस्विता एकाएकी वाढली. ही

अघटित, कधीही न पाहिलेली घटना पाहून ऋषीला आश्चर्य वाटले आणि पाहता पाहता तो तारा नष्ट झाला. त्याचा स्फोट झाला. जणू काय त्याला मुक्ती मिळाली.

(खगोलशास्त्रज्ञ सांगतात की, एखादा वृद्ध, मृत्युपंथाला लागलेला तारा शेवटच्या वेळी त्याचे आकारमान अचानक हजारो पटींनी वाढते. त्याच्या तेजस्वितेमध्ये एकाएकी हजारोपटींनी वाढ होते. असा तारा काही मिनिटांत नष्ट होतो. त्याचे हजारो तुकडे आकाशात फेकले जातात. त्याचा चुरा आणि धूळ आकाशात पसरते. ऋषींनी असाच नष्ट होणारा तारा पाहिला होता आणि त्याची नोंद ऋग्वेदामध्ये करून ठेवली आहे.) ही नोंद सर्वात प्राचीन आहे. इ. स. १५७२मध्ये टायको ब्राहे या शास्त्रज्ञाने सुपरनोव्हा पाहिला होता. त्यापूर्वी १०५४ मध्ये सुपरनोव्हा पाहिल्याची नोंद चिनी लोकांनी केलेली आहे. (ताऱ्यांचे अंतरंग लेखक-प्रभाकर कुंटे पान क्र. ६५) (सुपरनोव्हा म्हणजे ताऱ्याचा मृत्यू)

❖❖❖

१९.

सूर्याच्या चौऱ्याण्णव गती

चौऱ्याण्णव गती म्हणजे चौऱ्याण्णव अक्षांश आहेत. सूर्य एका वर्षात कर्कवृत्त ते मकरवृत्त आणि परत कर्कवृत्तापर्यंत चौऱ्याण्णव अक्षांशाचा प्रवास करतो.

ऋग्वेद १/१५५/६
विविध स्वरूपधारी, कालस्वरूपी, महाकाय, तरुण आणि विशाल, असा आदित्यरूपी विष्णू वर्तुळाकृती भ्रमण करणाऱ्या चक्राप्रमाणे आपल्या चौऱ्याण्ण्व गतीच्या साह्याने भ्रमण करतो.

स्पष्टीकरण

सायनाचार्यांच्या मते एका वर्षात अंतर्भूत होणारे एक संवत्सर, दोन अयने, पाच ऋतू, बारा महिने, चोवीस पक्ष, महिन्यातील तीस अहोरात्री, दिवसातील आठ प्रहर, आणि एका दिवसात बदलणारी बारा नक्षत्रे या सूर्यरूपी विष्णूच्या चौऱ्याण्ण्व गती होत.

चौऱ्याणणव गती म्हणजे चौऱ्याण्णव अक्षांश आहेत. सूर्य एका वर्षात कर्कवृत्त ते मकरवृत्त आणि परत कर्कवृत्तापर्यंत चौऱ्याण्णव अक्षांशाचा प्रवास करतो. ते कसे ते आपण पाहूया.

विषुववृत्त शून्य अक्षांशावर आहे. कर्कवृत हे विषुवृत्ताच्या उत्तरेला सोडेतेवीस अक्षांशावर आहे. तसेच मकर वृत हे विषुववृत्ताच्या दक्षिणेस साडेतेवीस अक्षांशावर आहे. म्हणजे कर्कवृत्त ते मकर वृत्त या दोहोंच्या मध्ये सत्तेचाळीस अक्षांश एवढे अंतर आहे. म्हणजे सूर्य वर्षाच्या पहिल्या सहा महिन्यांत कर्कवृत्त ते मकर वृत्त एवढे अंतर सरकतो. म्हणजे सूर्य पहिल्या सहा महिन्यांत सत्तेचाळीस अक्षांश प्रवास करतो, तसेच सूर्य एका वर्षातील दुसऱ्या सहा महिन्यांत मकर वृत्त ते कर्कवृत्त हा सत्तेचाळीस अक्षांशाचा प्रवास पुन्हा

करतो. म्हणजे पहिल्या सहा महिन्यांतील सत्तेचाळीस अक्षांश आणि दुसऱ्या सहा महिन्यांतील सत्तेचाळीस अक्षांश मिळून एका वर्षात चौऱ्याण्णव अक्षांश प्रवास सूर्य करतो. याच्या उलट मकरवृत्त आणि परत कर्कवृत्त ते मकर वृत्त, असाही विचार करता येतो.

❖❖❖

२०.

अग्निउपासक देव

खुले तारका गुच्छ, बंदिस्त तारका समूह, दीर्घिका, नक्षत्रे, तारे, जोडतारे इ. ची यादी ही ऋचा रचनाकाळापर्यंत शोधून ती ३३३९ एवढी झाली होती. म्हणजे भारतीय ऋषींनी ३३३९ एवढे विश्वामधील वस्तुमात्र शोधले होते.

ऋग्वेद ३/३/९

तीन हजार तीनशे एकोणचाळीस (३३३९) अग्निउपासक देवांनी अग्नीला घृताहुतीपूर्वक दर्भासनी स्थापन केले.

स्पष्टीकरण

भारतीय ऋषींनी वेदकाळापासून खगोलशास्त्रावर संशोधन केले आहे. नुसता तारे-तारकांचा अभ्यास करून ते थांबले नाहीत तर विश्व तसेच ब्रह्मांड यांच्या उत्पत्तीविषयी त्यांनी आपले सिद्धान्त मांडले आहेत. सूर्याची उत्पत्ती, सूर्यामध्ये अंतर्भूत असणारे सात सूर्य, त्यांची प्रकाशकिरणे, यांचीही माहिती त्यांनी प्राप्त करून घेतली. सूर्याचे ज्वलन हे ज्वालाग्राही पाणी आणि ज्वालाग्राही वायूच्या साह्याने होते, असे ठाम प्रतिपादन त्यांनी केले आहे. सूर्य आणि तारे यांची उत्पत्ती ज्वालाग्राही रसायनामुळे होते, असे त्यांचे ठाम मत होते. पृथ्वीही सूर्याच्या अगोदर निर्माण झाली, असे त्यांचे म्हणणे होते.

खगोल निरीक्षणासाठी त्यांच्याकडे कोणतीही दुर्बिण नव्हती. अंतर्ज्ञानाने आणि अंत:चक्षूच्या साहाय्याने त्यांनी विश्वाचे ज्ञान प्राप्त केले होते. राशी, नक्षत्रे, तारे, ग्रह यांचा शोध करून त्यांना साजेशी नावे त्यांनी दिलेली आहेत. विश्वनिर्माण क्रियेमध्ये जे जे घटक कारणीभूत आहेत, त्यांचे संशोधन करून त्यांना भारतीय नावे दिली आहेत. मित्रावरुण (तेजोमेघ),

वैश्विक वायू (मरुत), त्वष्ट्र, कृष्णमेघ, उदक, वैश्वानर अग्नी यांची कार्ये त्यांनी शोधून काढली होती.

खुले तारका गुच्छ, बंदिस्त तारका समूह, दीर्घिका, नक्षत्रे, तारे, जोडतारे इ. ची यादी ही ऋचा रचनाकाळापर्यंत शोधून ती ३३३९ एवढी झाली होती. म्हणजे भारतीय ऋषींनी ३३३९ एवढे विश्वामधील वस्तुमात्र शोधले होते.

जागतिक स्तरांवर १९८८मध्ये अशा वस्तुमात्रांची यादी प्रसिद्ध केली गेली . त्या वेळी अशा सर्व तारे-तारकांची संख्या १३,२२६ एवढी होती. यापैकी ऋषींनी शोधलेल्या तारे-तारकांची संख्या ३३३९ एवढी आहे. विश्वातील सर्व वस्तुमात्रांना या ऋचेमध्ये अग्निउपासक देव असे म्हटले आहे.

❖❖❖

२१.

विश्वरूप त्रिशिरस

ऋग्वेदकर्ते आदित्य हा सर्वश्रेष्ठ देव मानत होते. आदित्यामुळे सृष्टीचे पोषण होते, असे त्यांचे मत होते. विश्वरूप याच्या समकालीन त्रित आप्त्य हे ऋषी होते, ते ऋग्वेद विचारांचे अभ्यासक आणि समर्थक होते. त्रित आप्त्यांनी विश्वरूपाच्या मतांना जोरदार विरोध केला.

ऋग्वेद काळामध्ये विश्वनिर्मितीच्या संबंधाने, सृष्टी निर्मितीच्या संबंधाने तसेच परमेश्वराच्या अस्तित्वाच्या संबंधाने या देशामध्ये अनेक छोटे-मोठे विचारप्रवाह वाहात होते. परमेश्वरापर्यंत पोहोचण्याच्या विविध मार्गांचा ते विचार मांडत होते. विविध विचारांचे अनेक दार्शनिक आणि तत्त्वचिंतक आपापल्या मताचा प्रचार आणि प्रसार करीत होते. त्यांच्या विचारांना थोडीबहुत लोकमान्यता मिळत होती. ऋग्वेदी विचारक अशा ऋग्वेदविरोधी मतांची आसुरी मत म्हणून संभावना करीत.

विश्वरूप हा असाच एक दार्शनिक होता त्याचे असे मत होते की, विश्वातील कोणतीही एक देवता सृष्टीचे पालन-पोषण करू शकत नाही. त्यासाठी तीन देवतांची आवश्यकता आहे. या तीन देवता म्हणजे पृथ्वी, पाणी आणि अग्नी, (पृथ्वी, वरुण आणि सूर्य) या तीन देवता एकमेकांच्या साहाय्याने सृष्टीचे पोषण करतात. या तीनही देवता समान आहेत. या तीनही देवता आपल्या परीने श्रेष्ठ आहेत. विश्वरूप हा आपल्या या मताचा प्रसार करीत होता. त्याच्या या मतांना काही प्रदेशांमध्ये मान्यताही मिळत होती. ऋग्वेदकर्ते आदित्य हा सर्वश्रेष्ठ देव मानत होते. आदित्यामुळे सृष्टीचे पोषण होते, असे त्यांचे मत होते. विश्वरूप याच्या समकालीन त्रित आप्त्य हे ऋषी होते, ते ऋग्वेद विचारांचे अभ्यासक आणि समर्थक होते. त्रित आप्त्यांनी विश्वरूपाच्या मतांना जोरदार विरोध केला.

ऋग्वेद १०/८/७
इंद्र वंशकारी, द्यावापृथ्वी विख्यात आणि यज्ञबल संपन्न त्रित ऋषी स्तोत्ररूपी आयुधे सिद्ध करीत आहे.

ऋग्वेद १०/८/८
पितृआयुध प्राप्त, इंद्रकृपापात्र आणि युद्धकुशल त्रित आप्त्याने त्वष्ट्रपुत्र त्रिशिरस राक्षसाचा वध केला.

स्पष्टीकरण
त्रित आप्त्य ऋषीला आपल्या पित्यापासून वेदज्ञान प्राप्त झाले होते. ते ऋग्वेदाचे गाढे अभ्यासक, विद्वान आणि ऋग्वेद मताशी एकनिष्ठ होते. ऋग्वेदाने आदित्याला दिलेले श्रेष्ठत्व त्यांना मान्य होते. त्रित आप्त्य आणि विश्वरूप यांच्यामध्ये वैचारिक आणि तात्त्विक वादविवाद झाला. त्रित आप्त्यांनी ऋग्वेदातील स्तोत्रांचे अनेक दाखले देऊन विश्वरूपाचा पराभव केला. विश्वरूपाला वेदमत मान्य करण्यास भाग पाडले. विश्वरूप त्रिशिरस म्हणजे विश्वरूपाचे तीन देवांचे तत्त्वज्ञान होय. विश्वरूप हा वेदविचारापेक्षा वेगळे तत्त्वज्ञान मांडणारा होता म्हणून त्याला त्वष्ट्रपुत्र (असुर पुत्र) असे म्हटले आहे.

ऋग्वेद १०/८/९
सज्जनरक्षक इंद्राने त्वष्ट्रधेनुचे रक्षण करणाऱ्या गर्वोद्धत विश्वरूपाची तीनही मस्तके छाटली.

स्पष्टीकरण
विश्वरूपाला प्रत्यक्षात तीन मस्तके नव्हती तर विश्वरूप हा पृथ्वी, अग्नी आणि वरुण या तीनही देवांना समान महत्त्व देणारा होता. त्याचे हे मत वादविवादामध्ये त्रित आप्त्याने खोडून काढले व त्याचा वादविवादामध्ये पराभव केला. विश्वरूपाच्या मताला तत्कालीन पार्शिक देशात मोठ्या प्रमाणावर मान्यता मिळाली होती.

टीप
त्रित आप्त्य आणि विश्वरूप यांचा वादविवाद एखाद्या राजाच्या राजदरबारात झाला असावा. विश्वरूप हरल्यानंतर वेदविरोधी मताचा प्रचार केला म्हणून राजाने (इंद्राने) शिक्षा म्हणून विश्वरूपाचा शिरच्छेद केला असावा असे वाटते.

बृहतदेवताकारांनी या सूक्ताचे स्पष्टीकरण पुढीलप्रमाणे केलेले आहे. असुरांच्या हितासाठी विश्वरूप देवगणामध्ये सामील झाला व देवपुरोहित बनला. त्याचे कपट ओळखून इंद्राने त्रित आप्त्याकरवी त्याची तिन्हीही मस्तके छाटली. अन्न, सोम, आणि सुरा, भक्षिणाऱ्या तिन्हीही विभिन्न मस्तकांमधून अनुक्रमे तित्तरी, कपिजल, आणि कलविक पक्षी निर्माण झाले.

❖❖❖

२२.

सप्तवध्री आत्रेय

कणिंग म्हणजे वेताच्या किंवा निरगुडीच्या झाडाच्या फोकाच्या साह्याने विणून तयार केलेले धान्याचे गोल आणि उंच कोठार किंवा पिंप असते. ही कणिंग खंडीभर धान्य मावेल एवढी मोठी करता येते. त्याच्यावर झाकण म्हणून गव्हाच्या काडाचे इरले (झाकण करीत असत) या कणगीमध्ये ठेवलेले धान्य चोरापासून तसेच पावसापासून सुरक्षित राहात असे. शत्रूचे लोक शोधत आले तर सप्तवध्री आत्रेय या कणगीमध्ये लपून बसत. शत्रूचे लोक दूर निघून गेल्यानंतर ते कणगीच्या बाहेर येत असे.

ऋग्वेद ५/७८

अत्री समाजाने पंचनद देशामध्ये लोकराज्य पद्धती स्थापन केली होती. राज्यातील प्रत्येक वर्गातील एक व्यक्ती घेऊन अनेक व्यक्तींच्या विचाराने राज्य कारभार चालविला जाई. हे राज्य पुष्कळ काळपर्यंत टिकून होते. परंतु नंतर द्रृह्युवंशज अंगार याने ही सत्ता उलथून टाकली व स्वतः राजा झाला. नंतर द्रुह्यु वंशजानी अत्री समाजाचा छळ सुरू केला. त्यांची घरेदारे जाळली. त्यांना देश सोडून पळून जाण्यास भाग पाडले. अशाच एका सप्तवध्री आत्रेय वंशजाची ही हाल-अपेष्टांची कथा या सूक्तामध्ये दिली आहे. त्याची बायको गरोदर होती. तिचे दिवस भरत आले होते. त्यामुळे त्याला घरदार सोडून पळून जाता येत नव्हते. अशा वेळी शत्रूच्या भीतीने तो घरातील कणगीमध्ये दिवसभर लपून बसत असे. रात्रीच्या वेळी बाहेर येत असे. या सूक्तामध्ये पेटिकारूपी वनस्पते असा शब्द आलेला आहे. याचा अर्थ कणिंग किंवा कणगी असा घेतला पाहिजे. कणिंग म्हणजे वेताच्या किंवा निरगुडीच्या झाडाच्या फोकाच्या साह्याने विणून तयार केलेले धान्याचे गोल आणि उंच कोठार किंवा पिंप असते. ही कणिंग खंडीभर धान्य मावेल एवढी मोठी करता येते. त्याच्यावर झाकण म्हणून गव्हाच्या काडाचे इरले (झाकण करीत असत) या कणगीमध्ये ठेवलेले धान्य

चोरापासून तसेच पावसापासून सुरक्षित राहात असे. शत्रूचे लोक शोधत आले तर सप्तवध्री आत्रेय या कणगीमध्ये लपून बसत. शत्रूचे लोक दूर निघून गेल्यानंतर ते कणगीच्या बाहेर येत असे. त्याच वेळी त्यांची बायको गरोदर होती. अशा बिकट स्थितीमध्ये त्याने हे सूक्त रचले आहे. सप्तवध्री आत्रेयाने अश्विनीकुमारांची प्रार्थना केलेली आहे. माझी जशी लपण्याची सोय झाली आहे तशीच माझी पत्नी सुखरूप बाळंतीण होवो, अशी ही प्रार्थना आहे.

(बृहदेवता ५-८२-८५) : बृहतदेवतेमध्ये सूक्ताचे पुढीलप्रमाणे स्पष्टीकरण करण्यात आले आहे. सायनाचार्यांच्या मते सप्तवध्री ऋषींना असुरांनी एका पेटीत बंद करून पत्नीशी गाठ होणे अशक्य केले. अश्विनीकुमारांनी सप्तवध्रीची मुक्तता करून पति-पत्नीचे मीलन घडवून आणले आणि त्या ऋषींना पुत्रप्राप्ती झाली.

❖❖❖

२३.

आसंग प्लायोगी कथा

आसंग प्लायोगी राजा नुसता शूरवीर आणि दानशूर नव्हता तर एक अभिनयसम्राट होता. तो नाटकामध्ये स्त्रीपात्राची भूमिका समर्थपणे करीत होता.

ऋग्वेदामध्ये ८/१/३० तसेच ८/३३/१९ मध्ये आसंग प्लायोगी राजाचे वर्णन आले आहे.

ऋग्वेद ८/१/३०
आसंग राजा मेध्यातिथी ऋषींना म्हणतो, हे मेध्यातिथी शत्रुजेत्या, शत्रुंजय आणि सन्माननीय अशा माझे तू स्तवन कर. मी तुला विपुल धन देईन.

ऋग्वेद ८/१/३१
हे मेध्यातिथे स्तोतृधनदाता, अश्वयुक्त, रथारूढ आणि पशुसंपन्न अशा माझे तू स्तवन कर.

ऋग्वेद ८/१/३२
मेध्यातिथी म्हणतात, मला सुवर्णवेष्टित, पशुचर्मादी संपत्ती दान करणाऱ्या, गर्जनकारी, रथयुक्त आसंग राजा शत्रुधन जिंकून आणो.

ऋग्वेद ८/१/३३
दानशूर श्रेष्ठ आसंग राजाने मला दशसहस्त्रावधी धन दिले. त्याने दिलेले दशसहस्त्र तेजस्वी धेनू वृषभ सर्वत्र पसरले आहेत.

या वर्णनावरून आसंग राजा शत्रुअश्वजेता, अश्वयुक्त, रथारूढ, पशुसंपन्न, स्तोतृधनदाता, दानशूर, श्रेष्ठ आहे हे सिद्ध होते.

ऋग्वेद ८/१/३४ मध्ये त्याच्या पत्नीने त्याच्या पौरुषत्वाबद्दल तोंडभरून कौतुक केले आहे.

परंतु पुढे ऋग्वेद ८/३३/१९ मध्ये आलेल्या स्त्रीरूपधारी या एकाच शब्दावरून आसंग प्लायोगी राजाला पौरुषत्वहीन करून स्पष्टीकरण केलेले आहे.

आसंग प्लायोगी राजा नुसता शूरवीर आणि दानशूर नव्हता तर एक अभिनयसम्राट होता. तो नाटकामध्ये स्त्रीपात्राची भूमिका समर्थपणे करीत होता. त्याने नाटकामध्ये असुरसम्राट व्यंस राजाच्या बहिणीची भूमिका समर्थपणे केली होती. ही भूमिका करताना तो एक चूक करीत होता. ती चूक सुधारावी म्हणून राजाने (इंद्र) याला सल्ला दिला आहे. इंद्र म्हणतो, "हे राजा, स्त्री भूमिका करताना पायाचे घोटे दिसणार नाहीत अशा बेताने तू मंद पदन्यास कर. वर न पाहता तू अधोमुख राहा."

या सल्ल्यावरून आसंग राजाला स्त्री (षंढ) ठरविले आहे. अशा गुणवान राजाबद्दल बृहतदेवताकाराने पुढील स्पष्टीकरण दिलेले आहे -

बृ.दे.६-७६७७

देवता शापामुळे स्त्री बनलेल्या आसंगाला त्याची पत्नी शाश्वती हिने तपश्चर्या करून पुन्हा पुरुष बनविले. पुरुषत्व प्राप्त झालेल्या पतीला पाहून तिने आनंदोद्‌गार काढले.

❖❖❖

२४.

कौशिक इंद्र व वैकुंठ इंद्र

संस्कृत मराठी शब्दकोशामध्ये वैकुंठ या शब्दाचा अर्थ जिंकण्यास कठीण किंवा अजिंक्य असा दिलेला आहे.

ऋग्वेद १/१०/११

ऋग्वेद १/१०/११ मध्ये इंद्राला कौशिक इंद्र असे म्हटले आहे. ऋग्वेद सर्वानुक्रमणेमध्ये कौशिक इंद्राचे स्पष्टीकरण पुढीलप्रमाणे दिलेले आहे :

(ऋग्वेद सर्वानुक्रमणी ३-१)

कुशिक ऐशारथी राजाने इंद्रतुल्य पुत्रप्राप्तीसाठी तपस्या केली. तेव्हा इंद्र गाथिननामक राजपुत्राच्या रूपाने कुशिक राजाच्या पोटी अवतीर्ण झाला. त्यामुळे इंद्राला कौशिक ही उपाधी प्राप्त झाली. कुशिकाच्या वंशजांना 'कौशिक' म्हटले जाते.

संस्कृत-मराठी शब्दकोशामध्ये कौशिक या शब्दाचा अर्थ उडण्याचा एक प्रकार असा दिलेला आहे.

सूर्य (इंद्र) अवकाशात भ्रमण करतो. तो भ्रमण करताना अवकाशामध्ये अधांतरी असतो. त्याला कुठल्याही प्रकारचे पंख नसताना तो भ्रमण करतो. या सूर्याच्या अधांतरी भ्रमण करण्याच्या प्रकाराला सूर्याचे कौशिक भ्रमण म्हणतात.

इंद्र मेघांमध्ये भ्रमण करून वृत्रासुराला ठार मारतो. त्या वेळी तो पंखाचा वापर न करता ढगांमध्ये भ्रमण करतो. इंद्राच्या या अधांतरी उडण्याच्या प्रकारावरून इंद्राला कौशिक इंद्र असे म्हटले आहे.

वैकुंठ इंद्र

ऋग्वेद १०/४७ ते १०/४९ या सूक्तामध्ये वैकुंठ इंद्राचे वर्णन आलेले आहे.

बृहतदेवता मते विकुंठानामक असुर स्त्रीने पुत्रप्राप्त्यर्थ तपस्या केली असता स्वतः इंद्रानेच वैकुंठ इंद्र नावाने तिच्या पोटी जन्म घेतला. (बृहदेवता ७-५९-६०)

संस्कृत मराठी शब्दकोशामध्ये वैकुंठ या शब्दाचा अर्थ जिंकण्यास कठीण किंवा अजिंक्य असा दिलेला आहे.

ऋग्वेद १०/४७ आणि ऋग्वेद १०/४९ या सूक्तामध्ये इंद्र स्वत: आपल्या सर्व पराक्रमाचे वर्णन करून मी स्वत: कसा अजिंक्य आहे, हे दर्शवितो. यामध्ये कोठेही विकुंठा या असुर स्त्रीचा उल्लेख आलेला नाही. बृहदेवतामध्ये स्पष्टीकरण करताना विकुंठा स्त्रीचा संबंध जोडला गेला आहे.

❖❖❖

२५.

बृहस्पती आणि तारा

ऋग्वेद ४/५० मध्ये गुरू ग्रहाचे वर्णन आलेले आहे. त्या वेळी गुरू ग्रहाचा शोध लागला होता. आकाराने मोठा म्हणून अंगीरस बृहस्पतीचे नाव या ग्रहाला दिले. सप्तमुख, पितृतुल्य, देवस्वरूप अशा उपाधी गुरू ग्रहाला दिलेल्या आहेत. सप्तमुख म्हणजे गुरूचे सात चंद्र असावेत.

ऋग्वेद १०/१०९

या सूक्तामध्ये सूक्तकाराने अत्यंत धूर्तपणे योग्य ठिकाणी द्विअर्थी आणि संशय निर्माण करणारी शब्दरचना करून ही सूक्त रचना केलेली आहे. खरोखरच सूक्तकाराच्या रचनेला दाद दिली पाहिजे. या ठिकाणी यज्ञात वापरण्याच्या पळीला पत्नीचे रूपक दिलेले आहे. या रूपकाचा पुढील ग्रंथकारांनी गैर अर्थ करून बृहस्पती पत्नी तारेची बदनामी केलेली आहे.

प्रसंग असा आहे, देवांच्या यज्ञामध्ये बृहस्पती हे मुख्य पुरोहित आहेत. यज्ञामध्ये सूर्य, वरुण, वायू, अग्नी, सोम (चंद्र) आणि जलदेवता हजर आहेत. हे सर्व जण बृहस्पतीच्या गृहस्थाश्रमाविषयी आणि बृहस्पतीच्या श्रेष्ठत्वाविषयी चर्चा करीत आहेत.

त्याच वेळी अनवधानाने बृहस्पतीची पळी सोमरसामध्ये पडली. ती बृहस्पतींना माहिती नव्हती. पुष्कळ शोध करून ती सापडली नाही. या ठिकाणी यज्ञकार्यात उपयोगी पळीला ब्रह्मजाया (पत्नी) अशी उपमा दिलेली आहे. ती सोमपात्रामध्ये पडली होती हे कुणालाही माहिती नव्हती. द्रवाचा अधिपती वरुण याने सोमरसाला ती पळी परत देण्याचा आदेश दिला. ती पळी अग्नीला सोमपात्रामध्ये सापडली (सोमपात्र हे सोमरस ठेवण्याचे भांडे आहे.) ती बृहस्पतीला परत केली. पुष्कळ शिष्यांनी ती पळी शोधली होती पण ती कोणाच्या दृष्टीस पडली नाही. यज्ञात हजर असलेल्या सप्तर्षींनी ती पळी स्वच्छ असल्याचे सांगितले. पळी स्वच्छ धुऊन परत केल्यामुळे देवगणांना पुण्य मिळाले. अशा तऱ्हेने देवगणाकडून ती पळी बृहस्पतींना परत मिळाली.

या साध्या प्रसंगावरून आणि संशय निर्माण करणाऱ्या शब्दरचनेवरून पुढील ग्रंथकारांनी कल्पनारम्य कथा रचलेल्या आहेत. पुराणे आणि काशीखंड या ग्रंथांमध्ये त्यासाठी अनेक अध्याय खर्ची घातलेले आहेत.

सोम (सोमरस) याचा अर्थ चंद्र केला. ब्रह्मजाया (पळी) चा अर्थ बृहस्पतींची पत्नी (तारा) केला. चंद्राने तारेला पळवून नेले. तारेला चंद्रापासून बुध नावाचा पुत्र झाला. देवांचे आणि चंद्राचे तारेसाठी घनघोर युद्ध झाले. महादेवाच्या मध्यस्थीने चंद्राने तारेला परत केले, अशी कथा रचली गेली. एके काळी बृहस्पती हा विश्वनिर्माणकारी मुख्य देव होता. त्वष्ट्र ही मुख्य देवता मागे पडून तिच्या जागी बृहस्पती ही देवता पुढे आलेली आहे.

मनुपुत्री इला आणि अरण्यात सोम वनस्पती शोधणारा अरण्यवासी बुध यांच्या पासून पुरूरवा हा राजा झाला. इलाची प्रतिष्ठा सांभाळण्यासाठी सोमसुत बुधाचा संबंध काल्पनिक चंद्र-तारा पुत्र बुधाशी जोडला गेला. सोमसुत बुध हा चंद्र आणि तारा यांचा पुत्र आहे, असे कथानक रचले गेले. हा सर्व खटाटोप पुरूरवा राजाचा संबंध चंद्र वंशाबरोबर जोडण्यासाठी केला गेला. इकडे अयोध्येमध्ये ईक्ष्वाकू राजा हा सूर्यवंशीय होता. म्हणून पुरूरवाला चंद्रवंशीय केले गेले.

ऋग्वेदामध्ये बृहस्पतींची तीन रूपे दिसून येतात – (ऋग्वेद १०/६७/६८)

- मेघांचे रक्षण करणारा मातारिश्वन वायू.
- अंगीरस कुलोत्पन्न बृहस्पती याने पृथ्वीवर यज्ञ पद्धती शोधून काढली. पुढील कालखंडात बृहस्पतीला देव यज्ञातील मुख्य तसेच 'देवांचा गुरू' असे संबोधले गेले.
- गुरू ग्रह बृहस्पती ही वाणीची देवता होती. अव्यक्त गोष्टी व्यक्त करणारी ती वाणी. ऋग्वेदामध्ये बृहस्पतीला देवांचा गुरू मानले गेले.

अंगीरस कुलोत्पन्न बृहस्पती हे अंगीरसांचे सहावे वंशज होते. यांनी चोरांनी आश्रमातील गायी पळवून नेल्या असता दिवटीचा उजेड करून त्या शोधून आणल्या. ऋग्वेद ४/५० मध्ये गुरू ग्रहाचे वर्णन आलेले आहे. त्या वेळी गुरू ग्रहाचा शोध लागला होता. आकाराने मोठा म्हणून अंगीरस बृहस्पतीचे नाव या ग्रहाला दिले. सप्तमुख, पितृतुल्य, देवस्वरूप अशा उपाधी गुरू ग्रहाला दिलेल्या आहेत. सप्तमुख म्हणजे गुरूचे सात चंद्र असावेत.

❖❖❖

२६.

स्वर्गाचे प्रवेशद्वार, दिव्य नौका आणि सप्त भगिनी

मृग नक्षत्राजवळ जी रोहिणी तारका आहे या तारकेला ऋग्वेद काळी मृग तारका असे नाव असावे, परंतु संशोधनाअंती असे लक्षात आले की, मृग ताऱ्यामध्ये त्याला साजेसे गुणधर्म नाहीत. म्हणून या ताऱ्याचे नाव बदलून रोहिणी तारा असे नामकरण केले असावे.

स्वर्गद्वार

ऋग्वेद १/१३९/४मध्ये स्वर्गद्वाराचा उल्लेख आहे. मिथुन राशीतील पाच ताऱ्यांच्या आकारावरून ही कल्पना केलेली आहे. यापैकी चार तारे दोन खांबांसारखे दिसतात आणि पाचवा तारा दोन खांबांच्या वर कमानीसारखा आकार करतो. या तारकापुंजाच्या कमानीसारख्या आकारालाच स्वर्गद्वार असे म्हटले आहे. कारण सूर्य, चंद्र आणि सूर्यमालेतील सर्व ग्रह हे याच प्रवेशद्वारातून अर्थात आयनिक वृत्ताच्या उत्तर आणि दक्षिणेकडे मिळून २५ अंशाच्या पट्ट्यातूनच नेहमी पूर्वेकडे प्रवास करताना दिसतात.

सुवर्ण नौका

ऋग्वेद ६/५८/३ आणि १०/६३/१० यामध्ये सुवर्ण नौका किंवा दिव्य नौका यांचा उल्लेख आलेला आहे. दक्षिण आकाशातील तारका पुंजाच्या नौकेच्या आकारावरून या तारकापुंजाला दिव्य नौका असे म्हटले आहे. व्याध आणि अगस्ती या दोन ताऱ्यांना जोडणाऱ्या रेषेच्या पूर्वेस हा तारका समूह येतो. अगस्ती हा तारा नौकेच्या तळाच्या भागी येतो.

सप्त भगिनी

ऋग्वेदामध्ये सप्त भगिनी किंवा सात ऋषी कन्या असा उल्लेख आलेला आहे. यांचा संबंध कृतिका नक्षत्रातील तारका समूहाशी येतो. कृतिका नक्षत्रामध्ये सात तारकांचा एक पुजका दिसतो. यामधील तारकांची नावे अशी - अंबा, दुला, नितत्नी, अभ्रयंती, मेघयंती, वर्षयंती, चुपुनिका, परंतु चुपनिका तारका सध्या दिसत नाही या सात तारकांना सात बहिणी किंवा सात ऋषिकन्या असे वेदांमध्ये म्हटले आहे. ऋग्वेद काळी कृतिकायष्टी हा यज्ञ या नक्षत्राच्या नावाने केला जात असे.

ऋग्वेद ८/६९/१५

धष्टपुष्ट राजकुमारासदृश रथाधिष्ठित इंद्राने महान पराक्रमी मृगाला ठार मारले.

स्पष्टीकरण

या ऋचेचे नेमके स्पष्टीकरण देता येत नाही. तरी ही असे वाटते की, मृग नक्षत्राजवळ जी रोहिणी तारका आहे या तारकेला ऋग्वेद काळी मृग तारका असे नाव असावे, परंतु संशोधनाअंती असे लक्षात आले की, मृग ताऱ्यामध्ये त्याला साजेसे गुणधर्म नाहीत. म्हणून या ताऱ्याचे नाव बदलून रोहिणी तारा असे नामकरण केले असावे. मृग ताऱ्यांचे नाव जनमानसातून कायमचे निघून जावे म्हणून इंद्राने मृगाला ठार मारले, अशी आशयाची ऋचा रचली असावी किंवा असे वाटते की, नक्षत्रांची संख्या २१, रून २७ करताना मृग नक्षत्रांचे दोन भाग करून एक नवीन रोहिणी नक्षत्र बनले असावे. त्या वेळेस मृग ताऱ्यांचे नाव बदलून रोहिणी तारा, असे ठेवले असावे.

❖❖❖

२७.

प्रजापती आणि उषा

ऋग्वेदाच्या प्राथमिक कालखंडात इंद्र ही एक अत्यंत महत्त्वाची देवता होती. पुढे सूर्य ही देवता उदयास आली. हळूहळू सूर्यदेवतेचे महत्त्व वाढत गेले. पुढे इंद्र आणि सूर्य या देवतांना समान महत्त्व दिले गेले. पुढे इंद्र आणि सूर्य हे एकच देव आहेत, असे भासविण्यात आले.

ऋग्वेद १०/६१/५

इच्छाशक्तीयुक्त, वीर्यसंपन्न आणि एकनिष्ठ प्रजापतीने उषासज्ञक कन्येच्या ठायी स्थापिलेल्या वीर्यामधून वास्तोस्पतिरूपी लोकहितकारक पुत्र जन्मला.

स्पष्टीकरण

प्रथम आपण या ऋचेतील काही शब्दांचे संस्कृत-मराठी शब्दकोशामध्ये दिलेले अर्थ पाहू.

- **वीर्य :** पराक्रम, शक्ती, प्रभाव, परिणाम, सामर्थ्य आणि शुक्ररेत.
- **प्रजापती :** ब्रह्मदेव, सृष्टिकर्ता, दक्ष, बाप, राजा, जावई, विश्वकर्मा, शिस्न, सूर्य, अग्नि, विष्णू.
- **कन्या :** कुमारी मुलगी आणि स्त्री.

या ऋचेमध्ये कन्या याचा अर्थ स्त्री असा घेतला तर अर्थ सहज आणि सरळ लागतो तसेच प्रजापती याचा अर्थ सूर्य घेतला तर अर्थ सरळ लागतो.

आपल्या इच्छाशक्तीने सृष्टीची निर्मिती करणाऱ्या, सामर्थ्यसंपन्न आणि एकनिष्ठ सूर्याने उषासंज्ञक स्त्रीच्या (पत्नी) ठिकाणी स्थापिलेल्या प्रभावामुळे वास्तोस्पतीरूपी लोकहितकारक पुत्र जन्मला.

(ऋग्वेद ३/६१/४ आणि ५/४४/७ मध्ये उषेला 'सूर्याची पत्नी' असे म्हटले आहे.)

ऋग्वेद १०/६१/७

प्रजापतीरूपी पिता उषारूपी स्वकन्येशी रत होत असता झालेल्या वीर्यसिंचनामधून देवांनी ब्रह्मनच्या साहाय्याने कर्मरक्षक वास्तोस्पती देवाची निर्मिती केली.

स्पष्टीकरण

उषा सूक्तामध्ये उषा ही स्वर्गकन्या आहे असे म्हटले आहे.

सूर्य हा सृष्टीचा निर्माता आणि पोषणकर्ता आहे, म्हणून सूर्य हा सृष्टीचा पिता आहे.

ऋचेचा अर्थ : सृष्टीचा सूर्यरूपी पिता स्वर्गकन्यारूपी उषेशी रत होत असताना झालेल्या वीर्यसिंचनामधून देवांनी ब्रह्मदेवाच्या साह्याने कर्मरक्षक वास्तोस्पती देवाची निर्मिती केली.

वास्तोस्पती याचा अर्थ वास्तूची देवता असा होतो. तरीही वास्तोस्पतीचा अर्थ 'रुद्र' असा केला आहे. वास्तोस्पतीचा अर्थ रुद्र असा कशावरून केला, तो का केला हे समजत नाही.

प्रजापती आणि उषा : पृथ्वी ही एक वास्तू आहे. वास्तोस्पती हा या वास्तूचा देव आहे. उषेच्या आगमनामुळे पृथ्वीवरील प्राणिमात्र कर्मप्रवृत्त होतात.

उषःकाली पृथ्वी प्रकाशित होऊ लागली असता या समयाला वास्तोस्पती देव, अशी कल्पना केली आहे. वास्तोस्पती देवाचे हे एक रूपक आहे. या ऋचेमध्ये द्व्यर्थी आणि संशयी शब्दरचना करून ब्रह्मदेवाचे खच्चीकरण करण्याचा प्रयत्न केला आहे. त्यामुळे जनमानसामध्ये ब्रह्मदेवाबद्दल जो आदरभाव होता त्याला धक्का बसला. ब्रह्मदेवाची प्रतिमा मलिन झाली. ब्रह्मदेव म्हणजे दुराचारी, स्वैराचारी, स्त्रीभोगेच्छू अशी प्रतिमा तयार झाली. यामुळे एकेकाळचा विश्वकर्मा असणारा देव, त्याचे मंदिर उभारण्यास लोकमानस तयार झाले नाही. संपूर्ण भारतामध्ये पुष्कर सरोवरावर ब्रह्मदेवाचे एक छोटेसे मंदिर आहे. जनमानसातील क्षोभाचे दर्शन यातून होते. इंद्र या प्राचीन देवतेबाबतही असेच घडले. ऋग्वेदाच्या प्राथमिक कालखंडात इंद्र ही एक अत्यंत महत्त्वाची देवता होती. पुढे सूर्य ही देवता उदयास आली. हळूहळू सूर्यदेवतेचे महत्त्व वाढत गेले. पुढे इंद्र आणि सूर्य या देवतांना समान महत्त्व दिले गेले. पुढे इंद्र आणि सूर्य हे एकच देव आहेत, असे भासविण्यात आले. इंद्र आणि सूर्य या संयुक्त देवतेला 'विष्णू' असे नाव दिले गेले. पुढे इंद्राचे महत्त्व कमी केले गेले. विष्णू हीच सर्वश्रेष्ठ देवता आहे, असे जनमानसात ठसविले गेले.

मधल्या काळात त्वष्ट्र, ब्रह्मण, ब्रह्मणस्पती, बृहस्पती, वरुण, मरुत्, अश्विनीकुमार इ. देवता ऋग्वेदामध्ये आलेल्या दिसतात. परंतु या सर्व देवता नंतरच्या कालखंडात मागे पडल्या. ब्रह्मदेव, इंद्र या देवतांचे पद्धतशीरपणे खच्चीकरण करण्यात आले. अशा तऱ्हेने विष्णूने सर्व देवांवर आक्रमण करून विष्णू हा सर्वश्रेष्ठ देव ठरला.

❖❖❖

२८.

सूर्याची २१ स्थाने

भारतीय ज्योतिर्विद ज्या वेळेस ज्योतिषशास्त्रीय गणित जुळवू लागले तेव्हा ३६० अंश, एकवीस नक्षत्रे आणि बारा राशी यांचे गणित व्यवस्थित बसत नव्हते. कारण नक्षत्रे ही राशीमध्ये स्थित आहेत. राशींचे आकारमान आणि नक्षत्रांचे आकारमान लहान-मोठे होते. या सर्व गोष्टींचा विचार करून आणखीन सहा नक्षत्रे वाढवून नक्षत्रांची संख्या कमीत कमी सत्तावीस करणे आवश्यक होते.

ऋग्वेद १/१३३/६
हे इंद्रा, तू आपल्या एकवीस योद्ध्यांसह धावत असतो.

ऋग्वेद ८/६९/७
सोमप्राशक सूर्यरूपी इंद्र आणि मी जगताच्या आद्य स्थानी एकत्र येऊन नंतर सूर्याच्या एकवीस स्थानाप्रत जाऊ.

ऋग्वेद ८/८६/२१
गो-दुग्ध मिश्रणार्थ एकवीस धेनूचे दोहन करणारा उषा प्रकाशक, नदी प्रवाहक आणि लोकहितकारक सोम इंद्रोदर गमनार्थ पाझरत आहे.

स्पष्टीकरण
ऐतरेय ब्राह्मण मते बारा महिने, पाच ऋतू, तीन लोक आणि एक आदित्य मिळून सूर्याची ही एकवीस स्थाने बनतात (ऐ.ब्रा. १/३०)

सूर्याची एकवीस स्थाने म्हणजे ही एकवीस नक्षत्रे आहेत. सूर्य हा वर्षभर आकाशातील आयनिक वृत्तावरून प्रवास करीत असतो. या आयनिक वृत्तावरील एकवीस नक्षत्रे हीच सूर्याची एकवीस स्थाने आहेत. सूर्याचे आद्य स्थान म्हणजे अश्विनी हे प्रथम नक्षत्र आहे. या नक्षत्रांनाच 'सूर्याचे एकवीस योद्धे' असे म्हटले आहे.

परंतु सध्या तर सत्तावीस नक्षत्रे आहेत. या ऋचामध्ये तर एकवीस नक्षत्रांचा उल्लेख आहे. हे कसे? याचे उत्तर पुढीलप्रमाणे आहे –

वरील ऋचांमध्ये फक्त आयनिक वृत्तावरील एकवीस नक्षत्रे घेतली आहेत. या ऋचा रचना कालखंडापर्यंत फक्त एकवीस नक्षत्रांचाच विचार होत होता; परंतु भारतीय ज्योतिर्विद ज्या वेळेस ज्योतिषशास्त्रीय गणित जुळवू लागले तेव्हा ३६० अंश, एकवीस नक्षत्रे आणि बारा राशी यांचे गणित व्यवस्थित बसत नव्हते. कारण नक्षत्रे ही राशीमध्ये स्थित आहेत. राशींचे आकारमान आणि नक्षत्रांचे आकारमान लहान-मोठे होते. या सर्व गोष्टींचा विचार करून आणखीन सहा नक्षत्रे वाढवून नक्षत्रांची संख्या कमीत कमी सत्तावीस करणे आवश्यक होते. चंद्र सत्तावीस दिवसांत पृथ्वी प्रदक्षिणा करतो. तो प्रत्येक दिवशी एका नक्षत्रात दाखविण्यासाठी नक्षत्रांची संख्या सत्तावीस केली गेली. त्यासाठी आयनिक वृत्तांचे आसपासचे आणखी सहा नक्षत्रपुंज शोधून निश्चित केले गेले आणि सत्तावीस नक्षत्रे निश्चित केली गेली. अभिजित हे आणखी अठ्ठाविसावे नक्षत्र आहे. परंतु ते आयनिक वृत्तांपासून फार दूर उत्तर ध्रुवाकडे आहे म्हणून ते विचारांत घेतले नाही.

ऋग्वेद ८/६९/३

स्वर्गलोकातील चित्रविचित्र धेनू तिन्हीत्रिकाळ इंद्राच्या सोमामध्ये दुग्ध स्रवतात.

स्पष्टीकरण

सोम = सोमलता, सोमरस, अमृत, चंद्र, पाणी, वायू, कुबेर, यम, किरण.

स्पष्टीकरण : या ऋचेमध्ये तारकांना धेनूची उपमा दिलेली आहे. ऋग्वेद मते सूर्यासह विश्वातील सर्व तारे-तारका एकमेकांना सतत इंधनाचा (ऊर्जा) पुरवठा करीत असतात. त्यांनाच विश्वातील आडवे धागे (रज्जू) असे म्हटले आहे तसेच विश्वातील या सर्व तारकांना विश्वाच्या केंद्रकामधूनही इंधन (ऊर्जा) पुरवठा होत असतो. त्यांना उभे धागे (रज्जू) असे म्हटले आहे. विश्व केंद्रक आणि तारे तसेच ताऱ्यांतील आपसांतील इंधन (ऊर्जा) पुरवठ्यालाच विश्वातील उभे आणि आडवे धागे असे म्हटले आहे. स्वर्गलोकांतील चित्र-विचित्र धेनू म्हणजे विश्वातील लालसर, पिवळसर, तांबूस, निळसर आणि पांढऱ्या तारका होय. गो दोहन म्हणजे सूर्य विश्वातील तारकापासून ऊर्जा शोषून घेतो.

❖❖❖

२९.

इंद्र सूक्ते

हिमालय पर्वत आणि दक्षिण भारत यामध्ये समुद्र पसरला होता. हिमालयातून वाहणाऱ्या नद्यांनी वाहून आणलेल्या गाळामुळे हा समुद्र भरला गेला आणि आताच्या उत्तर भारताची निर्मिती झाली. नद्यांचे हे कार्य लाखो वर्षे चालत होते. हळूहळू समुद्रामध्ये भूमी निर्माण होऊन समुद्र मागे हटत गेला. ही भूभाग विस्तारण्याची क्रिया हिमालयाच्या पायथ्यापासून सुरू झाली. इंद्राने जमीन निर्माण केली.

ऋग्वेद १/६/१

वायुरूपाने जगाच्या भोवती फिरणाऱ्या आदित्यरूपी दयाळू इंद्राला लोक कामाला लावतात आणि आकाशात सूर्य स्वतेजाने चमकू लागतो.

स्पष्टीकरण

लोक याचा अर्थ तारे-तारका असा होतो. आदित्य सूर्य आणि इंद्र ही एकाच देवाची (अग्नी) नावे आहेत. सूर्य हा वायुरूप गोल असून तो विश्वामध्ये भ्रमण करतो. सूर्य स्वर्गलोक, अंतरिक्ष आणि पृथ्वी या लोकांमध्ये आपल्या तेजस्वी किरणांनी प्रकाशतो. प्रकाश आणि उष्णतेच्या साहाय्याने सृष्टीचे निर्माण आणि पोषण करतो. इतर तारकांप्रमाणे सूर्य प्रकाशू लागतो.

ऋग्वेद १/६/३

हे मानवांनो, अंध:कार नाहीसा करून प्रकाश उत्पन्न करणारा आणि अस्पष्टांना स्पष्ट करणारा इंद्र उषेसमवेत जन्म घेतो. सूर्याचा उदय होतो.

ऋग्वेद १/७/३

दूरवरचे प्रदेश दृगोच्चर व्हावेत म्हणून इंद्राने सूर्याला उंच आकाशात स्थापन केले आणि धेनूंना (जल) बंदिस्त करणारे पर्वत (मेघ) छिन्नविच्छिन्न केले.

ऋग्वेद १/८/५

विशाल अंतरिक्षाप्रमाणे बलिष्ठ असा सूर्य (इंद्र) शरीराने बृहदाकार (प्रचंड मोठा) असणारा आणि गुणाने श्रेष्ठ आहे. त्या वज्रधारी इंद्राचे माहात्म्य तसेच कायम राहावे.

ऋग्वेद १/१०/७

हे वज्रधारी इंद्रा, तू दिलेले अथवा शुद्ध केलेले उदक सर्वत्र पसरते आणि सर्वांना सुलभपणे प्राप्त होते. तू गायींचा कळप मोकळा कर. (मेघवर्षाव कर)

ऋग्वेद १/१०/११

आनंद पावणाऱ्या कौशिक इंद्रा, तू सोमपान कर आणि आम्हास नवे आयुष्य प्रदान कर.

स्पष्टीकरण

संस्कृत मराठी शब्दकोशामध्ये कौशिक या शब्दाचा अर्थ उडण्याचा एक प्रकार असा दिला आहे. आकाशातून जाणे याला उडणे असे म्हणतात. इंद्र वृत्रासुराला मारण्यासाठी आभाळातून जातो. आभाळातून उडत जाण्याच्या इंद्राच्या या प्रकारावरून इंद्राला कौशिक इंद्र असे म्हटले आहे.

ऋग्वेद १/११/५

हे इंद्रा, वलराक्षसाने त्रस्त केलेले देव अभय प्राप्त्यर्थ तुझ्याकडे आले. त्याने बंदिस्त केलेल्या गायींना तू मुक्त केलेस.

स्पष्टीकरण

उंच पर्वतामुळे अडविले गेलेले ढग सूर्य (इंद्राने) मुक्त केले. वलराक्षस मेघामधील जलवृष्टीला अवरोध करीत होते. इंद्राने वल राक्षसाचा नायनाट करून जलवर्षाव केला.

ऋग्वेद १/११/७

कपटी शुष्णास सूर्याने (इंद्राने) कपटानेच पराभूत केले.

स्पष्टीकरण

शुष्ण म्हणजे धुके. सूर्याच्या उष्णतेने धुके नाहीसे झाले.

ऋग्वेद २/३२/२

त्वष्टनिर्मित महानाद वज्राच्या साहाय्याने पर्वताश्रयी (ढगांमध्ये लपलेल्या) अहिराक्षसाला सूर्याने (इंद्राने) ठार मारले. (गर्जणाऱ्या विजेच्या साह्याने ढगामध्ये लपलेल्या अहिराक्षसाला इंद्राने ठार केले.)

ऋग्वेद १/३२/६

स्वत:स अजय समजणाऱ्या दुर्मती वृत्राने जेय इंद्राला युद्धासाठी पाचारण केले. परंतु तो इंद्र शत्रू इंद्रवज्रापुढे टिकाव धरू शकला नाही. छिन्नविच्छिन्न होऊन तो शतदा विदीर्ण झाला.

स्पष्टीकरण

कधी कधी काळेकुट्ट ढग येऊनसुद्धा पाऊस पडत नाही. मेघगर्जना करीत आभाळ पुढे निघून जाते. वृत्रासुर हा मेघांना जलवर्षाव करण्यास प्रतिबंध करतो. इंद्र आपल्या वीजरूपी वज्राच्या साहाय्याने राक्षसांचा नाश करून पाऊस पाडतो.

कधी कधी अहिराक्षस नद्यांचे प्रवाह अडवितात. नदीकाठचे पर्वत नदीमध्ये ढासळतात. त्यामुळे नदीचा प्रवाह अडविला जातो. त्यामुळे नदीमध्ये मोठा जलाशय तयार होतो. जलाशयातील पाण्याच्या दाबामुळे नदीमध्ये तयार झालेला दगड-मातीचा बांध फुटतो. नदीप्रवाह मुक्त होतो. यालाच अहिराक्षसाचे कृत्य समजले जाते. इंद्र अहिराक्षसाला ठार करून नदीचा प्रवाह मुक्त करतो.

ऋग्वेद १/३३/८

सुवर्णालंकार ल्यायलेले आणि पृथ्वीच्या परिघाभोवती भ्रमण करणारे वृत्राचे हेर आवेशाने सूर्यावर (इंद्रावर) चालून आले. परंतु सूर्याने (इंद्राने) त्यांचा पराभव करून त्यांना सूर्यप्रकाशाने आच्छादून टाकले.

स्पष्टीकरण

हे वर्णन सूर्योदयापूर्वी पूर्वक्षितिजावर जमा झालेल्या तांबूसवर्णीय ढगांचे आहे. सूर्योदयापूर्वी ढग क्षितिजाजवळ जमा झाले होते. सूर्य उगवताच या ढगांचा अडथळा पार करून स्वच्छ सूर्यप्रकाश पसरला.

ऋग्वेद १/३३/९

हे इंद्रा, आपल्या माहात्म्याने उभय द्यावा. पृथ्वींना तू चहूबाजूंनी परिवेष्टून टाकले आणि अश्रद्ध शत्रूंचा संहार केलास. एका फुंकरीसरशी असुरांना तू उडवून टाकलेस.

स्पष्टीकरण

उदय होताच सूर्याने सर्व विश्व प्रकाशून टाकले. रात्रीचा अंधार नष्ट केला. पृथ्वीवर असलेले धुके आणि धूसर ढग नष्ट केले.

ऋग्वेद १/५१/८

आर्य आणि दस्यू (अनार्य) यांच्यामधील विभेद तू लक्षात घे. कर्महीन दस्यूंना शासन करून त्यांना तू यज्ञपरायण आर्यांच्या स्वाधीन कर. यज्ञकर्त्या आर्यांचा तू सामर्थ्य संपन्न नायक हो.

ऋग्वेद १/५१/९

मुळातच महान असा इंद्र द्यु लोकास भिडण्याइतका बृहदाकार झाल्याची प्रशंसा वभ्रनामक भक्ताने केली आणि त्यास मुक्ती मिळाली.

स्पष्टीकरण

ही ऋचा खगोलशास्त्रीय दृष्टीने अत्यंत महत्त्वाची आहे. या ऋचेमध्ये विश्वात घडलेल्या खगोलीय घटनेचे वर्णन आलेले आहे. हे खगोलीय दृश्य २५००० वर्षांपूर्वी आमच्या एका ऋषीने पाहिले होते. त्याची नोंद ऋग्वेदामध्ये या ऋचेत करण्यात आली आहे. हे दृश्य पाहणाऱ्या ऋषीचे नाव आहे वभ्रवैश्वानस. हे वर्णन एका सुपर नोव्हाचे आहे.

एखादा तारा जेव्हा मृत्युपंथाला लागतो, तेव्हा तो तारा त्याच्या नेहमीच्या तेजस्वितेपेक्षा हजारो पटींनी एकाएकी तेजस्वी होतो. त्याच वेळी त्याचे आकारमानही हजारो पटींनी वाढते. त्याच वेळी तो तारा काही मिनिटांमध्ये स्फोट होऊन नष्ट होतो.

हेच दृश्य ऋषीने पाहिले होते. त्याचे वर्णन करताना तो म्हणतो, मुळातच महान असा तारा (इंद्र) त्याचे आकारमान एकाएकी एवढे वाढले की, तो जणू द्यु लोकास भिडण्याएवढा मोठा झाला. हे दृश्य पाहून त्याला कुतुहल वाटले. तो त्याची प्रशंसा करू लागला आणि त्यास मुक्ती मिळाली म्हणजे पाहता पाहता तो तारा नष्ट झाला.

ऋग्वेद १/५२/१

शेकडो स्तोत्यांनी एकत्रपणे स्तविलेला मेष स्वरूप आणि स्वर्ग प्राप्तीकर इंद्राचे माहात्म्य तुम्ही वर्णन करा.

स्पष्टीकरण

या ऋचेमध्ये इंद्राला मेषस्वरूप म्हटले आहे. बारा राशींमध्ये 'मेष' ही पहिली रास आहे. तसेच सूर्य (इंद्र) ही प्रथम देवता आहे. म्हणून सूर्याला मेष स्वरूप म्हटले आहे. सूर्याचे रथचक्राचे वर्णन करताना बारा राशींना सूर्याच्या रथचक्राच्या बारा आऱ्या असे म्हटले आहे. या बारा राशींतील अनेक तारे, तसेच सप्तर्षीमधील अनेक तारे तसेच अंगीरस तारे, भृगू तारे, बालखिल्य तारे सूर्याच्या रथचक्रात येतात. म्हणून इंद्राचे स्तवन हे शेकडो तारे (स्तोते) करतात, असे या ऋचेमध्ये म्हटलेले आहेत.

१/५२/११

हे सूर्या (इंद्रा), पृथ्वीचा आकार तू दहा पटींनी वाढविला आणि मनुष्य अजरामर झाले.

ऋग्वेद १/५२/१२

स्वसामर्थ्याचे प्रतीक म्हणून तू पृथ्वीची निर्मिती केली.

स्पष्टीकरण

पृथ्वी या शब्दाचा अर्थ भूमी, जमीन असा होतो. प्राचीन काळी भूमी या अर्थाने पृथ्वी असाच शब्द वापरला जात होता. वरील ऋचा या भूगर्भशास्त्रावर आधारित आहेत. भूगर्भशास्त्र सांगते की, हिमालय पर्वत आणि दक्षिण भारत यामध्ये समुद्र पसरला होता. हिमालयातून वाहणाऱ्या नद्यांनी वाहून आणलेल्या गाळामुळे हा समुद्र भरला गेला आणि आताच्या उत्तर भारताची निर्मिती झाली. नद्यांचे हे कार्य लाखो वर्षे चालत होते. हळूहळू समुद्रामध्ये भूमी निर्माण होऊन समुद्र मागे हटत गेला. ही भूभाग विस्तारण्याची क्रिया हिमालयाच्या पायथ्यापासून सुरू झाली. इंद्राने जमीन निर्माण केली. भूमीचा विस्तार दहा पटींनी वाढविला.

ऋग्वेद १/६२/५

इंद्र आणि अंगीरस यांच्या कृपाप्रसादाने सरमानामक देवशुनीने आपल्या पुत्राकरिता दूध प्राप्त केले. तिने दाखविलेल्या स्थानी इंद्राने असुरांचा वध केला आणि गायी मुक्त केल्या. या कृत्यामुळे मनुष्य लोकांनी इंद्राचा जयघोष केला.

स्पष्टीकरण

सरमा म्हणजे ढगातील वीज. काळेकुट्ट आभाळ येऊनसुद्धा पाऊस पडत नव्हता. तेव्हा इंद्राने वीज चमकलेल्या ढगामधील वृत्रासुराला मारून ढगामधील जलधारा मुक्त केल्या. या कृत्यामुळे मनुष्य लोकांनी इंद्राचा जयघोष केला.

ऋग्वेद १/६२/५

हे इंद्रा, अंगीरस समुदायाच्या प्रार्थनेवरून तू उषा, सूर्य आणि प्रकाश यांच्या साहाय्याने अंध:कार नष्ट करून त्यामधील भूप्रदेश प्रकाशित केला.

ऋग्वेद १/६२/६

आकाशातून खाली वाहात जाणाऱ्या मधुर जलाने युक्त अशा चार नद्या सूर्याने (इंद्राने) पृथ्वीवर वाहत्या केल्या.

ऋग्वेद १/६२/७

उपासकाच्या प्रार्थनेवरून इंद्राने परस्परांशी संलग्न असणाऱ्या द्यावापृथ्वींना एकमेकांपासून विभक्त केले.

स्पष्टीकरण

पृथ्वी ही सूर्याच्या अगोदर उत्पन्न झाली, असे अनेक ठिकाणी ऋग्वेदामध्ये स्पष्ट केले आहे. पृथ्वीचे स्थान सुरुवातीला विश्वामध्येच होते. नंतर ज्या वेळेला सूर्य उत्पन्न झाला त्या वेळी सूर्य आणि पृथ्वी यांच्यामध्ये अंतरिक्षाची निर्मिती झाली. त्यामुळे पृथ्वी, अंतरिक्ष आणि द्यावा, अशी तीन स्थाने निर्माण झाली.

ऋग्वेद १/६२/११

हे पराक्रमी आणि बलवान इंद्रा, तुझ्या प्राचीन उपासकांप्रमाणेच अनेक नवे धनेच्छू आणि बुद्धिमान उपासक नमस्कारपूर्वक स्तोत्रे म्हणत तुझ्याकडे धाव घेत आहेत.

स्पष्टीकरण

सूर्य उत्पत्तीच्या अगोदर अगणित तारे विश्वामध्ये अस्तित्वात होते. सूर्याची उत्पत्ती झाल्यानंतर विश्वामध्ये अनेक नवीन तारे जन्माला आले तसेच अजूनही नवीन तारे जन्मास येत आहेत. या सर्व ताऱ्यांना सूर्याचे उपासक, अशी उपमा दिलेली आहे.

ऋग्वेद २/१२/१

इंद्राचा (सूर्य) जन्म होताच द्यु लोक आणि पृथ्वी यामध्ये भीती उत्पन्न केली (याचा अर्थ पृथ्वी ही सूर्य जन्मापूर्वी अस्तित्वात होती.) सूर्य जन्मानंतर विश्वामध्ये आणि पृथ्वीवर चुंबकीय लहरी उत्पन्न झाल्या.

ऋग्वेद १/६३/१

हे महान इंद्रा, तुझा जन्म होताच स्वसामर्थ्याने द्यु लोक आणि पृथ्वी यामध्ये भीती उत्पन्न करून त्यायोगे प्रचंड पर्वत आणि समस्त वस्तुमात्र तू हादरवून सोडले.

स्पष्टीकरण

पृथ्वी ही सूर्यजन्मापूर्वी विश्वामध्ये एकटी फिरत होती. (ऋग्वेद २/१२/१ आणि २/६३/१) या पृथ्वीच्या आसपास सूर्याची उत्पत्ती झाली. सूर्य उत्पन्न होताच पृथ्वी आणि सूर्य यांच्यामध्ये तसेच विश्वामध्ये गुरुत्व लहरींची कंपने उत्पन्न झाली. विश्वामधील कंपन लहरींमुळे विश्वामध्ये भ्रमण करीत असलेले पर्वताप्रमाणे प्रचंड घन पदार्थ तसेच विश्वातील सर्व वस्तुमात्र उदा. धूमकेतू, ग्रह, तारे, तेजोमेघ यामध्ये कंपने निर्माण झाली. विश्वातील सर्व वस्तुमात्रांना हादरे बसले.

ऋग्वेद १/६२/२

हे अजिंक्य आणि बहुस्तुत इंद्रा, उपासकांनी तुझ्या हाती वज्र देताच तुझे रथाश्व भिन्न दिशांनी धावले आणि तू शत्रूंचा आणि त्यांच्या नगरांचा पाडाव केलास.

स्पष्टीकरण

सूर्य उत्पन्न झाल्यानंतर विश्वामधील सूर्य साहाय्यकारी तत्त्वांनी सूर्याला शक्ती देताच सूर्याने विश्वातील सूर्यविरोधी तत्त्वे हाणून पाडली. सूर्य प्रज्वलित होताच प्रकाशाने विश्वातील अंधार नाहीसा केला. (सूर्याची उत्पत्ती होताच सूर्यप्रकाशामुळे धूलिकणांचे ढग अदृश्य झाले.)

ऋग्वेद १/६१/७

लोकहितकारक अशा भव्य यज्ञात सोम पिऊन आणि चांगले अन्न भक्षून वज्रप्रहारक इंद्राने वराहाचा शिरच्छेद केला आणि नंतर विष्णूने असुरांची संपत्ती लुटून आणली.

स्पष्टीकरण
लोकहितकारक सूर्याने (इंद्राने) सृष्टीचे पोषण करण्यासाठी वज्राच्या साहाय्याने ढगांमधील (वराह) पाणी मुक्त केले. पावसाचे गढूळ, लालसर पाणी (असुराचे रक्त) पृथ्वीवरून चोहोकडून वाहू लागले.

ऋग्वेद १/५३/७
हे इंद्रा, नमीनामक मित्राच्या साहाय्यार्थ नमूचीनामक कपटी राक्षसांनी दूर नेऊन तू त्यांचा वध केलास.

स्पष्टीकरण
सूर्याने (इंद्राने) हवेतील कोरडेपणा दूर करून हवेमध्ये आर्द्रता निर्माण केली.

ऋग्वेद १/५४/५
शोषून टाकणाऱ्या रौद्र नाद शुष्ण राक्षसांचा तसेच त्यांच्या अनुयायांच्या मस्तकावर तू मेघोदकांचा वर्षाव केलास.

स्पष्टीकरण
कोरड्या उष्ण हवामानामुळे वनस्पतींची पाने सुकतात. इंद्राने मेघवर्षाव करून हवेतील कोरडेपणा नष्ट केला.

ऋग्वेद १/५४/१०
उदकधारांना बंदिस्त करणारा अंध:कार पर्वतरूपाने (ढग) वृत्रासुराच्या उदरामध्ये दडून राहिला होता. इंद्राने वृत्रवध करून त्या असुराने अडविलेली उदके नदीरूपाने वाहविली.

ऋग्वेद १/५५/२
समुद्राकडे आकृष्ट होणाऱ्या पृथ्वीतील समस्त नद्याप्रमाणे इंद्र समुद्रातील खारे पाणी शोषून घेतो. (सूर्याच्या उष्णतेने समुद्राच्या पाण्याची वाफ होते.)

ऋग्वेद १/५५/३
सृष्टीतील समस्त श्रेष्ठ धनाचा आणि धर्माचा अधिपती आणि यज्ञकर्मामध्ये अग्रेसर, स्वसामर्थ्याने समस्त देवगणात श्रेष्ठ अशा हे उग्रप्रकृती इंद्रा, मेघरूपी पर्वताला अन्न प्राप्तीच्या हेतूने व विदीर्ण करतोस.

स्पष्टीकरण

सृष्टीतील सर्व संपत्तीचा आणि जीवात्म्याचा अधिपती असणारा तसेच सृष्टी निर्माण कार्यामध्ये पुढे असणारा तसेच सामर्थ्यवान तेजस्वी इंद्र (सूर्य) धनधान्य प्राप्तीसाठी मेघवर्षाव करतो.

ऋग्वेद १/५५/६

तेजस्वी सूर्यनारायणाप्रमाणे इतस्ततः तेज विखुरणाऱ्या सत्कर्मकारी आणि कीर्तिकांक्षी इंद्राने पृथ्वीएवढे बृहदाकार रूप धारण करून असुरांच्या घरांचा नाश केला. त्यानंतर आकाशीच्या जलाला त्याने पृथ्वीच्या रोखाने प्रवाहित केले.

स्पष्टीकरण

सूर्यनारायण याचा अर्थ उदकामध्ये वास्तव्य असणारा सूर्य, सूर्याची उत्पत्ती ज्वालाग्रही उदकातून झाली तसेच सूर्य ज्वालाग्रही उदक धारण करतो. इंद्राचे बृहदाकार रूप म्हणजे ढगांचा प्रचंड आकार. दुष्काळ नष्ट करण्यासाठी इंद्राने पर्जन्यवृष्टी केली.

ऋग्वेद १/५६/६

द्यु लोकातील जलराशी स्वपराक्रमाने पृथ्वीवर आणणाऱ्या हे इंद्रा, सोमरसाच्या आवेशात वृत्राच्या पाषाणमय दुर्गाचा भेद करून त्यामध्ये कोंडलेल्या जलराशी तू विमुक्त केल्या.

स्पष्टीकरण

सूर्य द्यु लोकातून प्रकाश किरणांचे प्रक्षेपण पृथ्वीवर करतो. इंद्राने सोमरसाच्या आवेशात पर्जन्यवृष्टी करून पर्वतामधील आटलेले पाण्याचे झरे आणि पाझर पुन्हा वाहते केले.

ऋग्वेद १/१००/५

आपल्या पुत्रास साहाय्यार्थ बोलाविणाऱ्या पित्याप्रमाणे मरुद्गण (वारा) साहाय्याने बलवान शत्रूंचा पराजय करून धन जिंकणारा इंद्र मरुतासमवेत आमचे रक्षण करो.

ऋग्वेद १/१०१/५

सृष्टीतील सर्व जंगम प्राण्यांचा अधिपती, भक्तांसाठी धेनूचा (ढग) शोध लावणारा, दस्यूंना रसातळी पोहोचविणाऱ्या मरुद्गणयुक्त सूर्याचे (इंद्राचे) सख्य जोडण्यासाठी आम्ही त्यांस आवाहन करतो.

ऋग्वेद १/१०८/५

हे इंद्र अग्नीनो, तुम्ही उभयतांनी केलेले पराक्रम, चमत्कार आणि अद्भूत कृत्ये तसेच तुम्हा उभयतांचा प्राचीन स्नेह या साऱ्यांसमवेत तुम्ही या आणि आम्ही सिद्ध केलेला सोमरस तुम्ही प्राशन करा.

ऋग्वेद १/१३०/८

काळ्या कातडीच्या हपापलेल्या कर्महीन लोकांना इंद्र दग्ध करतो. सर्व क्रूर शत्रूंना दग्ध करतो.

स्पष्टीकरण

भारताच्या उत्तरेकडून येणाऱ्या सर्व टोळ्यांतील लोक रंगाने गोरे व बसक्या नाकाचे असत; परंतु या ऋचेत काळ्या कातडीच्या लोकांचे वर्णन आलेले आहे.

प्राचीन काळी उत्तर भारत आणि दक्षिण भारत यामध्ये समुद्र पसरलेला होता. त्यामुळे खुश्कीच्या मार्गाने दळणवळण होत नव्हते. तरीही काही धाडसी दक्षिण भारतीय लोक नावेच्या साहाय्याने समुद्रमार्गे आले असावेत. त्यांच्याकडे शस्त्रे वगैरे नसल्यामुळे त्यांनी स्थानिक लोकांवर हल्ला केला नाही. त्यांना असुर असे विशेषण लावले नाही. त्यांना आर्यांच्या चालीरीती माहिती नव्हत्या तसेच ते सुसंस्कृतही नव्हते त्यामुळे त्यांना 'कर्महीन' म्हटले आहे. ते गोऱ्या आर्य स्त्रियांकडे वाईट नजरेने पाहात असावेत म्हणून त्यांना जाळून ठार मारले.

ऋग्वेद काळी पाताळ ही कल्पना अस्तित्वात नव्हती. पाताळ हा शब्द संपूर्ण ऋग्वेदात अर्वाचीन सूक्तामध्ये आलेला आहे.

पाताळ लोक म्हणजे पाण्याच्या पलीकडे असणारा प्रदेश किंवा बेटे होत. पाताळात जाण्यासाठी पाण्यातून नावेने जावे लागे.

काही ग्रंथांमध्ये राक्षस राज्य हे पाताळात आहे तसेच राक्षस पाताळातून आले अशी वर्णने आहेत. (श्रीमद्‌भागवत प्राचीन नामकोश खंड १६). त्या वर्णनांचा रोख हा पाताळ लोक हे पाण्याच्या खाली आहे असा दर्शवितो परंतु पाताळ लोक म्हणजे चोहोबाजूंनी पाणी असणारे बेट, असा अर्थ आहे.

बली या राक्षस राजाला विष्णूने पाताळात पाठविले, म्हणजेच आताच्या इंडोनेशियातील बली बेटावर पाठविले. बली त्या बेटावर राहिला, म्हणून त्या बेटाला बली (बाली) बेट असे नाव पडले.

नाग लोकसुद्धा पाताळात राहात होते. (श्रीमद्‌भागवत प्राचीन नामकोश खंड १६, संपादक पं. महादेव शास्त्री जोशी). नाग लोक याचा अर्थ साप केला गेला.

साप वारूळातून पाताळात जातो, अशा भ्रामक कल्पना तयार झाल्या. प्राचीन काळी बिहार आणि आसाम यांच्यामध्ये समुद्र होता. बांगला देश आणि बंगाल प्रांत त्या वेळी अस्तित्वात नव्हते. नागा लोक आसामातून समुद्रमार्गे तसेच गंगा नदीतून प्रवास करून भारतात येत. म्हणून नागा लोक पाताळात राहतात असे म्हटले जाई. नागलोक हा एक मानवीय वंश आहे.

विषुववृत्तावर राहणारे तसेच दक्षिण भारतीय लोकांची ठेवण रंग, वेशभूषा, केशभूषा इत्यादी उत्तर भारतीय आर्य लोकांपेक्षा वेगळी होती म्हणून उत्तर भारतीय लोकांनी अशा काळ्या लोकांना 'राक्षस' नाव दिले.

ऋग्वेद १/१३०/९

बलिष्ठ इंद्राने स्वसामर्थ्याने गर्जना करून सूर्याच्या रथाचे चाक फेकले. (सूर्यरथाचे चाक फेकण्याचे कोणतेही कारण संपूर्ण ऋग्वेदामध्ये दिलेले नाही.)

स्पष्टीकरण

सूर्याच्या चक्राकार गोलास रथचक्राची उपमा दिलेली आहे. ऋग्वेदाच्या प्राथमिक काळात सूर्याचे वर्णन करताना सूर्य हा चक्राकार एकच गोल असताना सूर्याचा रथ हा दोन चाकी आहे. अशी उपमा दिली गेली होती. ही एक प्रकारची चूक होती तसेच नंतरच्या संशोधनात सूर्य स्थिर आहे. पृथ्वी स्वत:भोवती फिरते त्यामुळे सूर्योदय आणि सूर्यास्त होतो. सूर्य पृथ्वीभोवती फिरल्याचा आभास निर्माण होतो. ही चूक सुधारण्यासाठी युक्ती केली गेली. इंद्राने सूर्याच्या रथाचे एक चाक फेकले, अशी ऋचा रचली. यामुळे सूर्याचा रथ एक चाकी झाला. इथून पुढे सूर्याचे वर्णन करताना सूर्याचा रथ एक चाकी आहे, असे वर्णन केले गेले. अश्विनी नक्षत्रामध्ये अश्विनीकुमार या द्वैती ताऱ्याजवळ तीन तेजस्वी तारे आहेत म्हणून अश्विनीकुमारांचा रथ हा तीन चाकी आहे. (आकाश कसे पाहावे? लेखक : आनंद घैसास पान क्र. २१)

ऋग्वेद १/१३२/६

युद्धामध्ये अग्रगामी लढणाऱ्या हे इंद्र पर्वतांनो, आमच्याशी लढू इच्छिणाऱ्या शत्रूला तुम्ही ठार करा.

स्पष्टीकरण

इंद्र पर्वत याचा अर्थ दगड-धोंडे. ऋग्वेद काळातील युद्धे ही दोन जमावांतील हाणामाऱ्या होत्या. ही मारामारी करताना दोन्ही जमावांतील लोक दगड-धोंडे-लाठ्या काठ्या यांच्या साहाय्याने तसेच मुष्टियुद्ध करीत असत. प्रथम लांबून दगड-धोंडे फेकून मारल्यामुळे दगड-धोंड्याचा शत्रूंवर प्रहार होत असे. शत्रूपर्यंत प्रथम पोहोचणाऱ्या दगड-धोंड्यांना उद्देशून ही ऋचा रचलेली आहे. शत्रूला ठार मारण्याची विनंती दगड-धोंड्यांना केलेली आहे.

ऋग्वेद १/१६५/१

समवयस्क सहनिवासी आणि बलसंपन्न मरुद्‌गण स्वतःच्या तेजस्वी सामर्थ्याने वर्षाव करतात.

स्पष्टीकरण

सहनिवासी म्हणजे एकत्र राहणारे. सूर्य हा द्यु लोकामध्ये निवास करतो मरुत्सुद्धा द्यु लोकात निवास करतात.

सूर्याच्या निर्मितीच्या वेळी मरुताचा जन्म झाला. सूर्याचे आणि मरुतांचे निवासस्थान द्यु लोक आहे. म्हणून इंद्र आणि मरुतांना समवयस्क आणि सहनिवासी म्हटले आहे. मरुतांचे अस्तित्व द्यु लोकामध्ये आहे. मरुद्‌गणांचे अस्तित्व पृथ्वीवर आहे. दोन्हींचे मूलतत्त्व वायू आहे. विश्वातील मरुत् हे तेजोद्रवाचा वर्षाव करतात. पृथ्वीवरील मरुत्‌मेघामधून जलवर्षाव करतात.

ऋग्वेद २/१२/१

जन्म होताच स्वपराक्रमाने देवांचे रक्षण करणारा तसेच द्यावा – पृथ्वीचा भीतीने थरकाप उडविणारा इंद्र.

स्पष्टीकरण

सूर्याची उत्पत्ती होताच विश्वातील सर्व ताऱ्यांचा चुंबकीय तोल व्यवस्थित झाला तसेच द्यु आणि पृथ्वीवर चुंबकीय लहरी उत्पन्न झाल्या.

ऋग्वेद २/१२/२

हलत्या पृथ्वीला आणि चंचल पर्वतांना स्थिर करणारा तसेच विस्तीर्ण अंतरिक्षाला नियमबद्ध करणारा आणि द्यु ला आधार देणारा इंद्र.

स्पष्टीकरण

इंद्राने पृथ्वीला स्थिर केले याचा अर्थ सूर्य उत्पन्न झाल्यानंतर पृथ्वी आपल्या भ्रमण कक्षेत स्थिर केली. पृथ्वीचा जन्म सूर्यजन्माच्या अगोदरचा आहे. (ऋग्वेद १-६३-१/२-१२-१). पृथ्वीचा जन्म झाल्यानंतर पृथ्वी विश्वामध्ये भटकत होती. तसेच अनेक पर्वतप्राय घन वस्तू विश्वामध्ये भ्रमण करीत होत्या.

सूर्याच्या निर्मितीनंतर घन वस्तुमात्र आणि पृथ्वी हे सूर्य मंडलामध्ये सूर्याभोवती भ्रमण करू लागले. त्यामुळे पृथ्वीला स्थैर्य प्राप्त झाले. पृथ्वीचे भटकणे बंद झाले. सूर्य निर्मितीमुळे पृथ्वी आणि सूर्य यांच्यामध्ये अंतरिक्ष अस्तित्वात आले. सूर्याच्या उत्पत्तीमुळे अंतरिक्ष निर्माण झाले. विश्वामध्ये समतोल साधला गेला.

ऋग्वेद २/१२/७

हे लोकांनो, धेनू, अश्व आणि रथ यांना नियंत्रणाखाली ठेवणारा, सूर्य आणि उषा यांना उत्पन्न करणारा तसेच उदकांना प्रवाहित करणारा असा इंद्र आहे.

स्पष्टीकरण

धेनू म्हणजे पृथ्वी, अश्व म्हणजे प्रकाशकिरणे, रथ म्हणजे सूर्यमंडल. या मंडलामध्ये सप्तर्षी, अष्ट वालखिल्य, नव भृगू आणि दश अंगीरस हे सर्व तारे मिळून सूर्याचा रथ तयार होतो. आदित्याने सूर्य आणि उषा यांना निर्माण केले. वैश्विक उदकाच्या नद्या सूर्याच्या दिशेने प्रवाहित झाल्या.

ऋग्वेद २/१२/१०

हे लोकांनो पर्वतनिवासी शंबराला चाळीस वर्षांनंतर शोधून काढणारा इंद्र हा असा आहे.

स्पष्टीकरण

चाळीस वर्षांपासून पर्वतीय प्रदेशात राज्य करणारा शंबर राजा किंवा चाळीस वर्षे वयाच्या शंबर राजाला इंद्राने शोधून काढले.

ऋग्वेद २/१३/६

भक्तांना अन्न आणि धान्य देणारा, ओल्या भूमीतून कोरडे आणि मधून धान्य देणाऱ्या तसेच आपले शक्तिभांडार सूर्याच्या स्थायी स्थापन करणारा इंद्र.

ऋग्वेद २/१३/७
सृष्टीनियमानुसार शेतातील फलपुष्पयुक्त वृक्ष धारण करणाऱ्या आकाशीची विद्युल्लता आणि नक्षत्रे निर्माण करणाऱ्या तसेच पृथ्वी सभोवतालचे समुद्र निर्माण करणारा सूर्य (इंद्र).

ऋग्वेद २/१४/६
वज्राच्या साहाय्याने शंबराचे शेकडो पुरातन किल्ले जमीनदोस्त करणारा तसेच वर्चिनच्या एक लाख सैन्यास धुळीस मिळवणारा इंद्र.

स्पष्टीकरण
हिमालय पर्वत व आसपासच्या प्रदेशांत झालेल्या भूकंपाचे हे वर्णन आहे. या भूकंपात शंबराची शेकडो गावे आणि वर्चिन राक्षसाची लाखो प्रजा भूकंपाने मृत्यूमुखी पडली. भूकंप झाला म्हणजे इंद्राने शत्रुराज्यावर हल्ला केला, अशी श्रद्धा होती.

ऋग्वेद २/१५/६
इंद्राने पूर्ववाहिनी सिंधू नदीला पश्चिम वाहिनी बनविले. उषेच्या रथाचा चुराडा केला.

स्पष्टीकरण
वरील ऋचेतील वर्णनावरून सिंधू नदी ही प्राचीन काळी पूर्ववाहिनी असावी असे वाटते. सिंधू नदीच्या उगमाजवळच्या प्रदेशामध्ये प्रचंड भूकंप होऊन पर्वतांची उलथापालथ झाली असावी. त्यामुळे सिंधू नदीचा प्रवाह पूर्वेकडून पश्चिमेकडे वाहण्यास सुरुवात झाली.

विस्ताराने मोठे असलेल्या व अत्यंत पवित्र समजल्या जाणाऱ्या मानसरोवराचा उल्लेख ऋग्वेदामध्ये कोठेही आला नाही याचे आश्चर्य वाटते. मानसरोवराची निर्मिती अशाच एखाद्या भूकंपाने ऋग्वेद काळानंतर झाली असावी. त्यामुळे मानसरोवराचा उल्लेख ऋग्वेदामध्ये आला नाही असे वाटते.

इंद्राने उषेच्या रथाचा चुराडा केला याचे स्पष्टीकरण करू.

उषा ही कोठेही गमन करीत नाही. ती एका जागेवर स्थिर असते. ऋग्वेदामध्ये विश्वातील जे वस्तुमात्र किंवा तारे किंवा सूर्य हे भ्रमण करतात तसेच गमन करतात त्यांनाच रथ हे वाहन अर्पण केलेले आहे. परंतु पूर्व ऋषींनी उषेला रथ अर्पण केला होता. म्हणून इंद्राने उषेच्या रथाचा चुराडा

केला, अशी ऋचा रचण्यात आली. त्यामुळे या वेळेपासून पुढे उषा ही रथहीन झाली. पुढील कोणत्याही ऋषीने उषेच्या रथाचे वर्णन केलेले नाही किंवा उषेला रथ आहे, असे वर्णन आलेले नाही.

ऋग्वेद २/१७/५

इंद्राने पर्वतांना स्थिर करून जलधारांना प्रवाहित केले.

स्पष्टीकरण

पृथ्वीच्या प्राथमिक अवस्थेत पर्वत अस्ताव्यस्तरीत्या निर्माण झाले होते. त्यामुळे नद्यांचे प्रवाह पर्वतामध्ये अडकून पडले होते. पर्वतामध्ये मोठमोठे जलाशय आणि सरोवरे निर्माण झाली होती. कालांतराने असे जलाशय तळाशी पाण्याचा दाब निर्माण होऊन फुटले. त्यामुळे नद्या प्रवाहित झाल्या. पर्वतांमध्ये पाण्याच्या प्रवाहामुळे दऱ्या निर्माण होऊन नद्या वाहू लागल्या.

ऋग्वेद २/१८/१

चार अश्व, तीन चाबूक, सात लगाम आणि दहा दारे यांनी युक्त असा इंद्राचा शुद्ध, लोकहितकारक आणि स्वर्गदाता नवा रथ प्रात:काली जोडला जात आहे.

स्पष्टीकरण

चार अश्व - प्रकाशकिरणांमधील चार मुख्य रंग

तीन चाबूक - सकाळ, दुपार आणि संध्याकाळ

सात लगाम - सप्तरश्मी

दहा द्वारे - दहा दिशा

अहिहक चंद्रिकाकारांनी या ऋचेचे स्पष्टीकरण खालीलप्रमाणे दिलेले आहे -

चार अश्व - चार ऋत्विज. तीन चाबूक - तीन सवने. सात लगाम - सप्तछंद. दहा द्वारे -दहा यज्ञपात्रे. हे सूर्यरथाचे वर्णन आहे.

ऋग्वेद ३/३१/३

हे तेजस्वी इंद्रा, ज्वालाकंपित, बृहदगर्भ आणि बृहतशिख अग्नीने आपल्या ज्वालारूप पुत्राच्या साहाय्याने केलेल्या यज्ञामुळे पृथ्वीलोकी तू पुनः पुन्हा अवतीर्ण होतो.

स्पष्टीकरण

सूर्य प्रचंड विस्तार असणारा, प्रचंड ज्वाला निर्माण करणारा आहे. सूर्यामध्ये ज्वालानिर्मितीचा यज्ञ अखंड सुरू असतो. अग्नी हा ज्वालांची माता आहे. या अखंड ज्वालानिर्मितीमुळे सूर्य कधीही क्षीण होत नाही. सूर्य दररोज उदित होतो. सूर्याला अग्नीच्या पुत्राची उपमा या ऋचेमध्ये दिलेली आहे. सूर्याच्या उष्ण स्वरूपामुळे पृथ्वीवर पाऊस पडतो. चंद्राच्या किरणाप्रमाणे सूर्य शीतल असता तर पृथ्वीवर पाऊस पडला नसता.

अंगीरसाच्या गायी

ऋग्वेद ३/३१/५ ते ११

यामधील ५ ते ११ या ऋचा या द्व्यअर्थी आहेत. यामधील पहिला अर्थ असा - अंगीरस ऋषींच्या गायी पर्वतामध्ये चरावयास गेल्या होत्या पण पर्वताचा कडा ढासळल्यामुळे त्यांना येण्याचा मार्ग बंद झाला. त्या पर्वतांमध्ये हंबरू लागल्या. ऋषी आणि त्यांच्या शिष्यगणांनी पर्वतामध्ये रस्ता तयार करून त्या परत आणल्या. पुढे गायी राखण्यासाठी खास गुराख्याची नेमणूक केली. गायी परत आल्यामुळे सर्वांना आनंद झाला.

दुसरा अर्थ असा

पावसाळा सुरू होऊन बरेच दिवस झाले. परंतु ढग दररोज येऊन पाऊस न देताच पुढे निघून जात व पर्वतांमध्ये पाऊस पाडत. अंगीरस ऋषी समुदायांनी इंद्राची स्तुती करून इंद्रास प्रसन्न केले. मरुत् आणि इंद्र यांनी पर्वतामध्ये अडकलेले ढग परत आणले. नंतर पर्जन्यवृष्टी झाली. सर्वांना त्यामुळे आनंद झाला. ऋषींच्या शिष्यांनी पावसाचे पाणी बांध घालून अडविले.

ऋग्वेद ३/३९/६

पर्वतीय जलामध्ये दडलेल्या अदृश्य अग्नीला इंद्राने दक्षिण हस्ताने बाहेर काढले.

स्पष्टीकरण

पर्वतामध्ये गरम पाण्याचे झरे निर्माण होतात, तसेच पर्वतांमधून झऱ्यांच्या रूपाने आलेले पाणी कोमट असते.

ऋग्वेद ३/४८/४

अनेक रूपधारी, उग्र शत्रुनाशक, विजयी आणि पराक्रमी इंद्राने जन्मतःच त्वष्ट्टाचा पराभव करून सोमरस प्राशन केला.

स्पष्टीकरण

त्वष्ट्र हा विश्वनिर्माणकारी महत्त्वाचा घटक आहे. याच्या क्रियाशीलतेमुळे सूर्य पहिल्यांदा प्रज्वलित झाला. परंतु प्रज्वलित झालेल्या सूर्याचे तेज त्वष्ट्रच्या तेजापेक्षा अनेक पटींनी जास्त असते. सूर्य प्रज्वलित झाल्यानंतर त्यापुढे त्वष्ट्र फिका पडतो. यालाच त्वष्ट्रचा पराभव असे म्हटले आहे. सूर्यनिर्मितीमुळे त्वष्ट्र या घटकातील सर्व शक्ती सूर्यामध्ये परावर्तित झाली.

ऋग्वेद ४/१६/३

ज्ञात्या कवीप्रमाणे गूढार्थ बोध अशा सुस्तुत सोम प्राशक जलसंपन्न इंद्राने द्यु लोकी उत्पन्न केलेले सात यज्ञीय ऋत्विज स्वतःच्या ज्ञानबलाने संपन्न करतात.

स्पष्टीकरण

सूर्य हा सप्त सूर्य आहे. मुख्य आदित्याच्या भोवती सहा सूर्यांची वलये आहेत. ते सूर्य असे :- मित्र, वरुण, अर्यमा, भग, अंश आणि दक्ष. या सप्त सूर्यांतून सात प्रकारची किरणे प्रक्षेपित होतात. या किरणांना 'सप्तरश्मी' म्हटले जाते. सूर्य हा स्वयंप्रकाशी आहे. या किरणाद्वारे सूर्य समस्त पृथ्वीचे ज्ञान प्राप्त करून घेतो.

ऋग्वेद ४/१६/१४

गजसदृश बलसंपन्न अशा हे आयुधधारी अमर इंद्रा, वनराज सिंहाप्रमाणे भयंकर रूप धारण करून तू सूर्य रथचक्राच्या नाशार्थ सूर्यासन्निध गेलास.

स्पष्टीकरण

विश्वामध्ये अगणित पर्वतप्राय घन वस्तू भ्रमण करतात, असा ऋग्वेदामध्ये उल्लेख आला आहे. एखादी पर्वतप्राय वस्तू भ्रमण करीत करीत सूर्याच्या अगदी जवळून गेली. जणू ही वस्तू सूर्याचा नाश करण्यासाठी गेली काय, असे वाटू लागले होते. ती वस्तू धूमकेतू नव्हती तर धूमकेतूपेक्षाही प्रचंड आकाराची होती.

ऋग्वेद ४/१७/२

हे प्रलयंकार तेजस्वी इंद्रा, तुझा जन्म होताच द्यावा पृथ्वी कंपायमान होऊन महान पर्वत शतशः खंडित झाले आणि शुष्क प्रदेशातून पाण्याचे लोट वाहू लागले.

स्पष्टीकरण

या ठिकाणी विजेला इंद्राची उपमा दिलेली आहे. वारंवार वीज चमकण्यामुळे अंतरिक्षात प्रकाशाची कंपने निर्माण होऊन प्रचंड मेघवृष्टी होते. ढग हलके झाल्यामुळे ते अलग होतात. मेघवृष्टीमुळे कोरड्या भूमीवरून पाण्याचे प्रवाह वाहू लागतात.

ऋग्वेद ४/१७/१४

अंतरिक्षीय तेजोस्थानी कृष्णमार्गी कृष्णमेघाने संरक्षिलेल्या इंद्राने सूर्याचे रथचक्र उखडून काढून आक्रमक एतशला पळवून लावले.

स्पष्टीकरण

एतश याचा नेमका अर्थ समजत नाही. हा ढगाचा प्रकार असावा असे वाटते. ढगामधील वीज वारंवार चमकून ढगातून जलवर्षाव केला. त्यामुळे आकाश स्वच्छ होऊन ढगाळ वातावरण संपविले. त्यामुळे सूर्य तेजाने चमकू लागला.

ऋग्वेद ४/१८/३

त्वष्टृघरचा मौल्यवान सोमरस जबरदस्तीने प्राशिणाऱ्या इंद्राला मला उपदेश करण्याचा काय अधिकार आहे?

स्पष्टीकरण

तारे निर्मितीमध्ये प्रकृती आणि पुरुष हे घटक यांचा आकर्षणामुळे संयोग होतो.

ऋग्वेद ४/१८/४

देवी अदितीने इंद्राचा गर्भ अनेक वर्षे आणि अनेक महिने पोटात वागविला. (अदिती म्हणजे रासायनिक उदक. यामध्ये आदित्याचा गर्भ लाखो वर्षे विस्तारत होता.)

ऋग्वेद ४/१८/५

निंद्य समजून इंद्रमातेने दडपून ठेवलेल्या नवजात इंद्राने स्वतेजाने द्यावा पृथ्वी व्यापली.

स्पष्टीकरण

दीर्घकालपर्यंत आदित्य गर्भ वैश्विक उदकामध्ये बुडून होता नंतर आदित्य उदकाच्या वर येऊन प्रदीप्त झाला.

ऋग्वेद ४/१८/८
जन्मतःच तरुण मातेने प्रमत्तपणे त्यजिलेल्या हे इंद्रा, कुशवा राक्षसीने तुला प्रमत्तपणे गिळले असता प्रमत्त उदकांनी तुझी मुक्तता केली आणि स्वसामर्थ्याने तू प्रमत्तपणे उभा राहिलास. (ज्वलनशील उदकाची पातळी कमी होताच आदित्य उघडा पडला आणि विश्व निर्माणकारी इतर घटकांमुळे आदित्याने पेट घेतला.)

ऋग्वेद ४/१८/१०
स्वपित्यास पायांनी पकडून ठार मारणारा आणि स्वमातेस विधवा बनविणारा इंद्र.

स्पष्टीकरण
या ऋचेमध्ये अलंकारिक भाषेत आदित्य निर्मितीचे वर्णन केलेले आहे. आदित्याची वाढ तेजोरसाच्या साहाय्याने झाली. आदित्याचा गर्भ अनंत काळापर्यंत ज्वालाग्राही द्रवामध्ये बुडलेला होता. त्वष्ट्र या विश्व निर्माणकारी घटकामुळे अदिती (शक्ती) गर्भवती राहिली. निंद्य कृत्यामुळे अदितीने बाळाला झाकून ठेवले. परंतु या बाळाचा प्रकाश चोहीकडे पसरला. सूर्य प्रज्वलित झाला. (सूर्याच्या निर्मितीमुळे त्वष्ट्रची नवीन तारे निर्माण करण्याची शक्ती संपून गेली. नंतर दीर्घ काळाने त्वष्ट्रमध्ये तारे निर्माण करण्याची शक्ती हळूहळू तयार होते.)

ऋग्वेद ४/१८/१३
वामदेव म्हणतो की, दारिद्र्यामुळे कुत्र्याची आतडी भक्षिणे तसेच पत्नीच्या हालअपेष्टा पाहणे मला भाग पडले. तत्प्रसंगी इंद्राच्या जलधारांनी मला सुखी केले.

ऋग्वेद ४/२२/४
आकाशीय वायूस गर्जनकारी बनविणाऱ्या, द्यावा पृथ्वी पोषक सूर्याधिष्ठान, बलवान आणि महान इंद्राचा जन्म होताच समस्त उंच सखल प्रदेशांना आणि द्यावापृथ्वींना कंपायमान केले.

स्पष्टीकरण
आकाशीय वायू आणि वीज यांच्या साहाय्याने मेघगर्जना होते. त्यामुळे ध्वनि लहरींची कंपने निर्माण होतात. पृथ्वीचा भूभाग हादरतो.

ऋग्वेद ४/४२/१
देवाधीश आणि मनुष्याधीश क्षत्रियावर माझे अधिराज्य आहे आणि वस्तुमात्रांना स्वेच्छेने फिरविणारा राजाधीराज वरुण मीच आहे. (वरुणाच्या प्रभावामुळे विश्वातील तारे तारकांना गती मिळते)

ऋग्वेद ४/४६/३
हे इंद्रवायूंनो, सहस्त्रावधी अश्वांच्या साहाय्याने सोम प्राशनार्थ तुम्ही आमच्या यज्ञस्थानी या. (इंद्र वायू हे इंद्र आणि वायूचे संयुक्त रूप आहे.)

ऋग्वेद ४/५०/१०
भक्त धनदेत्या इंद्र बृहस्पतींनो, आमच्या यज्ञात प्राशिलेला सोम तुमच्या अंग-प्रत्यंगात प्रविष्ट होवो. (इंद्र-बृहस्पती हे इंद्र आणि बृहस्पतीचे संयुक्त रूप आहे.)

ऋग्वेद ५/३२/४
धुक्यापासून उत्पन्न झालेल्या घनअंध:कार निवासी अन्न अपहारक विराटस्वरूपी दानव श्रेष्ठ शुष्णाला मेघविदारक वज्रधारी इंद्राने ठार मारले.

स्पष्टीकरण
धुक्यामुळे दृश्यमानता कमी होते. अन्नधान्याची नासाडी होते. असे धुके सूर्यप्रकाशाने नष्ट झाले.

ऋग्वेद ६/५९/१
हे दुष्टसंहारक आणि सोमार्पित इंद्रअग्नींनो, आम्ही तुमच्या पराक्रमाचे गुणगान करतो. (इंद्र-अग्नी हे इंद्राचे आणि अग्नीचे संयुक्त रूप आहे.)

ऋग्वेद ६/६९/१
हे यज्ञसमर्पित, स्तोमस्तुत हविर्दत आणि मार्गरक्षक इंद्रविष्णूंनो, तुम्ही आम्हास संकट मुक्ती आणि समृद्धीचे वरदान द्या. (इंद्र-विष्णू हे इंद्र आणि विष्णूचे संयुक्त रूप आहे इंद्र म्हणजे विष्णू आणि विष्णू म्हणजे इंद्र)

ऋग्वेद ७/२०/५
धेनुविमोचक, शत्रुसंहारक, लोकसेनापती, जगदीश्वर आणि लोकहितकारी इंद्राला कश्यप आणि अदिती यांनी जन्म दिला.

स्पष्टीकरण

इंद्र हा असुर त्वष्टपासून झालेला पुत्र आहे पण त्वष्टच्या असुरी आणि बलात्कारी कृत्यामुळे त्वष्टच्या जागी कश्यपाचे नाव पुढे आणले गेले.

ऋग्वेद ७/२१/५

दुष्टावर सत्ता गाजविणाऱ्या हे भक्तस्तुत, राक्षससंहारक इंद्रा, लिंगपूजकांना तू आमच्या यज्ञस्थानी मज्जाव कर.

स्पष्टीकरण

ऋग्वेद काळामध्ये लिंगपूजकांचा एक पंथ अस्तित्वात होता. ते शिश्नाला देव मानत होते. ऋग्वेदकार ऋषी त्यांचा द्वेष करीत होते.

ऋग्वेद ८/१४/७

सोमप्राप्त इंद्राने वल राक्षसाला मारून आकाश स्वच्छ केले (वलराक्षस म्हणजे ढगांची खरवड किंवा शुष्क ढग नष्ट होऊन आकाश निरभ्र झाले.)

ऋग्वेद ८/६०/१३

वृषभशृंगसदृश, ज्वालायुक्त अशा सुदष्ट्र आणि बलपुत्र अग्नीच्या वीरहन्वाकृती ज्वाला अभेद्य असतात. (अग्नीच्या ज्वालांना वृषभशृंगाची उपमा दिलेली आहे.)

ऋग्वेद ८/६/२८

पर्वत पायथ्याजवळील तसेच नदीच्या संगमाजवळील पराक्रमाने विचक्षण इंद्र सुविख्यात झाला. (पाण्याचे प्रवाह पर्वत पायथ्याजवळील माती खणून नदीच्या संगमावर वाहून आणतात. त्यामुळे संगमाजवळचा भाग सुपीक बनतो.)

ऋग्वेद ८/१४/१३

हे शत्रुजेत्या इंद्रा, जलफेनाच्या साहाय्याने तू नमूची राक्षसाचा शिरच्छेद केलास.

स्पष्टीकरण

मेघाच्छादित आभाळामुळे हवेतील कोरडेपणा नष्ट झाला. याच राक्षसाप्रमाणे धुनी राक्षसाच्या उल्लेख ऋग्वेदात आलेला आहे. धुनीराक्षस पाणी अस्वच्छ व अशुद्ध करून पाण्यामध्ये जंतू अळ्या निर्माण करतो.

ऋग्वेद ८/६९/१५
धष्टपुष्ट राजकुमारसदृश रथाधिष्ठित इंद्राने महान मृगाला ठार मारले. (मृग नक्षत्रात भरपूर पाऊस पडला.)

स्पष्टीकरण
रोहिणी ताऱ्याच्या पाठीमागे लागलेल्या मृग ताऱ्याला इंद्राने ठार मारले.

ऋग्वेद ८/७०/१८
हे इंद्रा अन्यदेवपूजक, मानवद्रोही आणि अयज्ञ (यज्ञ न करणारे) दस्युंना पर्वताच्या साहाय्याने स्वर्गलोकातून हाकलून तू मृत्युमुखी दे.

ऋग्वेद ८/७७/६
मेघोद्भेदक आणि जलप्रवाह इंद्राने कच्च्या धान्यापासून परिपक्व अन्न तयार केले. (सूर्याच्या उष्णतेने कच्च्या धान्याचे परिपक्व धान्यात रूपांतर होते.)

ऋग्वेद ८/९६/१३
दशसहस्त्र सेनेसह अंशुमती नदीकाठी तळ ठोकलेल्या आक्रमक कृष्णासुरावर (ढगफुटी) अचानक हल्ला करून इंद्राने त्याच्या सेनेचा संहार केला. (काळेकुट्ट ढग जमा होऊन ढगफुटी झाली आनि मुसळधार पाऊस पडला.)

ऋग्वेद ८/९६/१४
इंद्र म्हणतो, हे बलवान मरुतांनो, अंशुमती नदीकाठच्या दुर्गम गुहेमध्ये अंतरिक्षीय सूर्याप्रमाणे विहरणारा कृष्ण द्रप्सच्या वद्यार्थ तुम्ही मला रणभूमीवर साहाय्य करा.

स्पष्टीकरण
काळेकुट्ट मेघ दाटून आल्यामुळे अंधारसदृश वातावरण निर्माण झाले होते. ते नष्ट करण्यासाठी इंद्राने वायूचे साहाय्य मागितले.

ऋग्वेद ८/१००/१
विष्णू म्हणतो, शत्रु पराजयार्थ मी अग्रभागी जात आहे. समस्त देव माझ्या पाठीमागे येत आहेत. माझा यज्ञीय भाग मान्य करशील तर मी तुला साहाय्य करेन.

स्पष्टीकरण

प्राथमिक कालखंडात विष्णू ही मान्यताप्राप्त देवता नव्हती. विष्णूचे महत्त्व वाढलेले नव्हते. त्यामुळे विष्णूला हवि अर्पण केला जात नव्हता. नंतरच्या कालखंडात इंद्र देवतेचे महत्त्व कमी झाले. विष्णू ही सर्वश्रेष्ठ देवता बनली. नंतर विष्णूला हवि अर्पण केला जाऊ लागला.

ऋग्वेद ८/१००/२

इंद्र म्हणतो, "हे भक्तसखा विष्णो, मी तुला सोम अर्पितो. तू आमच्या पक्षात सामील झालास तर आपण उभयता अनेक शत्रूंना ठार मारू." (इंद्रापेक्षा विष्णूचे महत्त्व वाढविण्यासाठी ही ऋचा रचली गेली.)

ऋग्वेद ८/१००/३

इंद्राच्या अस्तित्वाविषयी शंका उपस्थित करीत नेम भार्गव ऋषी म्हणतात, "हे भक्तांनो इंद्राला कोणी पाहिले आहे का? असाक्षात्कारी इंद्राची आम्ही का म्हणून स्तुती करावी? इंद्राच्या खरेपणाबद्दल मला संशय येतो." (इंद्राचे महत्त्व कमी लेखण्यासाठी ही ऋचा रचली आहे.)

ऋग्वेद १०/२७/१३

इंद्र आपली दीप्ती सौम्य करून विस्तीर्ण पृथ्वीलोकी अवतीर्ण होतो.

स्पष्टीकरण

सूर्योदय होताना सूर्याची किरणे कोवळी असतात. सूर्याला या ठिकाणी पर्जन्यवृष्टी करणारा व वनस्पती व समुद्रातील उदकाचे शोषण करणारा असे म्हटले आहे.

ऋग्वेद १०/२७/१४

वत्सपोषक पूर्वदिशेचा पुत्र असणाऱ्या सर्वोत्पादक, तमोरहित आणि भ्रमणशील आदित्याला धेनुकासेसदृश पोषक आकाश धारण करते. (जसे गायीच्या कासेपासून वत्साचे पोषण होते त्याप्रमाणे आदित्याचे पोषण आकाश करते.)

ऋग्वेद १०/२७/१५

प्रजापतीपासून सप्तर्षी, तसेच आकाशाच्या उत्तर भागापासून अष्ट वालखिल्य, पृष्ठ भागापासून नव भृगू आणि अग्र भागापासून दश अंगीरस उत्पन्न झाले.

स्पष्टीकरण

या ऋचेमध्ये सूर्याच्या उत्पत्ती स्थानाविषयी वर्णन केले आहे. विश्वाच्या मुख्य भागापासून सप्तर्षी, विश्वाच्या उत्तर भागापासून अष्ट वालखिल्य, (वसू) पृष्ठभागापासून नऊ भृगू आणि अग्रभागापासून दश अंगीरस असे चौतीस तारे उत्पन्न झाले.

ऋग्वेद १०/२७/१६

दश अंगीरसांनी कार्यप्रवृत्त केलेल्या कपिल प्रजापतीच्या उदकाधिष्ठित गर्भाला प्रकृती माता धारण करते.

स्पष्टीकरण

दहा अंगीरस तारकांनी दिलेल्या कार्यप्रेरणेमुळे (निर्माणकारी प्रेरणा) कपिल प्रजापतीच्या (निर्माणकारी घटक) वीर्यापासून तयार झालेला आणि ज्वालाग्राही उदकामध्ये बुडून राहिलेल्या आदित्य गर्भाला प्रकृती धारण करते.

ऋग्वेद १०/२७/१७

एकतर्फी फाशाप्रमाणे सदैव प्रजापतीच्या पक्षात असलेल्या धनुष्य आणि प्रकृतीसहित जलसंचारी अंगीरसद्वयांनी पितृस्वरूप प्रजापती प्रीत्यर्थ पुष्ट अज शिजविला.

स्पष्टीकरण

विश्वनिर्माणकारी शक्तीने आदित्य पोषणासाठी धनुष्य (शब्द) आणि प्रकृतीच्या साहाय्याने तप्त उदकामध्ये बीजगर्भाचे पोषण केले. (विश्वामधील तप्त ज्वलनशील उदकामध्ये आदित्य गर्भाची वाढ झाली.)

ऋग्वेद १०/२७/१८

देवांना शिजविलेला तसेच न शिजविलेला हवि अर्पिणाऱ्या देव पाचारक अंगीरसाच्या उपस्थितीत काष्ठभक्षक आणि हविभक्षक अग्नी प्रजापतीची उपासना करतो.

स्पष्टीकरण

अंगीरस ताऱ्यांच्या निर्माणकारी तत्त्वामुळे ज्वलनशील उदकामध्ये आदित्य गर्भाची वाढ होते. अग्निगर्भाचे विश्वातील पोषणकारी द्रव्यामुळे पोषण होते. (आदित्य, अग्नी आणि पृथ्वीवरील अग्नी यांचे मूलतत्त्व एकच आहे.) अंगीरस ताऱ्यांच्या विश्वनिर्माणकारी घटकांच्या सक्रियतेमुळे आदित्य गर्भाची वाढ होते.

ऋग्वेद १०/२७/१९

सेनापत्य कुशल आणि रथहीन प्रजापतीला मी दुरूनच पाहिले. शत्रुनाशक इंद्र यज्ञ मुहूर्त कधीही चुकवीत नाही.

स्पष्टीकरण

प्रजापती तटस्थपणे सूर्यउत्पत्ती पाहात असतो. आदित्य गर्भाची पूर्ण वाढ झाल्यानंतर विश्व केंद्रापासून दूर एका कोपऱ्यात आदित्याचा जन्म झाला आणि आदित्य प्रकाशू लागला. (विश्वकेंद्र म्हणजे प्रजापती आहे.) प्रजापती लांबूनच आदित्य उत्पत्ती तटस्थपणे पाहात होता.

ऋग्वेद १०/२७/२०

जल आणि मेघसदृश, द्रुतगामी सूर्याने प्रतिबंध केलेले माझे अश्व तू दूर नेऊ नकोस.

स्पष्टीकरण

सूर्य जन्मल्यानंतर सूर्यतेज मंदपणे प्रकाशत होते. त्यामुळे प्रकाश किरण सूर्यापासून दूरपर्यंत पोहोचत नव्हते. (वैश्विक मेघाच्या आडून सूर्य धूसरपणे प्रकाशत होता.)

ऋग्वेद १०/२७/२२

इंद्राच्या टणत्कारयुक्त धनुष्यापासून बाहेर पडलेल्या आकाशगामी पक्षीसदृश शत्रुहत्या बाणांनी इंद्रभक्तही भयभित होतात.

स्पष्टीकरण

सूर्याच्या भ्रमणामुळे प्रक्षेपित होणाऱ्या प्रचंड आवाजामुळे इतर तारे कंपित होतात. तसेच इतर ताऱ्यांमध्ये चुंबकीय लहरी निर्माण होऊन ते कंपित होतात.

ऋग्वेद १०/२७/२३

देवोत्पत्तिसमयी उत्पन्न झालेल्या मेघोद्भव उदकाला त्रिगुणात्मक देवांपैकी वायू आणि आदित्य स्वर्गलोकी घेऊन जातात.

स्पष्टीकरण

आदित्य उत्पत्तीच्या वेळी विद्यमान असलेल्या आणि तेजोमेघातून उत्पन्न झालेल्या उदकाला वायू आणि आदित्य सूर्यापर्यंत घेऊन जातात. वायू आणि आदित्य तेजोमय उदकाचा सूर्याला सतत पुरवठा करतात.

ऋग्वेद १०/३८/५

कुत्सकृत वृषण बंधन तोडणाऱ्या हे भक्तगामी, कामपूरक, शस्त्रास्त्रकुशल आणि बलदात्या इंद्रा तू समस्त बंधने तोडून आमच्याकडे ये.

स्पष्टीकरण

ब्राह्मण साहित्य मते कुत्स आणि लुश धानाक (या सूक्ताचा कर्ता) या इंद्र-भक्तांनी इंद्रास एकाच वेळेस पाचारण केले. तत्प्रसंगी इंद्र कुत्साच्या घरी गेला असता त्याने लुशाच्या घरी जाऊ नये म्हणून कुत्साने इंद्राचे वृषण शंभर चर्मरज्जुच्या साहाय्याने बांधून ठेवले परंतु ती बंधने तोडून इंद्र लुशाच्या घरी गेला.

या ऋचेमध्ये सूर्याचे पाण्यात पडणाऱ्या प्रतिबिंबाला इंद्र असे म्हटले आहे. संस्कृत मराठी शब्दकोशामध्ये वृषण याचा अर्थ अंडकोश आणि विष्णू असा दिलेला आहे. विष्णू म्हणजे सूर्य, आकाश जर निरभ्र असेल तर सूर्याचे प्रतिबिंब पाण्यात स्पष्टपणे दिसते. सूर्य असेल तर प्रतिबिंब असतेच आणि प्रतिबिंब असेल तर सूर्य (विष्णू) असतोच हे बंधन आहे. आकाश मेघाच्छादित झाले तर हे बंधन तुटते.

ऋग्वेद १०/४७ : वैकुंठ इंद्र

या सूक्ताचा कर्ता सप्तगु अंगीरस आणि इंद्र यांचा संवाद या सूक्तात दिलेला आहे. या ऋषींनी पुत्रप्राप्तीसाठी इंद्राची स्तुती केलेली आहे. पुढील १०/४८ आणि १०/४९ या दोन सूक्तांमध्ये इंद्र स्वतःच्या अनेक पराक्रमांचे वर्णन करतो आणि मी कसा अजिंक्य (वैकुंठ) आहे, हे सांगतो.

संस्कृत-मराठी शब्दकोशामध्ये 'वैकुंठ' या शब्दाचा अर्थ अजिंक्य किंवा जिंकण्यास कठीण असा दिलेला आहे. बृहतदेवताकारांनी वैकुंठ हा इंद्राचा अवतार आहे असे स्पष्टीकरण दिलेले आहे. बृहत देवता मते विकुंठानामक असुर स्त्रीने पुत्रप्राप्तीसाठी तपस्या केली असता स्वतः इंद्रानेच वैकुंठइंद्र नावाने तिच्या पोटी जन्म घेतला. (बृहदेवता ७-५९-६०).

❖❖❖

३०.

अग्निसूक्ते

विश्वामध्ये मातारिश्वन वायूच्या (गॅस) साहाय्याने अग्नीची निर्मिती झाली. विश्व निर्माणकारी यज्ञामध्ये अग्नी हा घटक महत्त्वाचा आहे. अग्नीपासून सूर्याची निर्मिती झाली. सूर्य उत्पत्तीच्या समयी द्यावा आणि पृथ्वीमध्ये चुंबकीय कंपने निर्माण झाली.

ऋग्वेद १/३१/१

देवांचा देव, उपासकांचा सखा आणि कल्याणकर्ता अशा हे अग्ने, तू आद्य अंगीरस ऋषी आहेस. विद्वान, लखलखीत, शस्त्रधारी आणि कुशल मरुतांचा तू जनक आहेस.

स्पष्टीकरण

विश्वातील सर्व वस्तुमात्रांचा तसेच सृष्टीतील प्राणिमात्रांचा आणि वनस्पतींचा अग्नी हा देव आहे. अग्नी हा मरुत्, वरुण, रुद्र, मित्रावरूण इत्यादी देवांचा देव आहे. उपासकांचा मित्र आणि कल्याणकर्ता आहे. सृष्टीमध्ये (पृथ्वी) अग्नीच प्रथम निर्मिती आद्य अंगीरस ऋषींनी केली. म्हणून अग्नीला आद्य अंगीरस असे म्हटले जाते. विश्वामधील चमकणारे (मित्रा वायू) मरुतांची निर्मिती अग्नीमुळे होते. सृष्टीमध्ये मरुद्गणांची निर्मिती सूर्यामुळे होते. सूर्यामुळे ऋतू निर्मिती होते. ऋतूमुळे वायू निर्माण होतो.

ऋग्वेद १/३१/२

देवांचे नियम सुशोभित करणाऱ्या हे ज्ञानवान अग्ने तू समस्त अंगीरस ऋषी समुदायामध्ये श्रेष्ठ असा आद्य अंगीरस आहेस. अरणीरूपी दोन मातांच्या उदरी जन्मलेल्या हे सर्वव्यापक अग्ने, भक्तांच्या घरोघरी तू उपस्थित असतोस.

स्पष्टीकरण

प्राचीन काळी दोन विशिष्ट जातीची लाकडे एकमेकांवर घासून अग्नी तयार केला जात असे. अग्नीचा शोध लागल्यानंतर अग्नीचा वापर घरोघरी सुरू झाला. अग्नीमुळे वायू आणि पर्जन्याची निर्मिती होते. द्युस्थित अग्नी हा आद्य अग्नी आहे. बाकीचे सर्व अग्नीनंतर उत्पन्न झाले. (अग्नीमुळे देवांचे (तारकांचे) लाल, पिवळसर, तांबूस, निळे, पांढरे असे प्रकार पडले.)

ऋग्वेद १/३१/३

विवस्वत मातारिश्वनाच्या प्रार्थनेवरून अवतीर्ण झालेल्या हे सतकर्मकांक्षी धनवान अग्ने, देवांचे होतृकर्म करीत असता तुझ्या सामर्थ्याने द्यावा – पृथ्वी कंप पावू लागली तेव्हा तू त्या दोहोंचा भार सहन केलास आणि देवांचा यज्ञ सिद्धीस नेलास.

स्पष्टीकरण

विश्वामध्ये मातारिश्वन वायूच्या (गॅस) साहाय्याने अग्नीची निर्मिती झाली. विश्व निर्माणकारी यज्ञामध्ये अग्नी हा घटक महत्त्वाचा आहे. अग्नीपासून सूर्याची निर्मिती झाली. सूर्य उत्पत्तीच्या समयी द्यावा आणि पृथ्वीमध्ये चुंबकीय कंपने निर्माण झाली. (पृथ्वी ही सूर्याच्या अगोदर निर्माण झाली, असे ऋग्वेदामध्ये अनेक ठिकाणी सांगितले आहे) द्यावा आणि पृथ्वी यांच्यामध्ये सूर्य उत्पन्न झाला. आपल्या सामर्थ्याने सूर्याने द्यावा पृथ्वीला तोलून धरले. अशा तऱ्हेने देवांचा तारका निर्माणकारी यज्ञ पूर्ण झाला.

ऋग्वेद १/३१/४

माता-पित्याच्या घर्षणामधून उत्पन्न होत असता इतस्ततः ज्वाला प्रक्षेपित करणाऱ्या हे अग्ने, तू मनुकरिता द्युलोकात गर्जना केलीस.

स्पष्टीकरण

- मातारिश्वन वायू आणि ज्वालाग्राही उदक यांच्या संयोगातून विश्वामध्ये अग्नीची उत्पत्ती झाली. अग्नीपासून सूर्य निर्माण झाला. पृथ्वीवरील मानव प्राण्यासाठी सूर्य गर्जनेसहित प्रकाशाचे प्रक्षेपण करतो. (सूर्य भ्रमण करताना प्रचंड आवाज करतो, असे ऋग्वेदामध्ये अनेक ठिकाणी स्पष्ट केले आहे.)
- दोन अरणींच्या घर्षणामधून अग्नीच्या ज्वाला निर्माण होतात. मानवाच्या (मनु) भरण पोषण करण्यासाठी अग्नी आकाशातील विजेचे रूप घेतो.

ऋग्वेद १/३१/६

हे सर्वदर्शी अग्ने, वाट चुकलेल्या व्यक्तीला तू योग्य मार्गदर्शन करतोस. कठीण प्रसंगी तसेच युद्धात तू त्यांचे रक्षण करतोस. घनघोर संग्रामात हातघाईच्या लढाईत तसेच लहान-मोठ्या संकट प्रसंगी तू दुर्बलांच्या हातून प्रबल शत्रूंचा नि:पात करतोस.

स्पष्टीकरण

रात्रीच्या अंधारात मशालीमुळे रस्ता दिसतो. पूर्वीच्या काळी मशाली घेऊन युद्धामध्ये शत्रूला चटके देऊन, भाजून त्यांना पळवून लावीत असत. लढाईमध्ये पेटत्या मशालीचा वापर हा शस्त्रासारखा केला जाई. त्यामुळे शत्रू पळून जात असे. रात्रीच्या वेळी मशालीला बघून हिंस्त्र प्राणी जवळ येत नाहीत. त्यामुळे त्यांच्यापासून संरक्षण होत असे.

ऋग्वेद १/३१/९

हे श्रेष्ठ अग्ने, आमच्याकरिता तू स्वपितरांच्या उदरी जन्म घेतोस. हे अग्ने, सशरीर अवस्थेत तू प्रज्वलित हो.

स्पष्टीकरण

पूर्वीच्या काळी गोवरीचा विस्तव (निखारा) राखेमध्ये किंवा मातीमध्ये पुरून ठेवीत असत. तो विस्तव दुसऱ्या दिवशी वापरासाठी बाहेर काढीत. असा विस्तव विझत नाही. त्या विस्तवावर पाला-पाचोळा टाकून फुंकर मारून पुन्हा प्रज्वलित केला जाई. यालाच 'स्वपितरांच्या उदरी जन्म घेणारी अग्नी' असे म्हटले आहे.

ऋग्वेद १/३१/१३

चतुर्नेत्र (सुंदर ज्वाला) संरक्षक, अजात शत्रू आणि प्राणिमात्रांच्या पोषणकर्त्या अग्ने, असहाय्य भक्त आत्मरक्षणासाठी तुला प्रज्वलित करून तुला हविद्रव्ये आणि स्तोत्रे अर्पण करतात.

ऋग्वेद १/३६/६

भाग्यशाली तरुण अग्ने, यज्ञकार्यातील सारा हवि तुझ्या ठायीच अर्पिला जातो. तू आम्हावर प्रसन्न होऊन देवांना हविद्रव्याच्या साहाय्याने तृप्त कर आणि आम्हास वीर्यशाली पुत्र प्रदान कर.

स्पष्टीकरण

सूर्य दररोज नव्याने उगवतो, म्हणून तो तरुण असतो. वेदकाळी ऋषींची अशी श्रद्धा होती की, यज्ञ अग्नीला हवि अर्पण केला तर तो यज्ञ अग्नी विश्वातील सर्व देवांना उदा. सूर्य, तारे इत्यादी पोहोचवितो. यज्ञ अग्नी देवापर्यंत जाऊन तो हवि देवांना पोहोचवितो. कारण सूर्य आणि यज्ञ अग्नीमध्ये अग्नी हेच मूलतत्त्व आहे. तो हवि प्राप्ती झाल्यानंतर द्युमधील सर्व देव प्रसन्न होतात. देवांना अन्न भरवून देवांना प्रसन्न करवून घेण्याची ही पद्धत प्राचीन काळी अस्तित्वात होती. या हवि अर्पणक्रियेबरोबरच देवांची स्तोत्रांच्या साहाय्याने स्तुतीही केली जात असे. आताही आपण देवांची प्रार्थना करून नैवेद्य अर्पण करतो आणि देवांना प्रसन्न करण्याचा प्रयत्न करतो.

ऋग्वेद १/३६/८

वृत्रहंत्या इंद्राने अंतरिक्ष आणि द्यावा-पृथ्वी यांची पुनर्निर्मिती केली.

स्पष्टीकरण

पृथ्वी सूर्याच्या अगोदर अस्तित्वात होती. पृथ्वीचे अस्तित्व विश्वामध्ये होते. पृथ्वीच्या आसपास सूर्य निर्माण झाला. सूर्य ज्या स्थानामध्ये अस्तित्वात आला त्या स्थानाला 'सूर्यलोक' किंवा 'द्यु' अशी संज्ञा प्राप्त झाली. पृथ्वी आणि सूर्य यांच्या मधल्या भागाला अंतरिक्ष अशी संज्ञा प्राप्त झाली अशा तऱ्हेने विश्वामध्ये द्यावा, पृथ्वी आणि अंतरिक्ष अशा संज्ञा असणारा वेगळा विभाग (सूर्यमंडल) तयार झाला.

ऋग्वेद १/४५/९

हे बलोत्पन्न आणि स्थानसंपन्न अग्ने, देवगणांना प्रातःकाळी तू आमच्या यज्ञात घेऊन ये.

स्पष्टीकरण

विश्वामध्ये अग्नी हा सर्वश्रेष्ठ देव आहे. वायू, वरुण, रुद्र, अश्विनीकुमार हे देवगण आहेत. देवगण मुख्य देवाचे सेवक आहेत.

ऋग्वेद १/५८/६

देवांना सुखकारक अशा हे होतृ, श्रेष्ठ, अतिथी, देदीप्यमान, सुंदर आणि सुलभप्राप्य अग्ने भृगु ऋषि समुदायाने तुला मनुष्यलोकी स्थापन केले.

स्पष्टीकरण

अंगीरसांनी अरणीतून तसेच गारगोटीच्या साहाय्याने अग्नी निर्माण केला. त्यांच्याच समकालीन परंतु दूरच्या प्रदेशात भृगुसमुदाय वीज कोसळून पेटलेल्या अरण्यातील अग्नी घेऊन प्रवासामध्ये आपल्याबरोबर बाळगीत असत. (ऋग्वेद २/४/२) त्याचा अनेक कारणांसाठी ते उपयोग करीत असत.

ऋग्वेद १/५९/१

समस्त अमर लोकांचे आनंदस्थान अशा हे वैश्वानर अग्ने, अन्य सारे अग्नी तुझे शाखाभूत आहेत. तू मनुष्यमात्रांचा नाभीस्वरूप असून स्तंभाप्रमाणे तू त्यांना आधार देतो.

स्पष्टीकरण

वैश्वानर अग्नी तारेतारकांचे आनंदस्थान, निर्माणस्थान आहे. सर्व विश्वात वैश्वानर अग्नी मुख्य असून बाकी सारे अग्नी दुय्यम आहेत. विश्वातील वैश्वानर अग्नीमुळे तारे, तारका, सूर्य यांची उत्पत्ती झाली. मनुष्यमात्रांना तो मुख्य स्थानी असून त्यांचा आधारभूत आहे. अग्नीमध्ये उष्णता किंवा तप्तपणा आहे. सूर्यकिरणे ही प्रकाशही देतात आणि उष्णताही निर्माण करतात. किरणामध्ये नुसताच प्रकाश असता तर पृथ्वीवरील जीवन अस्तित्वात आले नसते. वैश्वानर अग्नीमुळे सृष्टी अस्तित्वात आहे.

ऋग्वेद १/५९/२

द्यु लोकाच्या मूर्धस्थानी, पृथ्वीच्या नाभीस्थानी असणारा तसेच द्यावा पृथ्वीचा अधिपती अशा हे वैश्वानर अग्ने, देवगणांनी आर्य लोकांसाठी ज्योतीरूपाने तुला निर्माण केले.

स्पष्टीकरण

द्यु लोकांच्या उच्च स्थानी आणि पृथ्वीच्या मुख्यस्थानी वैश्वानर अग्नी आहे. तसेच द्यावा पृथ्वीचा मालक (अधिपती) असणाऱ्या वैश्वानर अग्नीला देवगणांनी (तेजोमेघ, वैश्विक, वायू, उदक) पृथ्वीवासीयांसाठी सूर्यरूपाने निर्माण केले. पृथ्वीच्या पोटात तृप्त ज्वालारसाच्या रूपाने वैश्वानर अग्नी अस्तित्वात आहे.

ऋग्वेद १/५९/३
सूर्याच्या ठायी चिरंतन निवास करणाऱ्या किरणांप्रमाणे हे वैश्वानर अग्ने, तुझ्या ठायी अक्षय संपत्ती निवास करते. पर्वत, जल, औषधी आणि मनुष्य यांच्या जीवनतत्त्वाचा तू अधिपती आहे.

स्पष्टीकरण
ज्याप्रमाणे किरणांचे निवासस्थान सूर्य आहे. त्याप्रमाणे शक्तीचे (ऊर्जा) निवासस्थान वैश्वानर अग्नी आहे. पर्वत, जल, औषधी आणि मनुष्य यांच्या जीवनाचा वैश्वानर अग्नी स्वामी आहे. ठराविक तापमानामुळे पाण्याचे अस्तित्व आहे. कमी तापमानात पाण्याचा बर्फ होतो. जास्त तापमानात पाण्याची वाफ होते. वनस्पती आणि प्राणिमात्र हे वैश्वानर अग्नीमुळे अस्तित्वात आहेत. वैश्वानर अग्नी म्हणजे उष्णतामान आहे. वनस्पती आणि प्राणिमात्रामध्ये वैश्वानर अग्नीचे अस्तित्व आहे.

ऋग्वेद १/६५/१
एखाद्या तस्कराप्रमाणे गूढस्थळी लपून राहणाऱ्या आणि देवांना नमस्कार पोहोचविणाऱ्या हे नमस्कारार्ह अग्ने, तुझ्या पदचिन्हांच्या साहाय्याने एकविचाराच्या पूज्य उपासकांनी तुझा शोध लावला आणि ते तुझ्याजवळ येऊन बसले.

स्पष्टीकरण
अग्नी हा एखाद्या तस्कराप्रमाणे लाकडात, गारगोटीत गुप्त रूपाने अस्तित्वात आहे. दगडावर दगड आपटला तर दगड गरम होतो किंवा जोरात घासल्यास दगड गरम होतो तसेच लाकडावर लाकूड घासल्यास ते गरम होते. हे गरम होण्याचे कारण शोधत ऋषींना अग्नीचा शोध लागला.

ऋग्वेद १/६५/२
सत्यधर्म अग्नीचे वर्चस्व देवगणही मानतात. द्यु लोक आणि पृथ्वी त्यास आश्रय देतात. जलधारा यज्ञकुंडाच्या गर्भात जन्मलेल्या आणि स्तोत्राच्या योगे वृद्धिंगत झालेल्या अग्नीचे संगोपन करतात.

स्पष्टीकरण
अग्नीचे श्रेष्ठत्व सर्वजण मान्य करतात. अग्नी विश्वामध्ये सर्वत्र विद्यमान आहे. अग्नी घृतधारांनी वृद्धिंगत होतो. मेघांमध्ये वीज निर्माण होते. मेघांतील पाणी आणि गर्जण्याच्या साहाय्याने वीज निर्माण होते.

ऋग्वेद १/६५/४

अग्नी हा जलाचा बंधू आहे. शत्रुसंहारक राजाप्रमाणे तो वने भक्षण करतो. वनात प्रविष्ट झालेला वातप्रेरित अग्नी पृथ्वीचे वृक्षरूपी केस उच्छेदून टाकतो.

स्पष्टीकरण

पाणी आणि अग्नी हे दोन्हीही मेघामध्ये उत्पन्न होतात. म्हणून अग्नी हा जलाचा बंधू आहे. वीज अरण्ये जाळते. (वीज) आणि जलधारा हे दोन्हीही मेघामध्ये (ढग) उत्पन्न होतात म्हणून अग्नी आणि पाणी हे भाऊ भाऊ आहेत.) अग्नी वने जाळतो. वीज वनामध्ये कोसळल्यामुळे वने पेट घेतात.

ऋग्वेद १/७१/२

स्तोत्रांच्या महान गर्जनेने प्रचंड दुर्ग आणि पर्वताचा भेद करणाऱ्या अंगीरस सज्ञक पितरांनी आमच्यासाठी स्वर्गाचा विशाल मार्ग खुला केला. दिवस, प्रकाश, सूर्य, गायी (ढग) यांच्या ज्ञानाची प्राप्तीही त्यांनी आमच्यासाठी केली.

ऋग्वेद १/७१/४

मातारिश्वनने मंथनाच्या साहाय्याने अग्नी निर्माण करताच भिन्न जागी विखुरलेल्या आणि सूर्यकिरणांसदृश चपळ अशा तेजस्वी अग्नीची उपासना घरोघर सुरू झाली. त्या दिवसापासून बलवान राजाचे दौत्यकर्म करणाऱ्या दूताप्रमाणे अग्नी यजमानाचे दौत्यकर्म करू लागला.

स्पष्टीकरण

निखाऱ्यावर फुंकर घालून अग्नी पेटविण्याची कला निघाल्यापासून अग्नी घरोघरी पेटवला जाऊ लागला. तेव्हापासून अग्नी लोकांची सेवा करू लागला. अन्न शिजविणे, दिवा बनून रात्री उजेड देणे, तसेच यज्ञकर्म करणे इत्यादी कामे अग्नी एखाद्या सेवकाप्रमाणे करू लागला.

ऋग्वेद १/७१/५

यजमानाने आपला पिता द्यु याच्यासाठी सिद्ध केलेल्या सोमरसाच्या प्रभावाने राक्षसगण पळून गेले. धनुर्धारी अग्निदेवाने आपल्या धनुष्याच्या साहाय्याने राक्षसावर शरसंधान केले आणि आपल्या कन्येच्या ठायी स्वतेजाची स्थापना केली.

स्पष्टीकरण
सूर्योदय होताना अंध:काररूपी राक्षस पळून जातो. सूर्योदयापूर्वी सूर्य प्रथम आपली किरणे प्रक्षेपित करतो आणि आपल्या तेजस्वी प्रकाशाने पृथ्वीरूपी पत्नीला उजळून टाकतो.

ऋग्वेद १/७१/८
तेजोत्पत्तीची इच्छा करणाऱ्या लोकाधिपती अग्नीने घर्षणाद्वारा अत्यंत शुद्ध आणि तेजस्वी रेताची उत्पत्ती केली. त्यापासून बलवान तरुण आणि बुद्धिमान अशा पुत्राची त्यास प्राप्ती झाली आणि त्यास प्रेरणा दिली.

स्पष्टीकरण
सूर्यनिर्मितीचे वर्णन या ऋचेमध्ये केले आहे. सूर्यनिर्मितीची प्रवृत्ती असणाऱ्या लोकाधिपती वैश्विक अग्नीने वैश्विक मूलद्रव्ये (मूलतत्त्वे) यांच्या आपसांतील संयोगातून रेताची निर्मिती केली. नंतर तरुण, बलवान आणि बुद्धिमान सूर्याची निर्मिती केली आणि त्यास प्रज्वलित केले.

ऋग्वेद १/७२/२
अग्नीची इच्छा करणाऱ्या अमर आणि ज्ञानवान देवांना बालरूपधारी अग्नी जवळ असूनही सापडला नाही. त्यांच्या शोधार्थ ते चालून चालून थकले. अखेरीस ध्यान योगाच्या साहाय्याने ते अग्नीच्या श्रेष्ठ आणि सुंदर स्थानी जाऊन पोहोचले.

स्पष्टीकरण
या ऋचेमध्ये आदित्याच्या गर्भावस्थेचे वर्णन केले आहे. आदित्याचा बीजरूप गर्भ तप्त उदकामध्ये सुप्त अवस्थेत पुष्कळ काळापर्यंत पडून होता. आदित्य गर्भ विश्वातील एका कोपऱ्यात वाढत होता. त्याच वेळी विश्वनिर्माणकारी तत्त्वे विश्वामध्ये इतरत्र अस्तित्वात होती. आदित्य गर्भ बुडलेला असल्यामुळे इतर घटकांचा आणि आदित्य गर्भाचा संयोग झाला नाही.

ऋग्वेद १/७२/३
हे तेजोमय अग्ने, तेजस्वी आणि अभिजात मरुतांनी तीन वर्षांपर्यंत घृतयज्ञाद्वारे तुझी पूजा केली आणि त्यांना यज्ञीय हविभाग आणि श्रेष्ठता प्राप्त झाली.

स्पष्टीकरण

या ठिकाणी दिलेली तीन वर्षे ही ब्रह्मदेवाची आहेत. तीन वर्षे म्हणजे मानवाची कोट्यवधी वर्षे होतात. याचा अर्थ अवकाशात एक ताऱ्याची निर्मिती प्रक्रिया सुरू झाल्यानंतर ताऱ्याचा प्रत्यक्ष जन्म होईपर्यंत कोट्यवधी वर्षांचा काळ लागतो.

अगणित कालपर्यंत मरुतांनी (वैश्विक वायू) या बाल आदित्याचे पोषणकारी द्रव्याने पोषण केले. या मरुतांच्या कार्यामुळे देवांच्या यज्ञात मरुतांना हवी अर्पण केला जाऊ लागला. म्हणजे मरुतामधील शक्तिसंचय टिकवून धरला.

ऋग्वेद १/७२/४

पूजनीय आणि ज्ञानसंपन्न मरुत् इंद्रासमवेत स्तोत्रे म्हणत विस्तीर्ण द्यावा-पृथ्वीमध्ये अग्नीचा शोध करू लागले. तेव्हा श्रेष्ठ स्थानी निवास करणारा अग्नी त्यास ज्ञात झाला.

ऋग्वेद १/७२/५

सर्व भक्तांनी आपल्या स्त्रियांसह गुडघे टेकून प्रिय अग्नीची उपासना केली. स्वशरीराचा बळी देऊन अग्नीशी त्यांनी स्नेह जोडला. अखेरीस त्या प्रिय सख्याचे दर्शन होऊन त्यास मुक्ती मिळाली.

स्पष्टीकरण

या दोन्ही ऋचांमध्ये आदित्य गर्भाची पूर्ण वाढ झाल्यानंतर आदित्य (सूर्य) पहिल्यांदा प्रज्वलित करण्याच्या क्रियेचे वर्णन आलेले आहे. विश्वामध्ये मरुत्चे (वैश्विक वायू) स्थान तेजोमेघापासून (वैश्विक मेघ) प्रचंड दूर अंतरावर विश्वाच्या एका कोपऱ्यात आहे. सूर्याला प्रज्वलित करण्याच्या कार्यासाठी मरुतांची जेव्हा आवश्यकता भासते तेव्हा हे ज्ञानवान मरुत् (तारे प्रज्वलनाचे कार्य जाणणारे) प्रचंड वेगाने तेजोमेघाकडे धाव घेतात किंवा तेजोमेघ प्रचंड वेगाने मरुतांना आकर्षित करून घेतात. हे अत्यंत बलवान असणारे मरुत् मोठ्याने कडकड अशी गर्जना करतात. तेजोमेघ, मरुत्, रुद्र तसेच विश्वातील इतर प्रज्वलनकारी घटक (तत्त्वे) यांच्या संयोगाने सूर्य पहिल्यांदा प्रज्वलित होतो किंवा सूर्य पेट घेतो आणि प्रकाश देण्यास सुरुवात करतो. या क्रियेमध्ये सर्व प्रज्वलनकारी घटकांची शक्ती संपून जाते. हे घटक क्षीण होतात. लाखो वर्षांनंतर या प्रज्वलनकारी घटकामध्ये पुन्हा आपोआप पूर्ण शक्ती निर्माण होते.

तेव्हा नंतर ते दुसरा तारा प्रज्वलित करतात. तारा प्रज्वलित करण्यासाठी तेजोमेघ आणि वैश्विक वायू यांचे वेगळे महत्व आहे. याचे हेच मुख्य कार्य आहे.

ऋग्वेद १/७२/६

हे अग्ने, तुझी एकवीस गुह्यस्थाने भाविक भक्तांनी शोधून काढली व तुझे रक्षण केले. प्रसन्न होऊन तू त्यांच्या स्थावर जंगमाचा, पशूंचा सांभाळ कर.

स्पष्टीकरण

अग्नीचे एकवीस प्रकार आहेत. हे प्रकार निर्मितिस्थाने आणि कार्य यावरून निश्चित केले आहेत.

ऋग्वेद १/७२/८

सत्कर्मकारी आणि सत्यमार्गज्ञ पूर्वऋषींनी स्वर्गीच्या सप्त महानद्यांचे आणि संपत्तीच्या द्वारांचे ज्ञान झाले. गार्यींचा प्रचंड गोठा देवशुनी सरमेने शोधून काढला. त्यायोगे मनुष्य मात्र आजही सुख भोगीत आहे.

स्पष्टीकरण

आमच्या पूर्वऋषींनी सूर्य लोकांतील सप्तसूर्य, सप्तरश्मी आणि वैश्विक उदकांच्या सप्त नद्यांचे ज्ञान मिळविले. हे ज्ञान त्यांनी अंतर्ज्ञानाने प्राप्त करून घेतले. त्यामुळे मनुष्यमात्र आज सुखी आहे. मेघामध्ये विजेच्या साह्याने पाणी उत्पन्न होऊन मनुष्यमात्रासाठी उपयुक्त पाऊस पडतो. (सरमा याचा अर्थ वीज आहे.)

ऋग्वेद १/७२/९

हे अग्ने, तुला हवि अर्पिल्यामुळे अमरत्वाचा मार्ग शोधणारे आदित्य सत्कर्मप्रवण झाले. आपल्या या थोर पुत्राच्या कर्तृत्वामुळे संपन्न झालेली पृथ्वी जगाच्या संरक्षणार्थ सिद्ध झाली.

स्पष्टीकरण

सूर्यामध्ये देवांनी (तेजोमेघ, विश्ववायू, मरुत्, कृष्ण-मेघ) तेजाची स्थापना केली. (सूर्यामधून तेज प्रक्षेपित होऊ लागले) सूर्यापासून निघालेल्या प्रकाशरूपी ज्वाला सर्व विश्वात पसरल्या. सूर्य एक तारा म्हणून अवकाशात प्रकाशाचे प्रक्षेपण करू लागला. तेव्हापासून पृथ्वीवर सृष्टी उत्पन्न होण्यास सुरुवात झाली. (सूर्यामुळे पृथ्वीवर दृश्यमानता (उजेड) निर्माण झाली.)

ऋग्वेद १/७३/२
सवितृप्रमाणे सत्यज्ञानाची प्राप्ती करून देणारा, स्वपराक्रमाने सर्व सामर्थ्यांचे रक्षण करणारा तसेच अनेकांनी प्रशंसिलेला नित्य प्रकाशरूप आणि सुखकारक अग्नी सर्वांना प्रिय झाला.

ऋग्वेद १/७३/६
भरलेल्या कासेच्या परमकारुणिक अशा तेजस्वी गायींनी सत्यस्वरूपी अग्नीला दुग्धपान करविले. अग्नीकृपेची प्रार्थना करणाऱ्या नद्या पर्वताच्या उतारावरून वाहू लागल्या.

स्पष्टीकरण
विश्वातील ज्वालाग्राही उदकांच्या नद्यांनी सूर्याला तेजाचा पुरवठा केला. या नद्या विश्वामधून निघून सूर्याकडे धाव घेतात. या नद्यांची उत्पत्ती तेजोमेघामधून होते. या तेजोमेघामधून ऊर्जेच्या नद्या सूर्याकडे वाहू लागल्या.

विश्वामध्ये एका घटकातून दुसऱ्याची निर्मिती होते. दोन्हींच्या संयोगातून तिसरा घटक निर्माण होतो. तिसरा घटक पहिल्या घटकाची वाढ करतो. हे निर्मितीचे चक्र विश्वामध्ये आपोआप सुरू राहते.

ऋग्वेद १/७३/८
हे अग्नी भूलोक, द्युलोक आणि अंतरिक्ष यांना तू व्यापून राहतो आणि समस्त विश्वासमवेत तू छायेप्रमाणे भ्रमण करतो.

स्पष्टीकरण
अग्नी सर्वत्र व्याप्त आहे. विश्व हे भ्रमणशील आहे. विश्वाबरोबर सूर्यही भ्रमण करतो. सूर्य प्रकाश द्यू, अंतरिक्ष आणि पृथ्वी यांना व्यापून टाकतो.

ऋग्वेद १/७४/६
हे सूर्यप्रकाशमान अग्ने, हवि ग्रहण करण्याकरिता आणि स्तोत्र श्रवण करण्याकरिता देवगणांना आमच्या यज्ञस्थानी घेऊन ये.

ऋग्वेद १/७९/१
अंतरिक्षातून बाहेर पडते वेळी ज्वालारूपी सुवर्ण केशयुक्त, सर्पसदृश, वक्रगती आणि उषेप्रमाणे शुद्ध तेजोयुक्त प्रतीत होणारा ज्ञानवान, यशस्वी, गतिमान आणि सत्य अग्नी शीघ्र गतीने आमच्या यज्ञाप्रत येवो.

स्पष्टीकरण

हे वर्णन पर्जन्यदायी मेघामध्ये निर्माण होणाऱ्या विजेचे आहे.

ऋग्वेद १/७९/२

हे अग्ने, तुझे प्रलयंकर सुपर्ण अश्व दौडू लागताच मेघरूपी कृष्ण वृषभ मोठ्याने गर्जना करू लागतात. तद्नंतर मेघनिवासी वैद्युत अग्नी सुहास्यवदन आणि कल्याणकारक आपो देवीसह खाली कोसळतो.

स्पष्टीकरण

मेघामध्ये वीज चमकताच मेघगर्जना होते. त्याचबरोबर जलवृष्टीसह वीज खाली येते.

ऋग्वेद १/७९/३

विशुद्ध जलपानाने पुष्ट झालेला अग्नी अंतरिक्षीय मार्गाने विशुद्ध जल द्युलोकी आणतो. तद्नंतर अर्यमन, मित्र, वरुण आणि सर्वव्यापी मरुत् या देवता अंतरिक्षाला छिद्र पाडून पृथ्वीवर जलसिंचन करवितात.

स्पष्टीकरण

सूर्याच्या उष्णतेने पाण्याचे बाष्प (अग्नी) अंतरिक्षा मार्गे द्यु लोकात जाते. हे मेघ निर्मितीचे आणि मेघवृष्टीचे वर्णन आहे. विजेच्या चमकण्यामुळे मेघ जलाने तुडुंब होतात. त्या वेळी अर्यमन, मित्र, वरुण आणि वायू यांच्या मदतीने जलवर्षाव होतो.

ऋग्वेद १/९३/४

हे अग्नी सोमांनो गोदुग्धाचा विपुल साठा तुम्ही विमुक्त केलास, वृसय राक्षसांच्या वंशजास तुम्ही ठार केलेत. उपयुक्त प्रकाश तुम्ही उपलब्ध केलात.

स्पष्टीकरण

भरपूर पाऊस पडला. ढगांचे राहिलेले खरवट नष्ट झाले आणि स्वच्छ सूर्यप्रकाश पडला.

ऋग्वेद १/९३/६

स्तोत्रांच्या साहाय्याने वृद्धिंगत होणाऱ्या तसेच विस्तीर्ण पृथ्वी लोकांची निर्मिती करणाऱ्या हे अग्नी सोमांनो, तुम्हापैकी एकाला मातारिश्वनने द्यु लोकातून आणले आणि दुसऱ्याला श्येन पक्षाने पर्वताचे मंथन करून बाहेर काढले. या ऋचेचा आणखीन एक अर्थ निष्पन्न होतो. पृथ्वीच्या पोटातील अग्निज्वाला मुखीच्या रूपाने पृथ्वीच्या गर्भातून बाहेर पडतो.

स्पष्टीकरण

या ऋचेमध्ये सूर्य आणि चंद्राच्या उत्पत्तीचे वर्णन आलेले आहे.

सूर्याची निर्मिती उष्ण उदक आणि मातारिश्वन वायू (गॅस) यांच्या संयोगातून झाली. तर चंद्राची उत्पत्ती चुंबकीय शक्तीने (श्येन पक्षी) पृथ्वीवरील पर्वत खेचून घेतला आणि त्याचाच पुढे चंद्र झाला किंवा आदित्य निर्मितीच्या वेळेस आदित्यामधून पर्वताकार अनेक घन वस्तू बाहेर फेकल्या गेल्या. त्यांतीलच एक पर्वत चंद्र म्हणून पृथ्वीच्या कक्षेत स्थिरावला असावा.

ऋग्वेद १/९४/७

रात्रीच्या अंध:कारातही प्रकाशमान होणाऱ्या हे अग्निदेवा, सर्व बाजूंनी सारखाच सुभग दिसणारा तू दूर असूनही जवळ असल्याप्रमाणे प्रकाशतो.

स्पष्टीकरण

हे अंधारात पेटविलेल्या दिव्याचे वर्णन आहे. दिव्याच्या प्रकाशामुळे अंधारातही दूरपर्यंतचे दिसते.

ऋग्वेद १/९४/१५

अग्नी आपल्या भक्तांसाठी समस्त वस्तूंचे शुद्धीकरण करतो. (अग्नी कच्चे अन्न पक्के करतो. थंडी दूर करतो. सूर्यप्रकाशामुळे पाणी शुद्ध व स्वच्छ होते.)

ऋग्वेद १/९५/१

रजनी आणि उषा या विभिन्न रूपाच्या परस्परविरोधी भगिनी आपापले कार्य करीत भ्रमण करतात. त्यापैकी उषेजवळ सोनेरी वर्णाचे तेजस्वी बालक असून रात्री जवळ चंद्ररूपी आल्हाददायक पुत्र आहे. या उभय भगिनी एकमेकींच्या बालकांना स्तनपान करतात.

स्पष्टीकरण

रात्र काळी असते तर उषा लाल असते. उषेजवळ सूर्य आहे तर रात्री जवळ चंद्र आहे. सूर्य रात्रीच्या कुशीत आराम करतो तर चंद्र दिवसा (उषा) अदृश्य होतो.

ऋग्वेद १/९५/२

त्वष्टच्या दहा चतुर आणि तरुण पत्नींनी अग्नीरूपी एका चंचल बालकाला जन्म दिला. प्रखर तेजस्वी, यशस्वी आणि प्रकाशमान अशा पुत्राला भक्तजनांनी आपापल्या घरी नेले.

स्पष्टीकरण

ऋग्वेदामध्ये अनेक ठिकाणी तारकांना त्वष्टच्या पत्नी संबोधले आहे. ऋग्वेद १०/२७/१६ मध्ये दश अंगीरस तारकांमध्ये सूर्याची उत्पत्ती झाली असे सांगितले आहे तसेच ऋग्वेदामध्येही इतरत्र याचा उल्लेख आहे. त्वष्टने दशअंगीरस तारकांमध्ये सूर्योत्पत्ती केली.

सायनाचार्यांच्या मते वायुरूप त्वष्टने दशदिशांपासून सूर्याची निर्मिती केली तर स्कंद स्वामींच्या मते त्वष्टने प्रज्वलित केलेल्या अग्नीने प्रकाशमान झालेल्या आकाशात दश दिशांनी विहार केला.

परंतु दिशा या पृथ्वीपुरत्या मर्यादित आहेत. अवकाशामध्ये दिशांचे अस्तित्व नाही. सूर्य जन्माच्या अगोदर दहा दिशांची उत्पत्ती होऊ शकत नाही.

ऋग्वेद १/९५/३

समुद्रातील द्यु लोकातील आणि जलधारातील असे अग्नीचे तीन जन्म सुविख्यात आहेत. ऋतूंचे नियमन करणारा अग्नी प्रथम पूर्व दिशेला तद्नंतर अन्य दिशांना क्रमाक्रमाने प्रकाशमान करतो.

स्पष्टीकरण

अग्नीचा जन्म तीन स्थानांमध्ये झालेला आहे – • आदित्य-अग्नीचा जन्म उष्ण उदकाच्या समुद्रामध्ये झाला. • सूर्याचा द्युलोकामध्ये झाला • विद्युत अग्नीचा जन्म मेघजलामध्ये झाला. सूर्य प्रथम पूर्वदिशेला प्रकाशित करतो. नंतर हळूहळू सर्व जगाला प्रकाशित करतो.

ऋग्वेद १/९५/४

स्वप्रभावाने स्वमातांना जन्म देणाऱ्या गूढ अग्नीला कोणी पाहिले आहे काय? विद्वान बलवान आणि अनेक मातांचा बालक तो आपल्या जलधारारूपी मातांच्या उदरातून बाहेर पडतो. तसेच विजेच्या वारंवार चमकण्यामुळे अनेक वेगवेगळ्या ढगांमध्ये पाण्याची निर्मिती होते.

स्पष्टीकरण

मेघामधील जलामध्ये वीज उत्पन्न होते. पाण्याची निर्मिती आणि विजेची निर्मिती हे चक्र ढगामध्ये सुरू राहते.

ऋग्वेद १/९५/५

त्वष्ट्र पुत्र स्वयंप्रकाशमान आणि सुंदर अग्नी आपल्या जलधारारूपी मातांच्या आडव्या उदरात वाढला आणि उभ्या स्वरूपात त्याने जन्म घेतला. जन्म होताच द्यावा पृथ्वी भयाने दूर पळून गेल्या; परंतु पुन्हा एकवार परत येऊन त्या सिंहसदृश बालकाचे त्यांनी संगोपन केले.

स्पष्टीकरण

मेघातील विजेची निर्मिती त्वष्ट्र (ब्रह्म) करतो. असे ऋग्वेदामध्ये अनेक ठिकाणी सांगितले आहे, तसेच इंद्राचे वज्र म्हणजे मेघातील वीज हे याची निर्मिती त्वष्ट्रने केली, असेही अनेक ठिकाणी नमूद केले आहे. मेघातील विजेला त्वष्ट्र पुत्र असे म्हटले आहे.

आडव्या पसरलेल्या आभाळामध्ये रेषेप्रमाणे उभी वीज चमकते. अंधारामुळे आकाशाचा फार थोडा भाग दृश्यमान होत असतो पण वीज चमकण्यामुळे आकाशाचा विस्तीर्ण प्रदेश दृश्यमान होतो. वीज चमकून गेल्यानंतर अंधारामुळे पुन्हा आकाशाचा फार थोडा भाग दृश्यमान होतो. अशी क्रिया निरंतर होत राहते.

ऋग्वेद १/९५/७

महाभयानक अग्नी सवितृप्रमाणे उभय बाहू उंचावून द्यु लोक आणि पृथ्वी लोक यांना संतुष्ट करतो. पृथ्वीतील वस्तुमात्रातून तेजस्वी रस काढून त्याची वस्त्रे तो आपल्या मातांना परिधान करतो.

स्पष्टीकरण

उदित होणारा सूर्य जणू किरणरूपी बाहू उंचावून द्यु आणि पृथ्वी यांना प्रकाशाच्या साहाय्याने आनंदी करतो. सूर्य पृथ्वीवरील जलाशय आणि समुद्र यांचे पाणी शोषून घेऊन मेघाच्छादित आभाळ तयार करतो. हे आभाळ म्हणजे द्यु चे काळे वस्त्र आहे. पर्जन्यवृष्टी करून अरण्यरूपाने हिरवे वस्त्र तयार करतो आणि नद्या रूपाने त्याचे पांढरे धागे विणतो.

ऋग्वेद १/९५/८

स्वगृहातील तेजोमय जलधारांशी संलग्न होताच विद्वान आणि बुद्धिमान अग्नी अधिकच तेजस्वी होतो आणि आपले जन्मस्थान तो स्वच्छ करतो. तेथेच समस्त देवगणाशी त्याची भेट होते.

स्पष्टीकरण

अग्नीच्या मेघातील पाण्याच्या संयोगाने विजेची निर्मिती होते. या वेळी त्याचा मरुत् आणि वरुण यांच्याशी संबंध येतो. पाऊस पडून गेल्यावर आकाश निरभ्र होते.

ऋग्वेद १/९५/१०

आपल्या ज्वालारूपी शुभ्र लाटांनी अग्नी अंतरिक्षात प्रवाह निर्माण करतो आणि समस्त पृथ्वी व्यापतो. आपल्या जठरी अन्न धारण करणारा अग्नी आपल्या मातांच्या उदरात भ्रमण करतो.

स्पष्टीकरण

विजेच्या वारंवार चमकल्यामुळे आकाशात प्रकाशाच्या लहरी उत्पन्न होतात. मेघामध्ये अनेक ठिकाणी वीज चमकते. वीज आभाळात चोहीकडे गर्जना करीत फिरते.

ऋग्वेद १/९६/४

द्यावा-पृथ्वीच्या पितृस्थानी असणाऱ्या तसेच भक्तांना स्वर्गप्राप्ती करविणारा विपुल धनसंपन्न आणि लोकपालक मातारिश्वन अग्नीने संततीप्राप्तीचा मार्ग शोधून काढला.

स्पष्टीकरण

द्यावा-पृथ्वीच्या निर्मात्याप्रमाणे असणारा तसेच ताऱ्यांचा निर्माता असणाऱ्या मातारिश्वन वायूने विश्वामध्ये अनेक वस्तुमात्राच्या निर्मितीस साहाय्य केले. (मातारिश्वन वायूच्या साहाय्याने पृथ्वीवर पाऊस पडतो.) आणि वनस्पती सृष्टी आणि प्राणिसृष्टीचे पोषण होते.

ऋग्वेद १/९८/१

अरणीपासून उत्पन्न झालेला वैश्वानर अग्नी समस्त सृष्टीचे अवलोकन करतो. अखेर सूर्यरूपात विलीन होतो.

स्पष्टीकरण

वैश्वानर अग्नी सर्व भुवनांचा आधारभूत आहे. विश्वामधील उदक आणि वैश्विक वायू यांच्या घर्षणातून वैश्वानर अग्नीची निर्मिती होते. सूर्य तेजामध्ये वैश्वानर अग्नी विद्यमान आहे.

ऋग्वेद १/१४०/३

घर्षणाने कृष्णवर्णीय झालेले आणि एकत्र निवास करणारे अग्नीचे माता-पिता जागृत होतात आणि पूर्वदिशेप्रत ज्वाला प्रक्षेपित करणाऱ्या तसेच द्रुतगतीने बाहेर येणाऱ्या तसेच माता-पित्यांचा उत्कर्ष साधणाऱ्या आपला प्रलयंकर सहवास योग्य संरक्षणीय पुत्राकडे झेपावतात.

स्पष्टीकरण

घर्षणामुळे अरणीची लाकडे अगोदर काळी पडतात. नंतर अरणीच्या मंथनाने अग्नीच्या ज्वाला निर्माण होतात आणि त्या सूर्याकडे धाव घेतात. (ज्वाला नेहमी आकाशाकडे धाव घेतात.)

ऋग्वेद १/१४१/२

अग्नीच्या तीन रूपांपैकी अन्न साधक, अन्नयुक्त, शरीरपोषक गुह्याग्नी सदैव निद्रिस्त असतो. दुसरा अग्नी सात शुभमातांच्या पोटी जन्म घेतो आणि पृथ्वी दोहन करण्यासाठी जन्मलेल्या तिसरा सूर्यरूपी अग्नी दशदिशारूपी पूज्य स्त्रियांच्या पोटी जन्म घेतो.

स्पष्टीकरण

अग्नीच्या तीन प्रकारांपैकी पहिला, अन्न निर्माण करणारा शरीरपोषक आणि अन्नामध्ये समाविष्ट असलेला गुह्य अग्नी होय. हा गुह्य अग्नी सर्व शरीरामध्ये गुप्त रूपाने निवास करतो. दुसरा सप्त समुद्रामध्ये अंतर्भूत असणारा (जलचरांचे पोषण करणारा) आणि तिसरा सूर्य अग्नी आहे. तो दाही दिशा प्रकाशित करतो.

ऋग्वेद १/१४१/५

प्राचीन काळापासून अप्राप्य अशा पुरातन औषधीमध्ये निवास करणारा तसेच नवीन औषधीच्या ठायी स्थिरावणारा अमर आणि शुद्ध अग्नी मातृभूत दिशामध्ये वृद्धिंगत होतो आणि कालांतराने त्यामध्ये विलीन होतो.

स्पष्टीकरण

प्राचीन दुर्मिळ वनस्पतींमध्ये निवास असणारा तसेच नवीन वनस्पतीमध्ये निर्माण होणारा अग्नी वनस्पतीच्या वाढणाऱ्या शाखामध्ये निर्माण होत जातो आणि त्या वनस्पतीमध्ये एकरूप होतो.

ऋग्वेद १/१४१/७

वायूने चेतविलेला अग्नी इतस्तत: पसरू लागतो. तत्समयी अनेक मार्गांनी संचार करणाऱ्या त्या कृष्णमार्गी आणि शुद्ध जन्म प्रज्वलित अग्नीच्या मार्गात समस्त प्राणिमात्र गवसतात. (अरण्याला लागलेल्या अग्नीमध्ये प्राणी जळून भस्म होतात.)

ऋग्वेद १/१४३/२

प्रज्वलित अपानपात अग्नी प्रकट होताच वायूने त्यास पाहिले आणि त्याच्या सामर्थ्याने आणि कर्तृत्वाने द्यावा पृथ्वी प्रकाशित झाल्या.

स्पष्टीकरण

अंतरिक्षातील अपानपात अग्नीमुळे मेघामध्ये वीज निर्माण होते. अपानपात अग्नी म्हणजे वीज. वीज चमकली असता द्यावा-पृथ्वी प्रकाशित होते.

ऋग्वेद १/१४३/४

हे स्तोत्याने वरुणाप्रमाणे संपत्तीचा एकमेव अधिपती असा तसेच भृगु समुदायाने जगाच्या सामर्थ्याने वेदीच्या मध्यभागी स्थापिलेला संवर्धन अग्नीला तुम्ही आपल्या घरी स्तोत्रांच्या साहाय्याने प्रसन्न करा.

स्पष्टीकरण
ऋग्वेद १०/२७/१५ मध्ये नऊ भृगु ताऱ्यांनी सूर्यनिर्मितीसाठी साहाय्य केले असे सांगितले आहे. अशा तऱ्हेने निर्माण झालेल्या सूर्याची स्तुती करा.

ऋग्वेद १/१४४/२
अग्नीचे जन्मस्थान आणि देवांचे निवासस्थान अशा आदित्य लोकी उदकाच्या अग्नीस परिवेष्टून त्याची स्तुती करतात. आपो देवतेच्या मांडीवर बसून अग्नी समस्त जगाला उदकाच्या धारा पाजतो.

स्पष्टीकरण
आदित्य लोक हे सूर्याचे जन्मस्थान आणि तेजोमेघ, मरुत्, वैश्वानर अग्नी यांचे निवासस्थान आहे. विश्वातील तेजोमेघ, मरुत्, वैश्वानर अग्नी इत्यादी विश्वातील उष्ण उदकाला आवरण घालतात. ढगामध्ये विजेची निर्मिती होऊन वीजरूपी अग्नी जलवृष्टी करतो.

ऋग्वेद १/१४६/१
द्यावा-पृथ्वीच्या उदरात आसनस्थ झालेला तसेच चराचर सृष्टीचा आणि द्यु लोकांचा अणुरेणू व्यापून टाकणाऱ्या त्रिशीर्ष, सप्तरश्मी आणि अजर अग्नीचे मी स्तवन करतो.

स्पष्टीकरण
त्रिशीर्ष अग्नीचे द्यावा-पृथ्वी आणि अंतरिक्षात वास्तव्य आहे. त्रिशीर्ष अग्नी म्हणजे द्युमधील सूर्य, अंतरिक्षातील वीज आणि पृथ्वीवरील यज्ञीय अग्नी होय. अग्नीने विश्वाचा अणुरेणू व्यापला आहे. अग्नी पृथ्वीच्या पोटात ज्वालारसाच्या रूपाने अस्तित्वात आहे.

टीप : काही आचार्यांनी त्रिशीर्ष अग्नी म्हणजे यज्ञाची तीन सवने, असा अर्थ केला आहे.

ऋग्वेद १/१४९/२
जन्म होताच स्वस्थानी प्रयाण करणारा अग्नी (वीज ही क्षणभर चमकते आणि निर्माण झालेल्या ठिकाणी लुप्त होते.)

ऋग्वेद १/१४९/४

स्वत:च्या तेजस्वी प्रकाशाने तीनही लोक प्रकाशित करून आपे देवीच्या स्थानी निवास करणारा द्विजन्म यज्ञकुशल आणि होतृ अग्नी.

स्पष्टीकरण

सूर्य अग्नी आणि विद्युत अग्नी या दोहोमध्ये अग्नी हेच मूलतत्त्व आहे. विद्युत अग्नीला द्विजन्म अग्नी असे म्हटले आहे.

पहिल्यांदा सूर्यअग्नीच्या उष्णतेने समुद्राचे पाणी तापून ढगांची निर्मिती होते. त्याच ढगामध्ये पुन्हा विद्युत अग्नी निर्माण होते. म्हणून विद्युत अग्नीला द्विजन्म अग्नी म्हटले जाते.

ऋग्वेद १/१८८/१

देवांसमवेत निवास करणाऱ्या हे सहस्त्रजित, ज्ञानसंपन्न आणि दूत अग्ने, तुला आम्ही प्रज्वलित केले आहे. आमचे हवि तू देवाकडे पोहोचव.

यज्ञीय अग्नीला ऋग्वेदामध्ये सर्व ठिकाणी देवाचा दूत असे संबोधले आहे. यज्ञीय अग्नीमध्ये हवि अर्पण केला तर तो हवि द्युनिवासी अग्नीला पोहोचतो यामागे एकच श्रद्धा होती की, यज्ञीय अग्नी आणि द्यु निवासी अग्नी यामध्ये एकच अग्नितत्त्व आहे. हा हवि पोहोचविणारा यज्ञीय अग्नी हा ऋषींचा दूत अग्नी होता.

ऋग्वेद १/१८८/२

हे ऋत्विजांनो, यज्ञीय यजमानाला सहस्त्रावधी अन्न संपत्ती देणाऱ्या तनुनपात अग्नीला मधुर अन्नाच्या साहाय्याने तृप्त करा. (अरणीमध्ये गुप्तरूपाने असणाऱ्या तनुनपात अग्नीची यज्ञीय अग्नीत उत्पत्ती झाल्यानंतर त्या अग्नीला धान्याचा हवि अर्पण करून त्या अग्नीला संतुष्ट करा.)

ऋग्वेद २/४/२

अग्नीसेवक भृगु ऋषी समुदायाने देवाधिदेव अग्नीला अंतरिक्ष आणि पृथ्वी या दोन स्थानी सुस्थापित केले.

स्पष्टीकरण

पेटलेल्या अरण्यातून अग्नी घेऊन भृगु समुदायाने तो कायमचा जळत ठेवला. तो अग्नी पुष्कळ काळापर्यंत जतन करून त्याचा उपयोग केला.

तसेच विश्वामध्येही सूर्याची उत्पत्ती करण्यासाठी नऊ भृगु ताऱ्यांनी साहाय्य केले आहे. (ऋग्वेद १०-२७-१५).

भृगूंच्या पृथ्वीवरील अग्नीरक्षण कार्यामुळेच अवकाशामध्ये सूर्यनिर्मिती करणाऱ्या ताऱ्यांना भृगुचे स्मरण म्हणून भृगु तारे असे नाव दिले आहे.

ऋग्वेद २/१०/३

विभिन्न औषधींमध्ये उपस्थित असणाऱ्या तसेच रात्री समयी स्वतेजाने तळपणाऱ्या सुजन्म अग्नीला आम्ही अरणीच्या साहाय्याने उत्पन्न करतो.

स्पष्टीकरण

शेंगदाणा, तीळ, सरसू, सूर्यफूल, करडी, एरंडी इत्यादी गळीत धान्यामध्ये अग्नीचे अस्तित्व असते. अशा धान्याच्या तेलाचा दिवा रात्रीच्या समयी प्रकाश देतो. अग्नी अरणीच्या साहाय्याने उत्पन्न होतो.

ऋग्वेद ३/१/३

देवगणांनी नद्यांच्या जलामधून बाहेर काढलेला पृथ्वीबांधव स्वर्गसुख सुंदर मेधावी आणि सामर्थ्यसंपन्न अग्नी भक्तांना सुख देतो.

स्पष्टीकरण

विश्वामधील मरुत्, मित्रावरुण, कृष्णमेघ, रुद्र इत्यादी देवगणांनी तारेनिर्मितीसाठी विश्वातील तप्त उदकांच्या नद्यांमधून अग्नी बाहेर काढला. अग्नीला पृथ्वीचा बांधव असे म्हटले आहे. कारण सूर्याच्या अगोदर पृथ्वीची उत्पत्ती द्यु मध्ये झाली. अग्नी आणि पृथ्वी एकाच द्यु मध्ये उत्पन्न झाले म्हणून पृथ्वीचा अग्नी हा बांधव आहे. अग्नीला मेधावी म्हटले आहे. कारण अग्नी द्युमध्ये सूर्यरूपाने अंतरिक्षात वीजरूपाने आणि पृथ्वीवर पार्थिवरूपाने म्हणजे विविध रूपांत आहे.

ऋग्वेद ३/१/४

सप्तनद्यांनी संवर्धिलेल्या भाग्यशाली शुभ्र आणि तेजस्वी अग्नीला देवगण आतुरतेने प्रदीप्त करतात.

स्पष्टीकरण

विश्वामध्ये तप्त उदकाच्या सात नद्या आहेत. या उदकामुळे सूर्याला सतत ऊर्जेचा पुरवठा होतो. आदित्य गर्भरूप असताना सुप्तावस्थेत होता. गर्भाची पूर्ण वाढ झाल्यानंतर आदित्याला देवगणांनी प्रदीप्त केले. आदित्याचे प्रकाश देण्याचे कार्य सुरू केले. देवगण म्हणजे मरुत्, मित्रावरुण, वैश्वानर अग्नी, रुद्र इत्यादी विश्व निर्माणकारी घटक.

ऋग्वेद ३/१/६

विवस्त्र असूनही वस्त्रभूषित भासणाऱ्या सात निरागस, अजेय, चिरतरुण स्वर्गकन्यांनी एकत्रपणे अग्नीरूपी गर्भ धारण केला. (विश्वामधील उदकाच्या सात गुप्त नद्यांनी अग्नीरूपी आदित्याचा गर्भ धारण केला.)

ऋग्वेद ३/१/८

भक्तांनी वृद्धिंगत करताच मधुर घृताच्या धारा चोहो बाजूंस वाहविणाऱ्या हे भक्त पोषित, बलपुत्र आणि बलसंपन्न अग्नी तेजस्वी आणि दृतगामी शरीराने तू प्रकाशमान झाला.

स्पष्टीकरण

विश्वातील तारे निर्माणकारी घटकांनी आदित्याला विस्तारित केल्यानंतर मंद प्रकाशाने प्रकाशित होण्यास सुरुवात झाली. जेव्हा तो वेगाने स्वत:भोवती भ्रमण करू लागला तेव्हा तो तेजस्वी प्रकाशाने प्रकाशू लागला.

ऋग्वेद ३/१/९

अंतरिक्षीय जलसंचयाचे ज्ञान असणाऱ्या, जलधारारूपी गुहेमध्ये संचार करणाऱ्या तसेच जलधारा आणि आकाशवाणी पृथ्वीच्या रोखाने प्रक्षेपित करणाऱ्या अग्नीचे स्वरूप ज्ञानी लोकांनाही अज्ञातच राहिले.

स्पष्टीकरण

मेघामध्ये जलसंचय करण्याचे ज्ञान असणारा, जलवृष्टीमध्ये अस्तित्व असणारा, तसेच जलधारा आणि मेघगर्जना निर्माण करणारा, विद्युत अग्नीच्या स्वरूपाचे ज्ञान ज्ञानी लोकांनाही नाही. ढगांमध्ये वीजनिर्मिती कशी होते याचे कारण ज्ञानी लोकांना माहीत नाही.

ऋग्वेद ३/१/१०

अंतरिक्ष आणि सृष्टी यांच्या जन्मदात्या, परमेश्वराचा गर्भ धारण करणाऱ्या औषधी भक्षक, शुद्ध आणि पराक्रमी अग्नीचे समान पती आणि लोक हितकारक द्यावा पृथ्वीने रक्षण केले.

स्पष्टीकरण

सूर्याच्या अस्तित्वामुळे सूर्य आणि पृथ्वी यामध्ये अंतरिक्ष निर्माण झाले. सूर्यामुळे वनस्पती सृष्टी आणि प्राणी सृष्टी निर्माण झाली. सूर्यप्रकाश आणि

सूर्याच्या उष्णतेमुळे वनस्पतीमध्ये पुष्पधारणा आणि फलधारणा होते. याच सूर्याच्या उष्णतेने वनस्पती सुकतात, वाळतात. शुद्ध अग्नी म्हणजे निर्मळ, पांढरा स्वच्छ आणि पवित्र अग्नी होय. अग्नीच्या अनेक कार्यामुळे आणि गुणामुळे अग्नीला पराक्रमी अशी उपमा दिलेली आहे.

सूर्याचे अस्तित्व द्यु मध्ये आहे. पृथ्वीच्या अस्तित्वामुळे मेघांतील विजेची निर्मिती होते.

ऋग्वेद ३/१/११

उदकसंवर्धित महान आणि उदार अग्नी अंतरिक्षात परिवर्धित होऊन तेथील जलामध्ये पडून राहिला.

स्पष्टीकरण

द्युमधील उदकाने पोषित झालेल्या अग्नीचे रूपांतरण होऊन तो मेघांमधील उदकामध्ये वीजरूपाने अस्तित्वात आला. मेघांमधील पाण्यातून पोषित झालेली वीज मेघांतील जलामध्ये अदृश्य रूपाने विद्यमान असते. द्युमधील अग्नीची निर्मिती आणि मेघांमधील विजेची निर्मिती एकाच जलतत्त्वात होते.

ऋग्वेद ३/१/१४

तेजस्वी गुहेमध्ये जन्मलेल्या विद्युतप्रभ अग्नीला अंतरिक्षीय जलाचा निर्माता सूर्य सहज प्राप्त झाला.

स्पष्टीकरण

अग्नी हेच मूलतत्त्व सूर्य आणि विजेमध्ये आहे.

ऋग्वेद ३/२/२

भक्तांना अतिथीप्रमाणे पूज्य अशा हव्यवाहक अजर, अन्नद, अवध्य आणि प्रकाशधन द्यावा-पृथ्वी पुत्र अग्नीने जन्म होताच मातृभूत द्यावा-पृथ्वीला प्रकाशित केले.

स्पष्टीकरण

सूर्य उत्पन्न होताच द्यावा आणि पृथ्वीला प्रकाश प्राप्त झाला.

अजर = तरुण, अन्नद = अन्न देणारा (पोषण करणारा)

ऋग्वेद ३/२/३

कर्तृत्ववान आणि बुद्धिमान देवांनी यज्ञ साहाय्याने निर्मिलेला अग्नी.

स्पष्टीकरण

विश्वामधील देवांनी यज्ञाच्या साहाय्याने निर्माण केलेला आदित्य अग्नी. विश्वामधील निर्माणकारी घटकांनी एकमेकांच्या संयोगाने निर्माण केलेला आदित्य अग्नी.

ऋग्वेद ३/२/९

हव्येच्छू अमर देवांनी इतस्ततः विखुरलेला तीन अग्नीना पावन करून संरक्षक अग्नीची स्थापना मृत्युलोकी आणि उर्वरित दोन अग्नीची स्थापना अंतरिक्षात आणि द्युलोकात केली.

स्पष्टीकरण

देवांनी तीन अग्नीपैकी पार्थिव अग्नीची स्थापना मृत्युलोकी, विद्युत अग्नीची स्थापना अंतरिक्षात आणि सूर्याची स्थापना द्युलोकी केली.

ऋग्वेद ३/२/१०

संपत्तीदाता, सामर्थ्यसंपन्न, वीर आणि अमर वैश्वानर अग्नी गर्जनकारी सिंहाप्रमाणे विश्वाच्या आश्चर्यकारक उदरात वृद्धिंगत होतो.

स्पष्टीकरण

वैश्वानर अग्नी विश्वामध्ये एका विशिष्ट भागात वाढतो. वैश्वानर अग्नी हा विश्वामधील सर्ववस्तुमात्र निर्माण करणारा, सामर्थ्यवान, निर्माणकार्य विरोधी तत्त्वांना नष्ट करणारा आणि स्वतः कधीही नष्ट न होणारा आणि प्रचंड आवाज निर्माण करणारा आहे.

ऋग्वेद ३/२/१२

सुस्तुत आणि जागृत वैश्वानर अग्नी अजर व्यक्तीप्रमाणे द्यु लोकाच्या माथ्यावरील अंतरिक्ष चढून गेला आणि प्राणिमात्रांसाठी धननिर्मिती करण्यासाठी तो आकाश मार्गाने फिरू लागला.

स्पष्टीकरण

वैश्वानर अग्नी सूर्यरूपाने द्यु लोकामध्ये विद्यमान आहे. सूर्यामध्ये असलेल्या उष्णतेला वैश्वानर अग्नी म्हटले आहे. प्राणिमात्रांच्या पोषणासाठी नुसता

प्रकाश कार्य करू शकत नाही. त्यासाठी उष्णता (गरमपणा) ही आवश्यक आहे. वैश्वानर अग्नी द्यु लोकामध्ये सर्वांत वरच्या थरामध्ये असतो.

ऋग्वेद ३/२/१३

वायूने अंतरिक्षात स्थापिलेल्या पिंगज्वाल, बलवान, यज्ञार्ह, प्रशंसनीय, ज्ञानवान आणि आश्चर्य गती प्रज्वलित अग्नीकडे आम्ही नव्या संपत्तीची याचना करतो.

वैश्विक वायूने सूर्याची द्यु मध्ये स्थापना केली. सूर्याकडे नवीन धनधान्याची आम्ही मागणी करतो. (वैश्विक वायू सूर्यनिर्मितीमध्ये एक साह्यकारी घटक आहे.)

ऋग्वेद ३/७/१

नीलपृष्ठ अग्नीचे द्यावा-पृथ्वी संचारी किरण सप्त नद्यांमध्ये प्रविष्ट होऊन यज्ञीय उपासकाला दीर्घायुषी बनवितात.

स्पष्टीकरण

सूर्याचे द्यावा-पृथ्वीमध्ये संचार करणारे किरण नद्यांच्या पाण्यामध्ये शिरून पाण्याला आरोग्यदायी बनवितात. त्यामध्ये स्नान करणाऱ्यांना ते दीर्घायुषी बनवितात.

ऋग्वेद ३/७/६

मातृपितृभूत द्यावा-पृथ्वीचे प्रत्ययकारी सुख स्तोत्यांना प्रदान करणाऱ्या पर्जन्यवृष्टीकारक अग्नीने रात्रीच्या उदरातील स्वतःचे तेज स्तोत्यांना दिले.

स्पष्टीकरण

मेघातील विजेचे अस्तित्व फक्त रात्रीच्या वेळीच जाणवते. दिवसा वीज चमकली तरी ती दृश्यमान होत नाही.

ऋग्वेद ३/९/५

वाट चुकलेल्या बालकाप्रमाणे लुप्त झालेल्या अग्नीला मातारिश्वनने मंथन करून शोधून काढले.

स्पष्टीकरण

मेघांतील मातारिश्वन वायूमुळे विजेची निर्मिती होते. वीज एकदा चमकून गेल्यानंतर मातारिश्वन वायू ढगाचे मंथन करून पुनः पुन्हा वीजनिर्मिती करतो.

ऋग्वेद ३/९/९

तीन हजार तीनशे एकोणचाळीस अग्नी उपासक देवांनी अग्नीला घृत आहुतीपूर्वक दर्भासनी स्थापन केले.

स्पष्टीकरण

या सूक्ताच्या रचना कालपर्यंत विश्वातील तीन हजार तीनशे एकोणचाळीस वस्तुमात्रांचा म्हणजे तारे, तारका, दीर्घिका, तेजोमेघ, कृष्णमेघ, तारकापुंज, द्वैती तारे इत्यादींचा शोध भारतीय ऋषींनी लावला होता.

ऋग्वेद ३/२९/११

अरणीमध्ये गर्भरूपाने विसावणारा बलशाली तनूनपात अग्नी जन्मताच 'नरांशस' नावाने सुविख्यात होतो. अंतरिक्ष निवासी मातारिश्वन अग्नी स्वत:च्या द्रुतगती भ्रमणाने वायू उत्पन्न करतो.

स्पष्टीकरण

अरणीमध्ये अदृश्य अवस्थेत असलेल्या अग्नीला तनुनपात अग्नी म्हणतात. अरणीतून निर्माण झालेल्या अग्नीला नरांशस अग्नी म्हणतात. मातारिश्वन अग्नी स्वत:च्या द्रुतगती भ्रमणाने मेघामध्ये वायू उत्पन्न करतो.

ऋग्वेद ३/५५/५

काष्ठरूपी जीर्ण, औषधीरूपी नूतन आणि पालवीरूपी नवजात वनस्पतीमध्ये निवास करणारा अग्नी औषधीरूपी कुमारिकांच्या ठायी संभोगाशिवाय गर्भधारणा करवून फलपुष्पादी संतती उत्पन्न करतो.

स्पष्टीकरण

लाकडामध्ये जुना, झाडामध्ये नवा आणि पालवीमध्ये नवजात या रूपाने अग्नी वनस्पतींमध्ये विद्यमान असतो. वनस्पतीमध्ये संभोगाशिवाय गर्भधारणा होऊन अग्नी फलपुष्पे निर्माण करतो.

ऋग्वेद ४/१/३

हे तेजस्वी पराक्रमी आणि मित्रतुल्य अग्ने, द्रुतगामी रथाश्वाप्रमाणे तू वरुणराजाला आमच्याकडे घेऊन ये. विश्व प्रकाशक मरुत् आणि वरुण यांच्या समवेत हविभक्षण करून तू आमचे आणि आमच्या पुत्र-पौत्रांचे रक्षण कर.

ऋग्वेद ४/१/११

स्वतःचे पाय आणि मस्तक मेघरूपी गूढ निवासस्थानामध्ये विलीन करणारा अग्नी सर्वप्रथम यज्ञगृहात नंतर अंतरिक्षाच्या मुख्य स्थानी उत्पन्न झाला. नंतर पुन्हा एकबार यज्ञरूपी आद्य जन्मस्थानी जन्मला.

स्पष्टीकरण

अग्नी किरणरूपाने पाय आणि विद्युतरूपाने मस्तक ढगामध्ये विलीन करतो. अग्नीप्रथम विश्वामध्ये उत्पन्न झाला आणि नंतर सूर्यरूपाने द्यु लोकात उत्पन्न झाला, विजेच्या रूपाने अंतरिक्षात उत्पन्न झाला. नंतर पृथ्वीवर ऋषींच्या यज्ञात जन्मला.

ऋग्वेद ४/१/१२

अंतरिक्षीय मेघामध्ये राहणाऱ्या सप्त होतृ निर्मित सुंदर, बलिष्ठ आणि तेजस्वी अग्नीच्या ठायी अंगीरसांनी स्तोत्रांच्या साहाय्याने नवे सामर्थ्य उत्पन्न केले.

स्पष्टीकरण

विश्वाच्या तेजोमेघामध्ये राहणाऱ्या इंद्र, मित्र, वरुण, दिव्यसुपर्ण, गुरुत्मान, मातारिश्वन आणि यम या सात देवांनी अग्नीला निर्माण केले. या अग्नीला अंगीरसाच्या स्तोत्रामुळे सामर्थ्य प्राप्त झाले. (स्तोत्रामध्ये अग्नीचे सामर्थ्य वर्णन केले आहे.)

ऋग्वेद ४/१/१३

दगडी भिंतीच्या अंधकारमय कारावासातील धेनू मुक्त करणाऱ्या अंगीरस सज्ञक आमच्या पुरातन पितरांनी यज्ञाच्या साहाय्याने अंतरिक्षीय अग्नी प्राप्त केला.

स्पष्टीकरण

अज्ञानरूपी दगडी भिंतींच्या कारावासातून ज्ञानरूपी धेनू अंगीरसांनी मुक्त केल्या. आमचे पूर्वज असणाऱ्या अंगीरसानी यज्ञाच्या साहाय्याने सूर्य अग्नीला प्राप्त केले. यज्ञाद्वारे सूर्याला हवि अर्पण करून सूर्याला प्रसन्न केले.

ऋग्वेद ४/१/१४

पर्वत फोडून धेनू विमुक्त करण्याचे प्रशंसनीय कृत्य करणाऱ्या अंगीरस ऋषि-समुदायाने अग्नी उपासना करून ज्ञात्या अग्नीची स्तुती केली. त्यायोगे प्रकाश प्राप्त होऊन त्यांनी अनेक यज्ञ संपन्न केले.

स्पष्टीकरण

अंगीरस ऋषि-समुदायाने अज्ञानरूपी पर्वत फोडून ज्ञान मिळविण्याचे प्रशंसनीय कार्य केले. त्यांनी अग्नी निर्माण केला. प्रकाशाचा आणि उष्णतेचा अनेक कार्यांसाठी वापर केला. त्यामुळे उजेड प्राप्त झाला. त्या प्रकाशात त्यांनी अनेक कार्ये केली.

ऋग्वेद ४/१/१६

अंगीरस ऋषि-समुदायाला सर्व ऋषींच्या आधी मातृतुल्य वाक्शक्तीचे ज्ञान प्राप्त होऊन वीस उत्कृष्ट छंद स्फुरले. हे ज्ञात होताच नवजात आरक्त उषांनी सूर्यप्रकाशासह अवतीर्ण होऊन अंगीरसाचे अभिनंदन केले.

स्पष्टीकरण

सर्व ऋषींच्या अगोदर अंगीरसांना मंत्ररचनेचे ज्ञान प्राप्त होऊन त्यांनी पहिल्यांदा वीस उत्कृष्ट मंत्र रचले. हे मंत्र उदित होणारा सूर्य आणि उषा यांच्या स्तुतीचे होते.

ऋग्वेद ४/२/१४

हे अग्ने, स्वकौशल्याने रथ सिद्ध करणाऱ्या काष्ठकाराप्रमाणे यज्ञकर्त्या अंगीरस ऋषि समुदायाने हातांनी, पायांनी आणि शरीराने तुला उत्पन्न केले.

स्पष्टीकरण

अंगीरस ऋषींनी चालत जाऊन अरण्यातील अरणीची लाकडे शोधून, ती तोडून डोक्यावर घेऊन येऊन, त्यांचे हाताने घर्षण करून तिच्यापासून अग्नी निर्माण केला.

ऋग्वेद ४/२/१७

तेजस्वी अंगीरस ऋषि समुदायांनी स्तोत्राने इंद्रास प्रसन्न करून त्याच्याकरवी धेनूंना वेढा दिला आणि आपले ईप्सित साध्य केले.

स्पष्टीकरण

अंगीरसांनी स्तोत्राने इंद्रास प्रसन्न केले. इंद्राने ढगांना वेढा दिला. त्यामुळे पर्जन्यवृष्टी झाली आणि अंगीरसांनी आपली इच्छा साध्य केली.

ऋग्वेद ४/२/१८

अंगीरस ऋषि संप्रदायाजवळचे धेनूचे कळप इंद्राने पाहिले. या धेनूंमुळे मनुष्यमात्र समृद्ध होऊन त्यांनी उपासिलेल्या प्रज्वलित गृहपती अग्नीमुळे प्रजेचे पोषण होऊ लागले.

स्पष्टीकरण

अंगीरस ऋषि समुदायाची अग्नी निर्माण करण्याची कला त्या प्रदेशाच्या राजाने पाहिली. ही युक्ती राज्यातील सर्व जनतेला सांगितली. त्यामुळे प्रजा अग्नी निर्माण करून अन्न शिजवून खाऊ लागली.

ऋग्वेद ४/३/१०

सत्यस्वरूपी दुधाने परिपूर्ण असा अग्नीरूपी पर्जन्यकारक पराक्रमी वृषभ स्वस्थानी अचल राहूनही इतस्ततः भ्रमण करतो. सूर्यरूपाने तो स्वच्छ दूधनिर्मिती करतो.

स्पष्टीकरण

सूर्य एका जागेवर स्थिर असूनही तो इतस्ततः भ्रमण केल्यासारखा भासतो. तो कर्कवृत्तापासून मकरवृत्त आणि पुन्हा कर्कवृत्ताकडे सरकल्याचा भास होतो. तो स्वच्छ आणि तेजस्वी प्रकाश देतो.

ऋग्वेद ४/३/११

अग्नी प्रज्वालक अंगीरसांनी अग्नीच्याच कृपेने पर्वत विदीर्ण करून धेनू प्राप्त केल्या आणि सुखदायक उषांची आणि सूर्याची निर्मिती केली.

स्पष्टीकरण

अंगीरसांनी अग्नीकृपेने अज्ञानरूपी पर्वत फोडून ज्ञान प्राप्त केले. उषा आणि सूर्य यांच्याविषयी स्तोत्ररचना केली.

ऋग्वेद ४/५/३

उभयलोकी श्रेष्ठत्व पावलेला भक्त प्रेरक तीक्ष्ण, तेज, बलिष्ठ ज्ञाता आणि संपत्तीमान वैश्वानर अग्नी. वैश्वानर अग्नीचे अस्तित्व द्यावा आणि पृथ्वी या दोनही ठिकाणी आहे. वैश्वानर अग्नी अत्यंत शक्तिमान, प्रखर तेजस्वी, विश्वातील सर्व वस्तुमात्राचे ज्ञान असणारा, आणि वैभवसंपन्न आहे. वैश्वानर अग्नी सूर्याद्वारे सर्व विश्व प्रकाशित करतो.

ऋग्वेद ४/५/४

सुसंपन्न आणि तीक्ष्ण दंष्ट्र वैश्वानर अग्नी मित्रा वरूण प्रेरित अढळ कृत्याचा नाश करणाऱ्या अभक्तांना स्वतेजाने दग्ध करतो.

स्पष्टीकरण

मित्रावरुण म्हणजे विश्वातील तेजोमेघ. विश्व निर्माण कार्यासाठी मित्रावरुण काही अविनाशी घटकांची निर्मिती करतो; परंतु विश्वामध्ये असे काही शत्रू घटक आहेत की ते अशा अविनाशी मित्रघटकांचा नाश करून विश्वनिर्मितीला अडथळा आणतात. वैश्वानर अग्नी अशा शत्रुघटकांचा नाश करतो. शत्रुघटकांचा वैश्वानर अग्नी जाळून नाश करतो.

ऋग्वेद ४/५/७

निश्चल अंतरिक्षात भ्रमण करणाऱ्या समदृष्टी वैश्वानर अग्नीच्या देवस्थापित आणि उदयोच्छु मंडला प्रत आमची यज्ञकर्मे जाऊन पोहोचू देत.

ऋग्वेद ४/५/९

ज्ञानरूपी दुग्धाचे दोहन करणारे ज्ञाते वैश्वानर अग्नीच्या महान स्थानाचा स्वीकार करतात. गूढस्थळी उदक उत्पन्न करणारे अंतरिक्ष प्रकाशी आणि द्रुतगामी सूर्यमंडल मी अंतर्ज्ञानाने जाणले.

स्पष्टीकरण

ज्ञानी लोक वैश्वानर अग्नीचे महत्त्व मान्य करतात. अदृश्य ठिकाणी ज्वालाग्राही उदक उत्पन्न करणारे, द्यु लोक प्रकाशक आणि अत्यंत वेगाने जाणारे सूर्यमंडल मी अंतर्ज्ञानाने पाहिले आहे, असे ऋषी वामदेव म्हणतात.

ऋग्वेद ५/११/६

हे गूढस्थल निवासी आणि वनस्पती निवासी, बलपुत्र अंगिरा अग्ने, अंगीरस ऋषि समुदायाने तुझा शोध लावून मंथनाने तुला निर्माण केले.

अग्नीला गूढस्थल निवासी अग्नी असे म्हटले जाते. अग्नी विश्वामध्ये गूढस्थानी निर्माण होतो. वीज ही ढगांमध्ये अदृश्य रूपाने अस्तित्वात असते. अरणीमध्ये अग्नी गूढरीत्या अस्तित्वात असतो. अग्नीच्या अस्तित्वामुळे वनस्पतीची वाढ होते. अंगीरसांनी अग्नीचा शोध लावल्यामुळे अग्नीला अंगिरा अग्नी असे म्हणतात. या ऋषींनी अरणीचे मंथन करून अग्नीचा शोध लावला.

ऋग्वेद ५/१६/२

बलशाली हव्यवाहक आणि देवपाचारक अग्नी भक्तांना भगरूपी सूर्यनारायणाप्रमाणे विपुल संपत्ती प्रदान करो.

पौष महिन्यातील सूर्याला 'भग' असे नाव आहे. भग हा सुखशांती आणि वैभवाचा कारक आहे. पौष महिन्यात धान्याच्या राशी तयार होतात. या ऋचेमध्ये सूर्याचा उल्लेख सूर्यनारायण असा केलेला आहे. नार याचा अर्थ पाणी. अयन याचा अर्थ निवास करणे. सूर्य हा ज्वालाग्राही पाण्यामध्ये निवास करतो. म्हणून या ठिकाणी सूर्यनारायण असे म्हटले आहे.

ऋग्वेद ५/१९/१

हे अग्ने, माझी स्थिती फार हलाखीची झाली आहे. सृष्टी निरीक्षक परमेश्वराला माझी आणि माझ्या अग्नीची दु:स्थिती सहज समजून येईल.

स्पष्टीकरण

ही ऋचा बव्रि आत्रेय ऋषींनी रचलेली आहे. पंचनद देशामध्ये अत्रि समुदायांनी लोकराज्य स्थापन केले होते. हे लोकराज्य अनेक पिढ्यांपर्यंत सुरू होते. द्रुह्यु वंशज अंगार राजाने ही राजसत्ता उलथवून टाकली. नंतर अत्रि समुदायाचा छळ केला. त्यांची घरेदारे जाळली. त्यांना सहकुटुंब शेजारच्या राज्यात पलायन करावे लागले होते. याच परिस्थितीचे वर्णन या ऋचेमध्ये आलेले आहे.

ऋग्वेद ५/२२/४

हे शिरस्त्राणधारी अग्ने, तुझ्या बलसंवर्धनार्थ अत्रि समुदायाने रचलेल्या या स्तोत्राने तू प्रसन्न हो.

स्पष्टीकरण

ऋग्वेदाच्या अर्वाचीन कालखंडामध्ये देवतांना मानवी रूप दिले गेले. मानवांची वेशभूषा, राहणीमान हेही देवांना मिळाले. या ऋचेमध्ये अग्नी (सूर्य) या देवतेचे वर्णन टोपधारी अग्नी असे केले गेले आहे.

ऋग्वेद ५/२५/६

हे अग्नीदेव, आपल्या भक्तांना त्रैलोक्य विजयी शत्रुंजय आणि सज्जनरक्षक पुत्र तसेच द्रुतगामी युद्ध कुशल आणि विजयी अश्व दे.

स्पष्टीकरण

ऋग्वेदाच्या प्रारंभी सूक्तकर्ता ऋषी सर्व लोकांसाठी देवतेकडे मागणी करीत असे. पाऊस पाणी भरपूर पडू दे. शेते पिकू दे. धनधान्य भरपूर पिकू दे. नद्यांना भरपूर पाणी दे. गायींना भरपूर चारा दे, अशी मागणी ते देवाकडे करीत असत. पुढे देवाकडे आपल्या कौटुंबिक मागण्या होऊ लागल्या. मला संतान दे, शूर मुलगा दे, धन संपत्ती दे, आमच्या पुत्रपौत्रांना सुखी ठेव, भरपूर आयुष्य दे. अशा मागण्या ऋषींनी आपल्या सुक्तातून केलेल्या आहेत.

अत्रिवर्गाला आणि वसिष्ठ वर्गाला स्वराज्यातील लोकांच्या रोषाला बळी पडावे लागले. राजसत्तेच्या उद्रेकाला बळी पडावे लागले. यामध्ये त्यांचे हाल झाले. त्यांना ठार मारले. परागंदा व्हावे लागले. या कारणास्तव त्यांनी आपल्या देवतांना शूर पुत्रांची मागणी केल्याचे दिसून येते. स्वसंरक्षणासाठी त्यांनी अशी मागणी केलेली आहे.

ऋग्वेद ६/१/६

घरोघर प्रज्वलित केलेल्या यज्ञसिद्धीकारक, पूजनीय, प्रिय आणि यज्ञार्ह अग्नीची आम्ही गुडघे टेकून प्रार्थना करतो.

स्पष्टीकरण

ऋग्वेदामध्ये आणखीही काही ठिकाणी गुडघे टेकून प्रार्थना केल्याचा उल्लेख आला आहे. ऋग्वेद काळी गुडघे टेकून प्रार्थना करण्याची पद्धत असावी असे दिसते. हल्ली दोन्ही हात जोडून देवाला नमस्कार करण्याची पद्धत आहे.

ऋग्वेद ६/३/४

ज्वालारूपी कुऱ्हाडीने काष्ठे भक्षिणारा, अश्वसदृश्य तृणभक्षक आणि सुवर्णदाहक सुवर्णकाराप्रमाणे, काष्ठदाहक, असा तीक्ष्ण मार्गयुक्त आणि तेजस्वी अग्नी अरण्ये भस्मसात करतो.

ऋग्वेद ६/३/५

आकाशगामी पक्ष्याप्रमाणे वृक्षाश्रयी असा रात्रिविचरक अग्नी शिकलगाराप्रमाणे आपले तेज तीक्ष्ण करून बाण प्रक्षेपक धनुर्धराप्रमाणे आपल्या ज्वाला अरण्यात प्रक्षेपित करतो.

स्पष्टीकरण

या ठिकाणी संधिप्रकाशाचे वर्णन आलेले आहे. सूर्यकिरण झाडाखाली पडत नसले तरी संधिप्रकाशामुळे झाडाखाली उजेड दिसतो. रात्रीच्या वेळी सूर्य दुसरीकडे अज्ञात ठिकाणी प्रकाशत असतो. त्याचा हा प्रकाश रात्रीच्या वेळी अंधुक उजेड निर्माण करतो. म्हणजे हेही एक प्रकारच्या संधिप्रकाशाचे उदाहरण आहे, तसेच झाडांच्या पानांमधून सूर्यकिरण खाली जमिनीवर पडतात.

ऋग्वेद ६/७/१

यज्ञकर्मासाठी उत्पन्न झालेला, सर्वलोकव्यापी, हव्यवाहक द्युलोक अधिराज, पृथ्वीसंचारी दिव्यदृष्टी, यज्ञमुख आणि संरक्षक वैश्वानर अग्नीला देवांनी उत्पन्न केले.

स्पष्टीकरण

या ऋचेमध्ये वैश्वानर अग्नीला एवढी विशेषणे लावलेली आहेत यावरून वैश्वानर अग्नीचे महत्त्व कळून येते.

वैश्वानर अग्नीची उत्पत्ती विश्वामध्ये झालेली आहे. हा एक विश्वनिर्माणकारी महत्त्वाचा घटक आहे. हा सर्व लोकव्याप्त आहे. सूर्याला प्रज्वलित ठेवण्यासाठी विश्वाच्या पोकळीतून सूर्यापर्यंत ऊर्जेचे वहन करतो. द्यु लोकाचा (प्रकाश लोक) मुख्य स्वामी आहे. वैश्वानर अग्नीचे पृथ्वीमध्ये अस्तित्व आहे. फक्त त्याचे स्वरूप भिन्न आहे. विश्वामध्ये तो तीक्ष्ण तेज आहे तर पृथ्वीवर तो क्षीण तेज आहे. याचे दाहकत्व पृथ्वीवर अत्यंत कमी आहे. हा अग्नी विश्वनिर्मितीच्या यज्ञामधील प्रमुख देव (निर्माणकारी घटक) आहे. हा अग्नी शत्रुघटकापासून मित्र घटकांचे संरक्षण करतो. (विश्वातील राक्षसांपासून देवांचे रक्षण करतो.) विश्वामधील अनेक निर्माणकारी घटकांच्या संयोगातून हा अग्नी उत्पन्न होतो. सूर्याच्या प्रखर तेजकिरणांनी तो पृथ्वीवर अवतीर्ण होतो.

ऋग्वेद ६/७/४

देवगणांनी नवजात बालकाप्रमाणे कुरवाळलेल्या हे द्यावा-पृथ्वीप्रकाशी, हव्यवाहक आणि अमर वैश्वानर अग्ने, तुझ्या पराक्रमामुळे देव अमरत्व पावतात.

स्पष्टीकरण

वैश्वानर अग्नीची नित्यनूतन निर्मिती होते. सूर्याच्या तीक्ष्ण तेजामध्ये हा अग्नी विद्यमान आहे. सूर्याला या अग्नीचा नित्य पुरवठा होतो. जोपर्यंत हा अग्नी ताऱ्यामध्ये अस्तित्वात असतो, तोपर्यंत तारा जिवंत राहतो. हा अग्नी संपला की तारा नष्ट होतो. (पुरवठा बंद झाला की तारा नष्ट होतो.)

ऋग्वेद ६/७/५

दिनध्वज सूर्याला उत्पन्न करणाऱ्या हे द्यावा-पृथ्वी मार्गोत्पन्न वैश्वानर अग्ने, तुझा पराक्रम कोण विसरू शकेल? वैश्वानर अग्नीचे सूर्यामध्ये अस्तित्व आहे.

स्पष्टीकरण

वैश्वानर अग्नी सूर्याच्या प्रकाशाद्वारे पृथ्वीपर्यंत पोहोचतो. (सूर्यप्रकाशामध्ये उष्णता निर्माण करण्याचे कार्य वैश्वानर अग्नी करतो.)

ऋग्वेद ६/७/६

स्वतःच्या ऊर्ध्वभागी समस्त जग धारण करणारा स्वर्ग, शिखर प्रकाशक, तेजस्वी आणि उदकध्वज वैश्वानर अग्नी स्वतःच्या शाखाभूत सात नद्या उत्पन्न करतो.

स्पष्टीकरण

वैश्वानर अग्नी विश्व धारण करतो. हा अग्नी द्युलोक प्रकाशमान करतो. ज्वालाग्राही रसायनांची गाळणी करतो. वैश्वानर अग्नी स्वतःच्या शाखेप्रमाणे विश्वात सात प्रवाह निर्माण करतो. (सात प्रवाहरूपाने वैश्वानर अग्नी विश्वातून गमन करतो.)

ऋग्वेद ६/७/७

पृथ्वी, प्राणिमात्र आणि द्यु लोकस्थ तेजस्वी वस्तू यांचा जनक आणि अवध्य वैश्वानर अग्नी प्राणिमात्रांचे आणि उदकाचे रक्षण करतो.

वैश्वानर अग्नी पृथ्वीवरील समस्त प्राणिमात्राचा आणि तारे यांचा निर्माता आहे. तो कधीही नष्ट न होणारा आहे. पृथ्वीवरील पाणी आणि प्राण्यांचे रक्षण करतो. सूर्याच्या उष्णतेमुळे पाणी स्वच्छ आणि जंतुविरहित होते. (पृथ्वीवरील समुद्राचे पाणी गरम करून पर्जन्यचक्र चालवितो.)

ऋग्वेद ६/८/१
सर्वव्यापक, तेजस्वी, बलिष्ठ आणि सर्वज्ञ वैश्वानर अग्नीचे सोमधारासदृश तेजस्वी यज्ञीय स्तोत्र माझ्या मुखावाटे स्रवत आहे.

स्पष्टीकरण
वैश्वानर अग्नी विश्वव्यापक आहे, सर्वज्ञ आहे. त्याने विश्वाला व्यापल्यामुळे विश्वाचे ज्ञान त्याला आहे. तो अत्यंत तेजस्वी आहे.

ऋग्वेद ६/८/३
द्यावा-पृथ्वीला प्राणिचर्माप्रमाणे विस्तारणाऱ्या पृथ्वी सामर्थ्यधारी, जगन्मित्र, आश्चर्यकारक आणि तेजस्वी वैश्वानर अग्नीने द्यावा-पृथ्वीला स्थिरावून तेथील अंध:कार नष्ट केला.

स्पष्टीकरण
प्राणी जसा लहानाचा मोठा होतो. त्याप्रमाणे वैश्वानर अग्नी विश्वाचा विस्तार वाढवीत आहे. विश्वामध्ये नवीन तारे जन्माला येतात. (तारे विश्वाच्या परिघाभोवती निर्माण होतात.) त्यामुळे विश्व विस्तार पावते तसेच पृथ्वीवरील भूमीचा नद्यांच्या गाळामुळे विस्तार होतो. तो द्यावा पृथ्वी प्रकाशित करतो. ज्वालामुखीमुळे पर्वतांचे निर्माण होऊन पृथ्वीचे आकारमान वाढते.

ऋग्वेद ६/८/४
ज्ञानवान लोकांना अंतरिक्षीय सूर्यानजीक दृग्गोचर झालेल्या वैश्वानर अग्नीला वायूरूपी दूतांनी पृथ्वीवर आणताच भक्तजन प्रजाजनाप्रमाणे त्याचे स्तवन करू लागले.

स्पष्टीकरण
अंतर्ज्ञानी लोकांना वैश्वानर अग्नी द्यु लोकामध्ये दिसला. या वैश्वानर अग्नीला वायूने पृथ्वीवर आणले. त्या वेळी भक्तांनी त्याची स्तुती केली. (पृथ्वीवरील उष्णता म्हणजे वैश्वानर अग्नी.)

ऋग्वेद ६/९/१
द्यावा-पृथ्वी निवासी, काळ्या-पांढऱ्या अविरत गती, अहोरात्री संचार करीत असतानाच सम्राटसदृश तेजस्वी वैश्वानर अग्नी अंध:कार नाहीसा करीत आहे.

स्पष्टीकरण
द्यावा आणि पृथ्वी हे निवासस्थान असणारा रात्रंदिवस गतिमान भ्रमण करणारा वैश्वानर अग्नी (सूर्य) उदित करीत आहे.

ऋग्वेद ६/९/३
उदकरक्षक रूपाने पृथ्वीसंचार करणारा तसेच अन्नरक्षक सूर्यरूपाने पृथ्वी स्वर्गाचे निरीक्षण करणारा, यज्ञसृष्टीच्या उभ्या-आडव्या धाग्यांचा ज्ञाता असा वैश्वानर अग्नी भक्तांना कर्म-अकर्माचा विवेक समजावून सांगतो.

स्पष्टीकरण
पृथ्वीवर वैश्वानर वायू (उष्णता) आहे, म्हणून पृथ्वीवरील पाण्याचे बर्फ तयार होण्यापासून रक्षण होते. वैश्वानर वायूमुळे पृथ्वीवर अन्नधान्याचे निर्माण आणि रक्षण होते. विश्वनिर्मितीमध्ये प्रकाश किरणांचे उभ्या आणि आडव्या धाग्यांचा वैश्वानर वायू वाहक किवा जाणकार आहे. विश्वामध्ये विश्वकेंद्रापासून सर्व ताऱ्यांपर्यंत ऊर्जास्त्रोताचे धागे पसरले आहेत. यांना 'उभे धागे' असे म्हटले जाते. विश्वातील सर्व ताऱ्यांमध्ये आपसांत किंवा एकमेकांपर्यंत जे ऊर्जास्त्रोत आहेत त्यांना 'आडवे धागे' म्हटले जाते. वैश्वानर वायूचे भक्त म्हणजे तारे-तारका आहेत. वैश्वानर वायू ताऱ्यांच्या प्रकाश प्रसारणावर नियंत्रण करतो. वैश्वानर वायूमुळे ताऱ्यांमध्ये ज्वलन शक्ती कमी-अधिक प्रमाणामध्ये निर्माण होते.

ऋग्वेद ६/९/७
अंधकारग्रस्त देवांनी स्तविलेल्या हे भक्तरक्षक आणि अमर वैश्वानर अग्ने, तू आमचे रक्षण कर.

स्पष्टीकरण
ज्या ताऱ्यातून प्रकाश प्रक्षेपित करणे क्षीण झाले आहे असे वृद्ध तारे वैश्वानर अग्नीची रक्षणासाठी प्रार्थना करतात.

ऋग्वेद ६/१३/३
अपानपात सज्ञक विद्युत अग्नीरूपाने इंद्राला धनप्राप्तीची प्रेरणा देणाऱ्या हे यज्ञप्रेरक बुद्धिदात्या अग्ने, तुझ्या प्रेरणेने वृत्रघ्न इंद्राने पणीची संपत्ती लुटून आणली.

स्पष्टीकरण

अपानपात अग्नी म्हणजे विद्युत अग्नी हा अग्नी ढगांना जलवर्षावाची प्रेरणा देतो. पर्जन्यरूपी यज्ञाला प्रेरणा देणाऱ्या अपानपात अग्नीने पर्जन्य वर्षाव केला.

ऋग्वेद ६/१६/१३

हे अग्ने, अथर्वने जगताधार पुष्कर पर्णापासून तुला उत्पन्न केले.

स्पष्टीकरण

अग्नीची उत्पत्ती पाण्यापासून झाली. पुष्कर याचा अर्थ तळे, आकाश, पाणी, असा होतो. काही आचार्यांनी पुष्कर पर्ण याचा अर्थ नीलकमल पर्ण असा घेऊन निळ्या कमळाच्या पानापासून अग्नीची (विष्णू) उत्पत्ती झाली, असे स्पष्टीकरण दिले आहे.

ऋग्वेद ६/५९/६

पादरहित उषेला तीस मुहूर्तामध्ये मनुष्य लोकांची परिक्रमा पूर्ण करण्याची प्रेरणा देणाऱ्या हे इंद्र अग्नींनो, तुमच्यामुळेच बुद्धिप्रेरक उषाभक्तांना स्तोत्र प्रवृत्त करते.

स्पष्टीकरण

या ऋचेमध्ये उषेचे अलंकारिक भाषेत वर्णन केले आहे. उषा ही स्थिर आहे. तिला पाय किंवा रथ नाही. म्हणून ती कोठेही गमन करीत नाही. तरीसुद्धा उषा जगाची प्रदक्षिणा चोवीस तासांत पूर्ण करते. म्हणजे चोवीस तासांच्या अंतराने उषेचे पुनरागमन होते.

ऋग्वेद ७/५/१

हे स्तोत्यांनो, देवयज्ञामध्ये देवासह विराजमान होणाऱ्या, स्वर्ग-पृथ्वी संचारी, मनुष्यहितदक्ष, महान वैश्वानर अग्नीचे तुम्ही स्तवन करा.

स्पष्टीकरण

वैश्वानर अग्नी इतर घटकांच्या साहाय्याने विश्वनिर्माण क्रियेमध्ये सहभागी होतो.

ऋग्वेद ७/५/२

स्वर्ग-पृथ्वी स्थापित, जलोत्पादक, तेजसंपन्न आणि नदी प्रवाहक वैश्वानर अग्नी मनुष्यलोकी प्रकाशमान होत आहे.

स्पष्टीकरण

सूर्य हा वैश्वानर अग्नीचे रूप आहे. सूर्यामध्ये स्थापित झालेली उष्णता सृष्टीचे निर्माण आणि पोषण करते. सूर्यामुळे पर्जन्यवृष्टी होते. नुसत्या प्रकाशामुळे सृष्टी निर्माण झाली नसती असा हा सूर्य उदित होत आहे.

ऋग्वेद ७/५/७

अंतरिक्ष लोकी सूर्यरूपाने उदित होणाऱ्या जलोत्पादक वैश्वानर अग्ने जलप्राशक वायूप्रमाणे स्तोत्र प्राशन करून तू कडाडणाऱ्या विद्युल्लतेच्या गर्जना करतो. (सूर्य पृथ्वीवर पर्जन्यवृष्टीचा कारक आहे.) मेघातील वीज ही वैश्वानर अग्नीचे एक रूप आहे. जलप्राशक वायू याचा अर्थ वायू (वारा) चे पाण्याशी घर्षण झाले तर पाणीसाठा कमी होतो. उदा. वाऱ्यामुळे कपडे सुकतात विश्वामध्ये वैश्वनर अग्नीची गर्जना (गर्जणे) होते.

ऋग्वेद ७/९/६

हे अग्नीनारायणा, आक्रमक दुष्टांना निष्प्रभ करून जलनिवासी जरूथ राक्षसाला तू ठार मार.

स्पष्टीकरण

मांसाहारी अन्न शिजविताना मांस चांगले शिजवावे, अशी प्रार्थना या ठिकाणी अग्नीनारायणाला केली आहे.

ऋग्वेद ७/५/७

जलोत्पादक वैश्वानर अग्नी जलप्राशक वायूप्रमाणे सोमप्राशन करून तू कडाडणाऱ्या विद्युल्लतेच्या गर्जना करतोस.

ऋग्वेद ८/४३/४

सर्वस्वपहारक धूमकेतू अग्नी आकाशामध्ये वायूच्या साहाय्याने प्रकाशतात.

स्पष्टीकरण

धूमकेतू हे आकाशामध्ये वायूचे घर्षण होऊन प्रकाशतात आणि अशा घर्षणामुळे नष्ट होतात. धूमकेतू हे ग्रहमंडलाच्या बाहेरून अत्यंत दूरवरून आकाशात भ्रमण करीत असतात. पृथ्वीभोवती वायूचे आवरण आहे, असे आपण मानतो. पण ऋग्वेद वायू सर्व विश्वामध्ये पसरला आहे असे सांगतो. धूमकेतू वायूच्या

घर्षणामुळे प्रकाशतात. आकाशात वायू नसता तर धूमकेतू पेटून त्याचा धूर निर्माण झाला नसता. त्याचा फक्त चंद्राप्रमाणे प्रकाश पडला असता. धूमकेतूचा गमनवेग जास्त आहे. विश्वातील अत्यंत विरळ वायूचे घर्षण होऊन धूमकेतू पेटत असावेत. अत्यंत संथ गतीने ज्वलन होऊन दीर्घकाळाने धूमकेतू नष्ट होतात.

ऋग्वेद ८/४३/६

काष्ठदाहक अग्नीच्या पदचिन्हांनी धूलिकण कृष्णवर्णीय बनतात.

स्पष्टीकरण

अरण्यात अग्नी पुढे पुढे पेटत जातो आणि मागे काळ्या राखेचा प्रदेश निर्माण होतो.

ऋग्वेद ८/६०/१३

वृषभ शृंगासदृश ज्वालायुक्त अशा सुंदष्ट्र आणि बलपुत्र अग्नी.

स्पष्टीकरण

या ठिकाणी अग्नीच्या ज्वालांना वृषभ शिंगाची उपमा दिली आहे.

ऋग्वेद ८/७२/४

अन्नदाता अग्नी आकाशाला तप्त करतो तर याचे उलट खगरूपधारी, अरण्य प्रविष्ट, अत्युष्ण दावाग्नि, पाषाण विदीर्ण करतो.

स्पष्टीकरण

वीज आकाशातील वायू गरम करते तर दावाग्नी अरण्य जळत असताना अग्नीमुळे अरण्यातील दगड गरम होऊन ठिसूळ बनतात.

ऋग्वेद १०/१/१

रात्री तमातून बाहेर निघणारा उष:प्रज्वलित तेजस्वी अग्नी स्वयंप्रकाशाने सर्व घर व्यापतो करतो. (उष:काली प्रकाशित होणारा सूर्य आपल्या प्रकाशाने सृष्टी (जग) प्रकाशित करतो.)

ऋग्वेद १०/१/२

अंधाररूपी शत्रू जिंकणाऱ्या हे औषधी आणि द्यावा पृथ्वी निवासी चित्रविचित्र वर्णीय गोजिरवाण्या अग्ने, तू काष्ठामध्ये प्रज्वलित होतोस.

स्पष्टीकरण

अंधार नष्ट करणारा तसेच वनस्पती आणि द्यावा पृथ्वीमध्ये विद्यमान असणारा तसेच अनेक रंगांचे किरण असणारा अग्नी लाकडाने पेट घेतो.

ऋग्वेद १०/१/४

जगत्पोषक औषधीचा अन्नोत्पत्तीसाठी उपयोग करणाऱ्या आणि जीर्ण औषधींना काष्ठरूपाने भक्षिणाऱ्या हे अन्नस्वरूप अग्ने, तू अद्वितीय आहेस.

स्पष्टीकरण

अग्नी जगताच्या पोषणासाठी अन्नधान्य निर्माण करतो तसेच निरूपयोगी आणि वाळलेल्या लाकडांना जाळून टाकतो.

ऋग्वेद १०/१/५

देवगणांमध्ये प्रतिइंद्र बनलेल्या अतिथीसदृश पूज्य अशा माहात्म्य संपन्न, धनदात्या, रथाधिष्ठित, यज्ञाधिपती आणि तेजस्वी अग्नीचे आम्ही स्तवन करतो.

स्पष्टीकरण

ऋग्वेदाच्या मध्य काळापासून इंद्राला (सूर्याचे) रूप दिले गेले. तसेच अग्नीला सूर्य मानले गेले. धनदाता म्हणजे प्रकाश, उष्णता, पाऊस, धान्य देणारा सूर्य. रथाधिष्ठित म्हणजे निरंतर भ्रमणदर्शक सूर्य. यज्ञाधिपती म्हणजे विश्व निर्माणकर्त्यामध्ये मुख्य तसेच सृष्टी निर्माणकारी यज्ञाचा स्वामी. पृथ्वीवर केले जाणाऱ्या यज्ञातील श्रेष्ठ आणि मुख्य देव म्हणजे सूर्य.

ऋग्वेद १०/४/१

भक्तांना आणि पुरुराजाला पाणपोईसदृश आश्रय देणाऱ्या हे सर्व बंध, पुरातन, भक्तपाचारित आणि सम्राट अग्ने, आम्ही तुला हवि अर्पण करतो.

स्पष्टीकरण

पुरू म्हणजे दुष्काळ. पर्जन्यवृष्टी होऊन सूर्य दुष्काळ नाहीसा करतो. सूर्य पर्जन्यवृष्टी करून दुष्काळ नाहीसा करतो.

ऋग्वेद १०/५/३

सृष्टी नियमबद्ध द्यावा-पृथ्वीने उत्पन्न केलेल्या सृष्ट्याधार अग्नी अंशाची आम्ही मनोमन पूजा करतो.

स्पष्टीकरण

सूर्य हा सृष्टीचे नियमन करतो. ऋतुचक्राद्वारे उन्हाळा, पावसाळा आणि हिवाळा निर्माण करतो. सृष्टीतील प्राणिमात्र तसेच वनस्पती सृष्टीचे निर्माण करणे, पोषण करणे आणि नष्ट करून नियमन करण्याचे कार्य सूर्य करतो.

सूर्य विश्वातील अग्नीचा अंशमात्र आहे. विश्वामधील अगणित तारकांपैकी एक तारा आहे.

ऋग्वेद १०/८/४

स्वशरीरापासून सूर्य निर्माण करणाऱ्या हे अहोरात्र तेजस्वी, उषापूर्व आणि स्तुत्य अग्ने, तू धिष्ण्यादी सप्तयज्ञस्थाने निर्मितोस.

स्पष्टीकरण

सूर्यामध्ये अग्नी हे मूलतत्त्व आहे. अग्नी तत्त्व सर्व विश्वामध्ये व्याप्त आहे. सूर्य या अग्नीपासून निर्माण झाला आहे. सूर्य अखंड आणि अविरत तेजस्वी असतो. पृथ्वीच्या परिवलनामुळे तो मावळल्याचा भास निर्माण होतो.

अग्नीच्या स्थानावरून यज्ञाचे सात प्रकार निर्माण झाले.

ऋग्वेद १०/४५/४

द्यावा-पृथ्वीचा शोभादाता, दग्धवस्तु निरीक्षक, पृथ्वी संतप्तकारी आणि औषधी भोक्ता अग्नी मेघगर्जनेसदृश गर्जना करतो.

स्पष्टीकरण

सूर्य आपल्या उष्णतेने पृथ्वीवरील हवा, पाणी, जमीन गरम करतो. औषधी भोक्ता म्हणजे सूर्य उन्हाळ्यामध्ये वनस्पतीमधील पाणी शोषून घेतो. त्यामुळे वनस्पती सुकतात. सूर्य हा प्रचंड आवाज करतो, असे ऋग्वेदामध्ये अनेक ठिकाणी सांगितलेले आहे. सूर्याच्या भ्रमणवेगामुळे हा आवाज होत असावा. सौचिक अग्नी आणि मित्रावरुणाचा यज्ञ अग्नीविषयी संवाद पुढे दिला आहे.

ऋग्वेद १०/५१/१

हे सर्वज्ञ अग्ने, तुझे जलवेष्टानावृत जलगामी शरीर एका देवाने विभिन्न प्रकारे पाहिले.

स्पष्टीकरण

मित्रावरुण अग्नीला म्हणतो, हे अग्ने, तुझे ज्वालाग्राही उदकाने झाकलेले शरीर एका देवाने वेगवेगळ्या प्रकारांनी पाहिले.

ऋग्वेद १०/५१/२

हे मित्रावरुणांनो, माझे शरीर विभिन्न प्रकारांनी पाहणारा देव कोण होता? तुम्हास दृश्यमान झालेला तेजस्वी अग्नी कोठे आहे?

ऋग्वेद १०/५१/३

हे उदक औषधी निवासी अग्ने, आम्ही तुला शोधत आहोत. तुझी दहा निवासस्थाने यमाने जाणली आहेत.

मित्रावरुण म्हणतात, "हे पाणी आणि वनस्पती यामध्ये वास्तव्य असणाऱ्या अग्ने, आम्ही तुला शोधत आहोत. अग्नीची दहा निवासस्थाने आहेत. ती आम्हाला माहिती आहेत."

ऋग्वेद १०/५१/४

अग्नी म्हणतो, "हे वरुणदेवा हव्यवहन (यज्ञकर्म) कर्माला भिऊन माझे शरीर मी जलामध्ये लपविले आहे. त्या कामाची देवांनी मला गळ घालू नये. (अग्नी हा यज्ञ कर्मांना कंटाळलेला आहे. म्हणजे यज्ञ कर्मांचा अतिरेक झाला आहे.)

ऋग्वेद १०/५१/५

मित्रावरुण म्हणतो, अंधारात लपून बसलेल्या (अदृश्य झालेल्या) हे तेजस्वी देवपाचारित अग्ने, देवभक्त मनुचा यज्ञ तुझ्याविना खोळंबला आहे. पुन्हा एकदा हविवाहक होऊन देवगामी मार्ग तू खुले कर. (हे अदृश्य झालेल्या अग्ने, तुझ्याविना मनुष्याचे यज्ञ खोळंबले आहेत.)

ऋग्वेद १०/५१/६

अग्नी म्हणतो, पथस्वीकारक रथाप्रमाणे हव्यवाहन करणारे माझे तीन ज्येष्ठ बंधू मृत झाल्याने मी मनुष्यभित मृगशावकाप्रमाणे घाबरलो आहे.

स्पष्टीकरण

अग्नी म्हणतो, माझे तीन ज्येष्ठ बंधू पावक, पवमान आणि शुची, हविचे वहन करून मृत झाल्याने मी पाडसाप्रमाणे घाबरलो आहे.

ऋग्वेद १०/५१/७
मित्रावरुण म्हणतात, हे सुजन्म अग्ने, आम्ही तुला अजरामर आयुष्याचे वरदान देतो. नि:संकोच मनाने तू देवांचा हव्यवाहक बन.

ऋग्वेद १०/५१/७
अग्नी म्हणतो, “हे देवांनो प्रयाज आणि अनुयाज यज्ञातील जलोत्पन्न घृताचा आणि औषधी उत्पन्न मनुष्यांचा आहुतींनी तुम्ही मला दीर्घायुषी बनवा.” (जल उ गायीचे गर्भाशय)

स्पष्टीकरण
अग्नी म्हणतो, हे देवांनो प्रयाज (मुख्य यज्ञ) अनुयाज (मागाहून करण्यात येणारा यज्ञ) या यज्ञात गायीच्या गर्भाशयातील चरबी आणि मनुष्यांचे मांस (मानव बली) यांच्या आहुती दिल्या जाव्यात.

ऋग्वेद १०/५१/९
देव म्हणतात, “हे चतुर्दिशा वंदित अग्नीदेवा प्रयाज आणि अनुयाज यज्ञातील आमच्या बलदायी हविने तू प्रसन्न हो.”

या सूक्तातील विवेचनावरून असे दिसते की, वेदकाळाच्या अंतिम कालखंडामध्ये यज्ञयागाचे प्रमाण प्रचंड वाढले होते. जणू अग्नी स्वत:च यज्ञयागांना कंटाळला होता. गायी आणि नरबळी यज्ञामध्ये मोठ्या प्रमाणावर बळी दिला जात होता. पण नंतर यज्ञातील बळीवर बंधने घातली गेल्याचे दिसते. फक्त प्रयाज आणि अनुयाज या दोनच यज्ञकार्यांमध्ये गायीचा बळी आणि नरबळी द्यावा असे ठरले.

ऋग्वेद १०/६१/७
मित्रावरुण आणि अर्यमन आदित्याचे नाभानेदिष्ठाने स्तवन करताच देवयाजक अग्नीने वांझ धेनूंना दुग्धस्त्रावी आणि सुप्रसवा बनविले (नाभानेदिष्ठ राजाने मित्रावरुण आणि अर्यमन या अग्नीदेवतांचे स्मरण करताच वांझ ढगांमधून पर्जन्यवृष्टी झाली.)

❖❖❖

३१.

ब्रह्मदेवाची कालगणना

पाश्चिमात्यांप्रमाणे एखादे मूळ वर्ष धरून त्या वर्षापूर्वी किंवा त्या वर्षानंतर अशी कालमापन पद्धती नव्हती. मात्र द्वापारयुगाच्या अंतकाळी युधिष्ठिर शक, अस्तित्वात आला होता. पुढे विक्रम संवत्सर, शालिवहन शक अस्तित्वात आला. परंतु यांचा दररोजच्या व्यवहारामध्ये तारखेप्रमाणे उपयोग होत नव्हता. मग युग, मनु, कल्प या कालगणनेचा उदय केव्हा झाला ते शोधणे आवश्यक आहे. ही कालगणना बुद्ध काळानंतर आणि पुराण रचना काळाच्या अगोदर सुरू झाली असावी.

पृथ्वीवासीयांसाठी कालमापन पद्धती सध्या सर्व जगामध्ये रूढ आहे. या कालमापन पद्धतीसाठी भारतीयांनी घटिका, होरा, दिवस, आठवडा, महिना आणि वर्ष यांचे कोष्टक तयार केले आहे. या पद्धतीसाठी पृथ्वीचे स्वतःभोवतीचे परिवलन, पृथ्वीचे सूर्याभोवतीचे परिभ्रमण, ग्रह आणि नक्षत्रे यांच्या गतीचा सांगोपांग अभ्यास केला परंतु या पद्धतीमध्ये वर्ष हेच कालमापनाचे सर्वांत मोठे परिमाण आहे.

परंतु भारतीयांनी जेव्हा विश्वाचा अभ्यास केला, विश्वनिर्मितीचा अभ्यास केला तसेच सूर्यउत्पत्तीचा अभ्यास केला तेव्हा त्यांना वर्ष या परिमाणापेक्षा कालमापनासाठी मोठ्या परिमाणाची गरज भासू लागली. म्हणून त्यांनी पुढे जाऊन युग, महायुग, मनु आणि कल्प या कालमापन परिमाणांचा शोध लावला. त्यासाठी त्यांना सप्तर्षि, तारे यांच्या स्थानांचा, त्याच्या गतीचा अभ्यास करावा लागला. ताऱ्यांचे पृथ्वीपासूनचे अंतर, त्यांचा पृथ्वीशी असणारा कोन (अंश) यांचा अभ्यास करावा लागला. विश्वातील तारे दीर्घ कालावधीमध्ये अत्यंत सूक्ष्म गतीने आपले स्थान बदलत असतात. दीर्घकालपर्यंत अत्यंत सूक्ष्म निरीक्षण करून काल आणि गतीचे एक कोष्टक तयार केले. दोन ताऱ्यांचे पिधान तसेच योग कधी होतो, याचे गणित तयार करून वैश्विक कालमापन पद्धती तयार केली. याची आपण पुढे चर्चा करूया.

युग : अनेक वर्षांच्या समुच्चयांना 'युग' म्हटले जाते. सूर्याचे आणि विश्वाचे आयुष्य मोजण्यासाठी 'कल्प' हे परिमाण आहे. कल्पाचा कालावधी ठरविण्यसाठी युग या परिमाणाचा उपयोग हेतो.

युगे चार अहेत. चार युगांचे एक 'महायुग' होते. त्यांची नावे याप्रमाणे :

कृत, त्रेता, द्वापार, कलि. ब्रह्मदेवाच्या सर्व कल्पांमध्ये यांची नावे आणि वर्षसंख्या एकच आहे. महायुगाला युगांची चौकडी असेही म्हटले जाते.

युगांची नावे आणि त्यांची वर्षसंख्या पुढीलप्रमाणे आहे –

युगे	वर्षसंख्या
कृत	१७,२८,०००
त्रेता	१२,९६,०००
द्वापार	८,६४,०००
कलि	४,३२,०००
महायुग :	**४३,२०,००० वर्षे**

टीप : संध्या आणि संध्यंश यासह कृतयुगाची ४८०० वर्षे, त्रेतायुगाची ३६०० वर्षे, द्वापार युगाची २४०० वर्षे आणि कलियुगाची १२०० वर्षे आहेत.

संध्या म्हणजे युगापूर्वीचा संधिकाल. संध्यंश याचा अर्थ युगानंतरचा संधिकाल. युग ही कल्पना दोन ताऱ्यांच्या पिधानावर किंवा अनेक ताऱ्यांच्या योगावर आधारित आहे.

पिधान याचा अर्थ एक तारा दुसऱ्या ताऱ्यांच्या खालून किंवा वरून एका रेषेत जाणे. योग याचा अर्थ दोन किंवा अधिक तारे अत्यंत निकट येणे किंवा एकमेकाला स्पर्श करणे. पिधान आणि योग हा शेकडोपासून हजारो वर्षांचा असू शकतो.

ताऱ्यांच्या मार्गक्रमणामध्ये दोन ताऱ्यांचा प्रथम स्पर्श आणि पिधान होणे, याला संध्याकाल असे म्हटले जाते आणि पिधानानंतरचा स्पर्श काल याला 'संध्यंश' म्हटले जाते. प्रत्येक युगाच्या एकूण कालावधीमध्ये संध्याकाल आणि संध्यंश काल अंतर्भूत आहे. उदा. कृतयुगाचा कालावधी १७,२८,००० वर्षे आहे. या कालावधीमध्येच युगापूर्वीचा संधिकाल आणि युगानंतरचा संध्यंश काल ४८०० वर्षे यांचा समावेश आहे. तो वेगळा काळ नाही. काही लोक संध्याकाल आणि संध्यंश काळालाच युगांचा देव वर्षाचा काळ मानतात ते चूक आहे.

एखादे युग कधी सुरू होते हे ठरविण्यासाठी आकाशीय ताऱ्यांच्या स्थितीवरून एक कोष्टक तयार केले आहे. ते असे :

चंद्र, सूर्य, बृहस्पती आणि पुष्य नक्षत्र जेव्हा एकत्र येतील तेव्हा कृतयुगास आरंभ होतो. (कलियुग संपते) सप्तर्षि मघा नक्षत्रात आले असताना कलियुगाला प्रारंभ होतो. (द्वापार युग संपते) स्थूलमानाने १००० महायुगांचा एक कल्प म्हणजे ब्रह्मदेवाचा एक दिवस होतो. तसेच स्थूलमानाने ७१ महायुगांचा एक मनु होतो.

कल्प : कल्प म्हणजे ब्रह्मदेवाचा एक दिवसाचा कालखंड होय. ब्रह्मदेवाच्या दिवसाएवढाच रात्रीचा कालखंड असतो. म्हणजे दिवसांचा एक कल्प आणि रात्रीचा एक कल्प असे मिळून दोन कल्पांचा कालखंड गेल्यानंतर नवीन कल्प होतो. ब्रह्मदेवाचा दिवस संपताना विश्वाचा लय (अंत) होतो. विश्वातील तारे-तारका आणि विश्वातील सर्व वस्तुमात्र ब्रह्मदेवाच्या ठिकाणी विलीन होतात. ब्रह्मदेवाची रात्रही ब्रह्मदेवाच्या विश्रांतीची वेळ आहे. म्हणजे विश्वाच्या पुनर्निर्मितीसाठी विश्वामध्ये ऊर्जेचा संचय होतो. ऊर्जानिर्मितीसाठी अनेक (तत्त्व) घटकांचे एकत्र येण्यामुळे आणि आपसांतील प्रक्रियेमुळे विश्वनिर्मितीसाठी शक्तिसंचय होतो.ब्रह्मदेवाच्या दिवसाच्या सुरुवातीपासून विश्वनिर्मितीला प्रारंभ होतो. ब्रह्मदेवाचे विश्व म्हणजे काय आहे? लहान-मोठ्या आकाराचे तारे, तारका, विश्वामध्ये फिरणारे पर्वत वस्तुमात्र, विश्वातील मेघ, कृष्ण गुहा, विश्व वायु, वैश्विक उदक, वैश्विक अग्नि, विश्वातील खुले तारकागुच्छ, बंदिस्त तारका गुच्छ, धूमकेतू, दीर्घिका, ग्रह, उपग्रह हे वस्तुमात्र होत. ही विश्वनिर्मिती एका क्षणात किंवा मानवाच्या एक दिवसात होत नाही. अब्जावधी वर्षे ही विश्वनिर्मितीची प्रक्रिया सुरू असते. यामध्ये नवीन तारे निर्माण होत असतात. जुने तारे नष्ट होत असतात. या ताऱ्यांच्या मोडतोडीचा उल्लेख श्रीमद्‌भागवत प्राचीन नामकोशामध्ये 'महर्षि' या शब्दाचे स्पष्टीकरण करताना आला आहे. यामध्ये वेगळ्या प्रकारे याच प्रक्रियेचे वर्णन केलेले आहे. फक्त त्याचा अर्थ लावणे जरूरीचे आहे.

हे स्पष्टीकरण पुढीलप्रमाणे आहे :

ब्रह्ममानस पुत्र मरीचि, अत्रि, अंगिरा, पुलस्त्य, पुलह, ऋतु, भृगु, वसिष्ठ, दक्ष नारद हे सर्व स्वयंभू मन्वंतरात महादेवाच्या शापाने मृत झाल्यावर चालू मन्वंतरात ब्रह्मदेवाने पुन्हा यांना उत्पन्न केले. भृगु, अंगिरा आणि कवि हे महादेवाच्या यज्ञात ब्रह्मदेव ऋत्विज असताना निर्माण झाले. इतरांस ब्रह्मदेवांने स्वतः उत्पन्न केले.

महादेवाच्या शापाने एखादा तारा मृत झाला याचा अर्थ तो तारा वृद्धपणामुळे तसेच त्यातील इंधन संपल्यामुळे आपोआप नष्ट झाला.

महादेवाच्या यज्ञात एखादा तारा पुन्हा उत्पन्न झाला, याचा अर्थ असा आहे की, तारा नष्ट होताना स्फोट होतो. त्या वेळेस त्या ताऱ्यामधील अनेक घनद्रव्ये अवकाशात फेकली जातात. त्यामधील धूलिकण अवकाशात फेकले जातात. अशा एखाद्या

कणाभोवती गुरुत्वाकर्षण शक्तीमुळे अवकाशातील विखुरलेली द्रव्ये पुन्हा जमा होतात. त्याचा एक मोठा तारा पुन्हा तयार होतो. एखाद्या ताऱ्याच्या मृत्यूतून दुसरा तारा जेव्हा निर्माण होतो त्यास महादेवाच्या यज्ञात ताऱ्याचा जन्म झाला असे म्हटले आहे. ब्रह्मांडातील अनेक मूलद्रव्ये एकमेकांत मिसळून एक अत्यंत सूक्ष्म कण वैश्विक उदकामध्ये बुडून राहतो. त्या क्रियेमध्ये लाखो वर्षांनी नवीन तारा जन्म पावतो. त्याला ब्रम्हदेवाच्या यज्ञात जन्म झालेला तारा असे म्हटलेले आहे.

वर दिलेली नावे ताऱ्यांची आहेत. ते (महादेवाच्या शापाने) स्वयंभू मन्वंतरात नष्ट झाले. चालू मन्वंतरात दुसरे तारे उत्पन्न झाले याचा अर्थ दुसऱ्या निर्माण झालेल्या ताऱ्यांना पुन्हा वरील ऋषींची नावे दिली गेली. आपल्या प्राचीन पूर्वजांनी खगोलशास्त्राची किती सूक्ष्म माहिती होती आणि ती त्यांनी नोंदवून ठेवली होती; परंतु त्यांचा अर्थ लावण्यास आम्ही कमी पडलो. तारे-तारकांना ऋषि कुलांची नावे देऊन त्यांच्या ज्ञानाची स्मृती अनंत काळपर्यंत भारतीयांच्या स्मरणात राहील, अशी व्यवस्था आपल्या पूर्वजांनी केली आहे.

विश्वाची जडणघडण ब्रह्मदेव करतो तर पृथ्वीवरील सृष्टीची निर्मिती आणि पोषण सूर्य (विष्णू) करतो, हा महत्त्वाचा फरक ध्यानात घेतला पाहिजे.

विश्वाच्या निर्मितीच्या वेळी ताऱ्यांची निर्मितीची सुरुवात प्रथम विश्वाच्या केंद्रकाजवळ होते. त्यानंतर दूर दूर विश्वाच्या परिघाकडे ताऱ्यांची निर्मिती होत जाते. अशा तऱ्हेने विश्वाचा परीघ विस्तारत जातो. आपला सूर्य हा विश्वाच्या केंद्रकापासून दूर परिघाजवळ उत्पन्न झालेला तारा आहे, (ऋग्वेद). विश्वनिर्मितीची सुरुवात झाल्यानंतर पुष्कळ कालखंडानंतर सूर्याची उत्पत्ती झाली. कालांतराने विश्वाच्या विषुववृत्तापासून विश्वाचा परीघ छोटा होत जाऊन विश्वाचा आकार गोल चेंडू (अंडे) सारखा गोल होतो. म्हणून त्याला 'ब्रह्मांड' असे म्हटले जाते.

ब्रह्मदेवनिर्मित उपग्रह, ग्रह, सूर्य, तारे, तारका यांचा आकार गोलच आहे. म्हणून विश्वसुद्धा गोल आहे. आकाराचा गोलपणा हा विश्वाचा मूलसिद्धात आहे. अशी अनेक ब्रह्मांडे निर्माण होऊन ते चेंडूप्रमाणे गोलाकार तयार करतात. अशा तऱ्हेने ब्रह्मांडाच्या पसाऱ्याला अंत नाही. या पसाऱ्याची मोजणी करण्यासाठी 'अनंत' हे एकच परिमाण आहे. ब्रह्मांडाच्या अंतकाळी हवा सोडलेल्या फुग्याप्रमाणे ब्रह्मांडाचा आकार संकुचित होतो. त्यामध्ये पुन्हा निर्मितीची प्रक्रिया सुरू होते. अशा तऱ्हेने चावी दिलेल्या घड्याळाप्रमाणे पुष्कळ काळापर्यंत निर्माण आणि नाश ही क्रिया सुरू राहते. एका घटकापासून दुसऱ्या घटकांची निर्मिती होते. नंतर दोन्ही मिळून तिसरा घटक निर्माण करतात. ब्रह्मांडनायक, विश्वात्मा हा सर्व मोडतोडीचा हा खेळ दूर राहून तटस्थपणे, स्थितप्रज्ञपणे, निर्विकारपणे पाहात असतो.

४३,२०,००० वर्षे (एक महायुग) न् १००० महायुगे उ ४३,२०,००,००,०० वर्षे (ब्रह्मदेवाचा एक दिवस)

ब्रह्मदेवाचे तीस कल्प आहेत. सध्या ब्रह्मदेवाचा २६ व वाराह कल्प चालू आहे. कल्पांची नावे पुढीलप्रमाणे आहेत,

श्वेत कल्प, नीललोहित, वामदेव, रथंतर, रौरव, देव, बृहत, कंदर्प, सद्यः, इशान, तम, सारस्वत, उदान, गरूड, कौर्म, नारसिंह, समान, आग्नेय, सोम, मानव, तत्पुरुष, वैकुंठ, लक्ष्मी, सावित्री, घोर, वाराह, वैराज, गौरी, माहेश्वर, पितृकल्प.

हे तीस कल्प म्हणजे ब्रह्मदेवाचा एक महिना होत असून त्यात कौर्मकल्प ही पौर्णिमा व पितृकल्प ही अमावास्या आहे.

कल्पारंभी जे अवतार होतो तेच त्या कल्पाचे नाव असते. एका कल्पात स्वर्गामध्ये १४ इंद्र होतात व पृथ्वीवर १४ मनु होतात.

मनु : प्रत्येक मनुच्या कालसत्तेस 'मन्वंतर' असे म्हणतात. स्थूलमानाने ७१ महायुगांचे एक मन्वंतर होते.

मनुची नावे : स्वायंभू, स्वारोचिष, उत्तम, तामस, रैवत, चाक्षुस, वैवस्वत, सावर्णी, दक्षसावर्णी, ब्रह्मसावर्णी, धर्मसावर्णी, रुद्रसावर्णी, देवसावर्णी, इंद्रसावर्णी.

चालू वराह कल्पातील ६ मनूंचा काल पूर्ण झाला असून सांप्रत वैवस्वत मन्वंतर सुरू आहे. चालू वैवस्वत मन्वंतरातील २७ महायुगे पूर्ण झाली असून २८ व्या मन्वंतरातील कृत, त्रेता, द्वापार ही तीन युगे पूर्ण झाली असून सध्याच्या कलियुगातील स्थूलमानाने ५००० वर्षे पूर्ण झालेली आहेत. आणखी ४३ महायुगे पूर्ण झाली म्हण्जे वैवस्वत मन्वंतर पूर्ण होणार आहे.

विवस्वान म्हणजे सूर्याचे एक नाव. विवस्वानपासून वैवस्वत (मनु) झाला. याचा अर्थ असा की, सूर्याची उत्पत्ती याच वैवस्वत मन्वंतरात झाली असली पाहिजे. ब्रह्मदेवाचा वराह कल्प सुरू झाल्यापासून ६ मनु होऊन गेले आहेत. ६ मनु आणि ७१ महायुगे = ४५६ महायुगे संपलेली आहेत. तसेच विश्वरचना काळ सुरू झाल्यानंतर दीर्घकालाने सूर्याची उत्पत्ती झाली आहे. म्हणजे चालू मन्वंतर वैवस्वतमध्ये सूर्य उत्पत्ती झाली. यावरून आपण सूर्याचे वय काढू शकतो. एका महायुगाची ४३,२०,००० वर्षे न् २७ संपलेली महायुगे =

	११६६४००००	वर्षे (संपलेली वर्षे)
+	१७२८०००	कृत युग (संपलेले) वर्षे
+	१२९६०००	त्रेता युग (संपलेले) वर्षे
+	८६४०००	द्वापार युग (संपलेले) वर्षे
+	५०००	कलियुगाची आजपर्यंत संपलेली वर्षे

सूर्याचे वय १२,०५,३३,००० वर्षे

विष्णूचे सर्व अवतार द्वापार युगामध्ये झाले

भारतखंडातील इतिहासाची कालगणना करताना पुराणामध्ये दिलेल्या वंशावळीचा कालखंड आणि युगांचा काळ यांचा अजिबात मेळ बसत नाही. अनेक पुराणे आणि श्रीमद्‌भागवतामध्ये दिलेल्या वंशावळीचा अभ्यास करताना असे दिसून येते की, भारताचा प्राचीन इतिहास १५,००० वर्षांच्या पुढे सरकत नाही. विष्णूच्या सर्व अवतारांचा कालखंड विचारांत घेतला तरी तो १५,००० वर्षांच्या आतच बसतो. रामाच्या पुढील वंशावळीचा विचार केला तर सर्व कालखंड १०,००० वर्षांच्या आतील आहे हेच दिसून येते. ऋग्वेद रचना काल हा २५,००० वर्षांच्या आतील आहे, असे असताना पुराणे विष्णूचे पहिले अवतार कृतयुगात झाले असे सांगतात. श्रीराम अवतार त्रेतायुगात झाला असे सांगतात. या कालावधीचा विचार केला तर हे अवतार लाखो वर्षांपूर्वी झाले आहेत, असे दिसून येते.

कारण लाखो वर्षांचे युग होते. या ठिकाणी तर तीन ते चार युगे झाली आहेत असे दर्शविले आहे. त्यामुळे ऐतिहासिक कालगणना आणि पुराणातील कालगणना यामध्ये जमीन-अस्मानाचा फरक पडतो. पुराणांनी केलेली कालगणना कशी चुकीची आहे याचा आपण विचार करू.

ऋग्वेद रचनाकाळामध्ये कालमापन पद्धती अगदी प्राथमिक अवस्थेत होती. ऋग्वेदामध्ये कोठेही युग ही संकल्पना आलेली नाही. रामायण काळामध्ये कालगणना पद्धतीचा कीस झाला होता, परंतु त्यावेळीसुद्धा युग ही संकल्पना अस्तित्वात नव्हती. त्या वेळी ग्रह नक्षत्रे यांची स्थिती लक्षात घेऊन अनेक प्रसंगांची वर्णने केलेली आहेत. महाभारतकाळी वसंत संपात ज्या नक्षत्रावर आहे त्याचा विचार करून कालगणना केली जात होती. त्यामध्येही अनेक त्रुटी होत्या. या कालामध्येही युग ही संकल्पना नव्हती. या कालात वंशावळीचा आधार घेऊन काही घटनांचा कालनिश्चितीसाठी उपयोग केला जात असे. पाश्चिमात्यांप्रमाणे एखादे मूळ वर्ष धरून त्या वर्षापूर्वी किंवा त्या वर्षानंतर अशी कालमापन पद्धती नव्हती. मात्र द्वापार युगाच्या अंतकाळी युधिष्ठिर शक, अस्तित्वात आला होता. पुढे विक्रम संवत्सर, शालिवहन शक अस्तित्वात आला. परंतु यांचा दररोजच्या व्यवहारामध्ये तारखेप्रमाणे उपयोग होत नव्हता. मग युग, मनु, कल्प या कालगणनेचा उदय केव्हा झाला ते शोधणे आवश्यक आहे. ही कालगणना बुद्ध काळानंतर आणि पुराण रचना काळाच्या अगोदर सुरू झाली असावी. नंतर या दीर्घ कालगणनेचा वापर पुराण रचना करताना केला असावा. याच कालखंडात शैव आणि वैष्णव पंथीयांमध्ये आपल्या देवतेच्या श्रेष्ठत्वाबद्दल मोठ्या प्रमाणात वादविवाद होता. त्यांच्यामध्ये स्पर्धा होती. वैष्णवपंथीयांनी विष्णूचे श्रेष्ठत्व आणि प्राचीनत्व

दर्शविण्यासाठी युग, कल्प, मनु या कालगणनेचा वापर केला. त्यांनी विष्णूचे पहिले काही अवतार कृतयुगात, राम अवतार त्रेतायुगात नेऊन ठेवले. तशी वर्णने पुराणामध्ये लिहून ठेवली. परंतु कृष्ण अवताराचा वास्तव काळ द्वापार युगात दाखवावा लागला. कारण महाभारत हा इतिहास आहे. अनेक राजे त्यांची राज्ये, त्या राज्यांच्या राजधान्या, राजांची नावे त्यांची युद्धे इ. ची वर्णने ही इतिहासाला धरून आहेत. महाभारत युद्धांत लढलेल्या शेकडो राजांची नावे तसेच त्या वेळची राजकीय, सामाजिक परिस्थिती यांची प्रत्यक्ष वर्णने वस्तुस्थितीला धरून केली आहेत.

यावरून असे अनुमान करता येते की, वेदरचना, वराह, मत्स्य, कच्छ वामन, नरसिंह, परशुराम, श्रीराम, कृष्ण हे सर्व अवतार द्वापार युगातच झालेले आहेत. द्वापार युगाचा कालखंड संपण्यापूर्वी सुमारे वीस हजार वर्षांमध्ये हे सर्व घडले होते.

इतिहासाचा कालखंड हा द्वापारयुगांशी तंतोतंत जुळतो. इतर तिन्ही युगांशी अजिबात जमत नाही. युग मनु, कल्प ही एक ज्योतिषशास्त्रावर आधारित कालगणना आहे. याचा आणि इतिहासाशी मेळ घालावयाचा असेल तर वेदरचना, विष्णूचे अवतार हे सर्व द्वापारयुगात घडले आहेत, असेच मानावे लागते. युग या कालगणनेचा वापर चुकीच्या पद्धतीने केला, हे स्पष्ट होते. सर्व भारतीयांनी आणि श्रद्धाळू लोकांनी हे वास्तव मान्य करावयास पाहिजे.

❖❖❖

३२.

शिशुमार चक्र आणि भगवंत

देव म्हणजे ब्रह्मांडातील तारे-तारका आहेत. धाता धर्म शुक्र अगस्ती चंद्राच्या सत्तावीस पत्नी आदिंना श्रीमद्‌भागवत प्राचीन नामकोशामध्ये तारे-तारकाच म्हटले आहे. या तारका शिशुमार चक्रामधीलच आहेत.

शिशुमार चक्र म्हणजे आकाशातील तारकामय असलेला ब्रह्मदेवाचा दक्षिणावर्त कुंडलाकार देह होय, अशी व्याख्या श्रीमद्‌भागवताच्या प्राचीन नामकोशात केली आहे.

दक्षिणावर्त म्हणजे उजवीकडे वळलेला, कुंडलाकार म्हणजे वेटोळे घातलेला किंवा कडबोळ्यासारखा असा अर्थ होतो. ब्रह्मदेवाच्या या देहाने सर्व ब्रह्मांडाला वेटोळे घातला आहे. हा देह तारकामय किंवा तारकांनी आवृत्त आहे. या देहावर प्रमुख तारका आहेत. या देहाच्या बाह्य अंगावरील तारका जर आपण रेषेने जोडल्या तर भगवंताच्या देहाचा आकार तयार होतो. या काल्पनिक आकारालाच भगवंताचा तारकामय देह असे म्हटले जाते. या देहाच्या पृष्ठभागावर तसेच देहाच्या अवयवांवर ज्या अत्यंत तेजस्वी तारका आहेत किंवा आकाराने मोठ्या तारका आहेत किंवा वैशिष्ट्यपूर्ण तारका आहेत त्या तारकांना आपल्या प्राचीन ऋषिमुनींची किंवा थोर व्यक्तींची नावे दिली आहेत. या देहावरील जे तारे वृद्धपणामुळे नष्ट झाले त्यांना पुराणामध्ये शापामुळे नष्ट झाले, असे म्हटले आहे. मोठ्या ताऱ्यालगत असणाऱ्या छोट्या ताऱ्यांना ऋषींचे पुत्र, ऋषींची पत्नी किंवा ऋषींचे शिष्य असे मानले गेले. काही ताऱ्यांना ब्रह्मदेवाचे मानसपुत्र, अशी संज्ञा दिलेली आहे. या ब्रह्मदेवाच्या देहाव्यतिरिक्त आणखी काही मोठे तारे इतर ठिकाणी पसरले आहेत. काही तारे या देहाच्या जवळपास स्थानापन्न आहेत. असे वाटते की, ब्रह्मदेवाच्या तारकामय देहाच्या बाहेर आसपास जे तारे आहेत, त्यांना ब्रह्मदेवाचे मानसपुत्र असे संबोधले गेले असावे. ब्रह्मदेवाचा देह हा शंभर टक्के आकाश व्यापत नाही. या देहाच्या आजूबाजूला पुष्कळ आकाश शिल्लक राहाते. या शिल्लक राहिलेल्या आकाशातही पुष्कळ तारे आहेत.

ब्रह्मदेवाच्या तारकामय देहावरील तारकांचे (ऋषि) स्थान आणि ऋषींची नावे आपण पाहू.

अगस्ती	-	ब्रह्मदेवाच्या हनुवटीच्या ठिकाणी
अंगिरा	-	मुखाशी
अत्री	-	ब्रह्मदेवाचा पुत्र (डाव्या डोळ्यावर)
अथर्व	-	उत्तर मुखाशी
अश्विनीकुमार	-	स्तनावर
कर्दम	-	भगवंताच्या छायेमध्ये
कश्यप	-	एक तारा
काम	-	ब्रह्मदेवाच्या हृदयापासून
क्रतू	-	ब्रह्मदेवाच्या हातावर
क्रोध	-	ब्रह्मदेवाच्या भ्रुकुटीपासून
चंद्र	-	ब्रह्मदेवाच्या मनापासून
दक्ष	-	ब्रह्मदेवाच्या अंगठ्याजवळ
धर्म	-	ध्रुवमंडलाभोवती फिरणारी तारका ही शिशुमार चक्राच्या पुच्छाच्या ठिकाणी
जेष्ठा	-	दक्षिण स्कंधावर
धनिष्ठा	-	उजव्या कणीवर
धाता	-	कटिप्रदेशी
भ्रमि	-	शिशुमार प्रजापतीची कन्या
नारद	-	मांडीपासून उत्पन्न
नीललोहित	-	ब्रह्मदेवाच्या भ्रुकुटीतून बाहेर पडलेल्या क्रोधापासून झालेला पुत्र. हाच महादेव आहे.
पुलस्त्य	-	कर्णापासून निर्मिती
पुलह	-	नाभीजवळ
पुष्य	-	डाव्या कटिप्रदेशावर
भृगू	-	त्वचेपासून उत्पन्न
शतरूपा	-	शरीरापासून उत्पत्ती
शुक्र	-	नाभिस्थानी
सत्य	-	धर्माचा चौथा चरण. उत्तर मुखापासून उत्पन्न.

मूळ नक्षत्र हे ब्रह्मदेवाच्या डाव्या कानावर आहे.

अश्विनीकुमार हे ब्रह्मदेवाच्या स्तनावर आहेत.

मघा हे नक्षत्र डाव्या बरगडीवर आहे.

धनिष्ठा हे नक्षत्र उजव्या कर्णावर आहे

आर्द्रा हे नक्षत्र उजव्या पायावर आहे.

केतू हा छायाग्रह ब्रह्मदेवाच्या सर्व अवयवांवर आहे.

अहल्या ब्रह्मदेवाची मानसकन्या आहे.

अरुणी, ऋभू, दक्ष, द्वीत, एकत, पुलस्त्य, मरिची, रुची, वसिष्ठ, स्थानू, हंस, सनक, सनंद, सनातन, सनत्कुमार हे सर्व ब्रह्मदेवाचे मानसपुत्र होते.

सनक, सनंद, सनातन, सनत्कुमार हे तारे निष्क्रिय होते म्हणून तपश्चर्येला निघून गेले, असा उल्लेख आला आहे. यावरून असे वाटते की, या चार ताऱ्यांची निर्मिती वैश्विक नियमांना धरून झालेली नसावी, म्हणून ते नष्ट झाले असावेत किंवा अत्यंत वेगाने स्थानभ्रष्ट होऊन विश्वामध्ये फिरत असावेत. ऋग्वेदामध्ये विष्णू म्हणजे सूर्य आणि सूर्य म्हणजे विष्णू ही देवता आहे. विष्णूच्या प्रतिमेमध्ये विष्णू या देवतेचे निवासस्थान क्षीरसागर आहे, अशी कल्पना केलेली आहे. हा क्षीरसागर म्हणजे वैश्विक उदक आहे. या वैश्विक उदकातच सूर्याचे (विष्णूचे) निवासस्थान आहे, अशी या मागची भूमिका आहे. सूर्यनारायण याचा अर्थ आहे वैश्विक उदकामध्ये निवास असलेला सूर्य. नारायणमधील नार याचा अर्थ पाणी आणि अयन म्हणजे वास्तव्य, अस्तित्व असणारा तो सूर्यनारायण.

देव म्हणजे ब्रह्मांडातील तारे-तारका आहेत. धाता धर्म शुक्र अगस्ती चंद्राच्या सत्तावीस पत्नी आदींना श्रीमद्भागवत प्राचीन नामकोशामध्ये तारे-तारकाच म्हटले आहे. या तारका शिशुमार चक्रामधीलच आहेत. म्हणजेच या देवांची उत्पत्ती ब्रह्मदेवापासून झाली आहे.

❖❖❖

३३.

असुर

असुर आणि दस्यू हे एकाच अर्थाचे दोन शब्द आहेत परंतु असुर शब्द सर्व समावेशक आहे. दस्यू हे परकीय जनजातीचे गट होते. आपल्या कुटुंब कबिल्यासह, पशुसह या देशात आले. ते प्रथमत: जंगलाच्या आश्रयाने काही दिवस वस्ती करून नंतर जागा बदलीत असत. काही काळाने ते गावापासून थोडे दूर नदीच्या पलीकडे माळावर वस्ती करू लागले. काही काळानी जंगलामध्ये स्थिर होऊन त्यांनी आपली गावे उभी केली. हळूहळू राज्ये स्थापन केली. यानाच पुढे असुर राज्ये संबोधिले जाऊ लागले.

ऋग्वेदामध्ये कोणत्याही दृश्य किंवा अदृश्य प्रतिकूल घटकांना असुर हा सामान्य नामवाचक शब्द वापरला आहे. कोणत्याही अनुकूल नसलेल्या स्थितीला, घटकाला, काळाला 'असुर' म्हटले आहे. असभ्य प्रवृत्ती, असभ्य कृती तसेच असभ्य मानवांना असुर म्हटले आहे. धर्मवर्तनाच्या विरुद्ध प्रवृत्तीला किंवा कृतीला असुर म्हटले आहे. मनाविरुद्ध कुठल्याही वाईट गोष्टींना असुर म्हटले आहे. वेगळी वेशभूषा, वेगळी केशभूषा, वेगळे राहणीमान, वेगळे खाणे-पिणे, वेगळ्या पद्धती असणाऱ्या लोकांना असुर म्हटले आहे. एकदम काळा किंवा एकदम गोऱ्या बसक्या नाकांच्या लोकांना असुर म्हटले आहे.

ऋग्वेदकाळी बाहेरून त्यातल्या त्यात मध्य आशियातून येणाऱ्या असभ्य रानटी टोळ्या येथील स्थिर नागरी वस्तीवर अचानक रात्री अपरात्री हल्ले करीत होत्या. हे हल्ले अचानक, द्रुतगतीने, अत्यंत निर्दयपणे, लोक बेसावध असताना केले जात. या हल्ल्यामध्ये दहशत माजवून, रक्तपात करून लुटालुट केली जाई, हल्लेखोर हे यासाठी घोड्यांचा उपयोग करीत होते. हे हल्ले म्हणजे एक प्रकारे दरोडा असे. असे हल्लेखोर लुटालूट करून पसार होत असत. या रानटी टोळ्यांना असुर असे म्हटले जाई.

हे हल्ले जसे हिंदुस्थानावर होत होते तसेच चिनी प्रदेशावरसुद्धा होत होते. ज्या वेळी भारतामध्ये नागरी जीवनाला स्थैर्य प्राप्त झाले होते त्याचवेळी चिनी प्रदेशातसुद्धा मानव हा स्थिर वसाहती करून राहू लागला होता. चिनी प्रदेशसुद्धा आपल्याप्रमाणेच अनेक नद्यांमुळे सुपीक आणि समृद्ध होता.

या रानटी टोळ्यांच्या वारंवार होणाऱ्या हल्ल्यांना कंटाळून आपल्या देशाचे या हल्ल्यापासून बचाव करण्यासाठी चिनी राजाला पाच हजार कि.मी.लांबीची भिंत बांधावी लागली. हिंदुस्थानी लोकांसाठी हे काम अत्यंत सोपे होते. हिमालय पर्वत हा आपल्याला भिंतीच्या रूपाने उभा होता. फक्त खैबर खिंड भिंत बांधून बंद केली असती तर आपल्या देशावर होणारे हल्ले बंद झाले असते पण असा विचार त्या वेळी कोणीही एतदेशीय राजाने केला नाही. अशी भिंत बांधून खैबरखिंड बंद केली असती तर हिंदुस्थानचा इतिहास आणि भूगोलही बदलला असता.

असुर आणि दस्यू हे एकाच अर्थाचे दोन शब्द आहेत परंतु असुर शब्द सर्व समावेशक आहे. दस्यू हे परकीय जनजातीचे गट होते. आपल्या कुटुंब कबिल्यासह, पशुसह या देशात आले. ते प्रथमतः जंगलाच्या आश्रयाने काही दिवस वस्ती करून नंतर जागा बदलीत असत. काही काळाने ते गावापासून थोडे दूर नदीच्या पलीकडे माळावर वस्ती करू लागले. काही काळानी जंगलामध्ये स्थिर होऊन त्यांनी आपली गावे उभी केली. हळूहळू राज्ये स्थापन केली. यानाच पुढे असुर राज्ये संबोधिले जाऊ लागले. पुढे त्यांचे हळूहळू आर्य लोकांशी रोटीबेटी व्यवहार होऊ लागले.

ऋग्वेदामध्ये अनेक देवांच्या तसेच राजांच्या पत्नी ही असुर स्त्रिया होत्या. इंद्रपत्नी शची ही असुर राजा वृषपर्व्याची मुलगी होती. प्राथमिक कालात दस्यू आणि आर्य (स्थानिक) लोकांमध्ये लढाया होत असत. त्यामध्ये कित्येक दस्यू स्त्रियांना पकडून आणले जाई. त्यांना आणि त्यांच्यापासून निर्माण होणारी संतती यांना दुय्यम दर्जा मिळे. काही काळांनी अशा संततीची संख्या वाढून तेही राज्ये स्थापन करीत.

ऋग्वेदकाळी त्वष्टही ब्रह्मदेवाच्या बरोबरीची देवता होती पण त्याने केलेल्या व्यभिचारामुळे त्वष्टाची गणना असुरामध्ये होऊन त्याला आपले पद गमवावे लागले. त्वष्टालाच पुढे ब्राह्मण, ब्राह्मणस्पती, ब्रह्मदेव, विधाता अशी नावे दिली गेली.

नंतरच्या कालखंडामध्ये दैत्य, दानव, राक्षस यांचा उल्लेख पुराणे आणि ग्रंथामध्ये झालेला आहे. आता जशी तेली माळी, कुंभार, मराठा या जाती आहेत त्याचप्रमाणे वरील सर्वांची मानवामधीलच कुले होती. या कुलांना मूळ पुरुषावरून नावे दिलेली आहेत. नाग हा मानवातीलच एक वेगळा वंश आहे. नागवंशीय लोक हे नर्मदा नदीच्या आसपास तसेच हल्लीच्या छत्तीसगड झारखंड, सध्याचा बांगला देश आणि आसाम या भागामध्ये राहात होते. हे सर्व प्रदेश आर्यावर्ताच्या आसपास येतो. त्यामुळे अनेक

पुराणे आणि ग्रंथांमधून आर्य आणि नागवंश यांचे एकमेकांशी आलेल्या संबंधाचे तसेच संघर्षाची वर्णने आलेली आहेत. नागवंशीय आणि आर्य यांच्यात रोटीबेटीचा व्यवहारही झालेले आहेत असे दिसून येते. नागपूर, नागभिड बरसूर ही नागवंशीयांची मुख्य ठिकाणे होती बरसूर, जि. दंतेवाडा, छत्तीसगड हे नागवंशीयाचे प्राचीन राजधानीचे ठिकाण होते. (पर्यटन नकाशा भारत) नागवंशीय हे शैवपंथीय होते. नागवंशीयाच्या प्रदेशालाच नागलोक असे म्हटले आहे. यांची ही पुढारलेली संस्कृती होती. नागांनी अनेक सुंदर प्राचीन मंदिरे बांधली होती. वानर हा एक मानवातीलच एका जातीचा समूह होता. अजूनही तामिळनाडूमध्ये वानर ही एक जात अस्तित्वात आहे.

❖❖❖

३४.

देव

ऋग्वेदामध्ये कोठेही तेहतीस देवांची नावे एकत्र दिलेली नाहीत. सूर्य हा एक तारा आहे तसेच प्रत्येक तारा हा एक सूर्यच आहे. म्हणून विश्वातील सर्व तारे देवच आहेत, असे ऋग्वेदात मानले आहे.

देव म्हणजे देणारे, अशी साधी व्याख्या देवांची केली आहे. नद्यांना भरपूर पाणी देणारे, भरपूर पाऊस देणारे, पशूंना भरपूर चारा देणारे, भरपूर धान्य पिकविणारे, सर्वांना सुख समृद्धी देणारे ते देव, अशीच कल्पना ऋग्वेदाच्या प्राथमिक कालखंडात होती. ईश्वर, आत्मा, परमात्मा, मोक्ष ही कल्पना त्या वेळी अस्तित्वात नव्हती.

या काळात देवाकडून वैयक्तिक अपेक्षा ठेवल्या जात नसत. ऋषींनी विश्वाच्या निर्मितीचा वेध घेतला आहे. पण त्यांनी फक्त इहलोकीच्याच अपेक्षा देवाकडे ठेवल्या होत्या. त्या काळात त्याचे देव मुख्यतः निसर्ग होता. पर्जन्यदेवता, वायुदेवता, सूर्यदेवता, असे हे त्यांचे देव होते.

पुढच्या कालखंडात ऋषींनी देवाकडे कौटुंबिक मागण्या केलेल्या दिसून येतात. मला संतान दे, पुत्रपौत्रांना सुखी ठेवावे, त्यांना भरपूर आयुष्य मिळावे, शत्रूपासून आमच्या कुटुंबाचे रक्षण करावे, त्यांचा साथीच्या रोगापासून बचाव करावा, गायी-घोड्यांना साथीच्या रोगापासून दूर ठेवावे, अशी मागणी ते देवाकडे करीत होते.

याच काळात यज्ञ कल्पना पुढे आली. यज्ञातील अग्नीला हवि अर्पण केला तर यज्ञ अग्नी तो सर्व देवांना पोहोचवितो, अशी समजूत होती. यज्ञामध्ये देवांनी निर्माण केलेल्या वस्तूंचा वापर होत होता. या वस्तू म्हणजे वनस्पतीची लाकडे, पशूची चरबी, धान्ये, दूध, तूप होत. हविबरोबर देवांच्या नावाने प्रार्थना म्हटल्या जात. देवांचे पराक्रम वर्णन करून त्यांची स्तुती केली जात असे. पुढे विश्वामध्ये अग्नी

सर्वश्रेष्ठ आहे, अग्नीमुळे (सूर्य) सृष्टी उत्पन्न झाली. सूर्यामुळे तिचे पोषण होते, ही मूलभूत कल्पना पुढे आली.

निसर्गाची विविध रूपे, पंचमहाभूते अनेक असल्यामुळे देवांची संख्याही भरपूर होती. ऋग्वेद १/३४/११मध्ये देवांची संख्या तेहतीस दिलेली आहे. या तेहतीस देवांपैकी अकरा स्वर्गलोकी, अकरा अंतरिक्षात आणि अकरा पृथ्वीवर आहेत, असे सांगितले आहे. शतपथ ब्राह्मणमते तेहतीस देव म्हणजे अष्ट वसू. एकादश रुद्र, द्वादश आदित्य आणि द्यावा-पृथ्वी मिळून तेहतीस देव होते. (शतपथ ब्राह्मण ११-६-३-४-५) ऋग्वेदामध्ये रुद्र ही एकच देवता आहे. अकरा रुद्राचा कोठेही उल्लेख नाही.

ऋग्वेदामध्ये कोठेही तेहतीस देवांची नावे एकत्र दिलेली नाहीत. सूर्य हा एक तारा आहे तसेच प्रत्येक तारा हा एक सूर्यच आहे. म्हणून विश्वातील सर्व तारे देवच आहेत, असे ऋग्वेदात मानले आहे.

या तारकांना काही ठिकाणी इंद्र हे सामान्यनाम दिले आहे. तारका अगणित आहेत. म्हणून काही लोकांनी तेहतीस आकड्याला घेऊन तारकांची (देवांची) संख्या तेहतीस कोटी केली. काहींच्या मते कोटी ही संख्या गुणवाचक आणि प्रतवाचक आहे. ती संख्या वाचक नाही. ऋग्वेद १०/५२/६मध्ये देवांची संख्या तीन हजार तीनशे नऊ दिलेली आहे. ही संख्या विश्वात शोधल्या गेलेल्या विश्वातील वस्तुमात्रांची आहे.

ऋग्वेद १/१६२ मध्ये देवांची संख्या चौतीस दिलेली आहे. सायनाचार्यांच्या मते हे चौतीस देव असे अष्ट वसू, एकादश रुद्र, द्वादश आदित्य, दोन प्रजापती, (वषट्कार आणि विराट हे आहेत.) खरे म्हणजे रुद्र हा एकच आहे. रुद्र याचा एक अर्थ अकरा ही संख्या असा आहे. त्यामुळे रुद्राला अकरा नावे दिली गेली. ही अकरा नावेसुद्धा वेगवेगळ्या ग्रंथांमध्ये वेगवेगळी आहेत तसेच आदित्य हा एकच आहे. प्रत्येक महिन्याचा एक आदित्य म्हणून आदित्याला बारा नावे दिली गेली. काही आचार्यांनी चौतीस देवतांची नावे पुढीलप्रमाणे दिलेली आहेत. सूर्य, पाच ग्रह, सत्तावीस नक्षत्रे आणि चंद्र.

यावरून देवांच्या नावांच्या संदर्भात आचार्यांमध्ये फार मोठे मतभेद आहेत असे दिसते. तसेच देवांची संख्या ही वेगवेगळी आहे हे स्पष्ट होते. तेहतीस देवांची गणती करताना आचार्यांनी आदित्य, सूर्य, सत्तावीस नक्षत्रे, अष्टवसू (तारे), ग्रह चंद्र यांचा समावेश केलेला आहे. यावरून हेच स्पष्ट होते की, वैदिक काळामध्ये भारतीय लोक ताऱ्यांना देव मानत होते.

काही ग्रंथामध्ये तेहतीस कोटी देव यांचे ऐवजी देवांची तेहतीस कुले असे समजून त्यांची नावे दिलेली आहेत ती अशी -

जातवेद, वैश्वानर, द्रविनोदा, तंतुनपता, नारांशसा, स्वस्टा, वनस्पती, प्रावण, रथ, आप, वरुण, रुद्र, इंद्र, पर्जन्य, बृहस्पती, यम, मित्र, पूषा, विश्वकर्मा, सविता, अश्विता, उषा, सूर्य, त्वष्टा, भग, विष्णू, अज, अग्नी, वायू, सोम, द्यौ, मातारिश्वा, मरुद्‌गण

❖❖❖

३५.

वेद

ऋग्वेदातील सूक्तांचा कर्ता ऋषि तसेच सूक्तांची देवता आणि सूक्त रचलेल्या छंदांचा प्रकार यांची माहिती ऋग्वेद संहितेमध्ये दिलेली आहे.

प्राचीन काळी वेद हा एकच होता. त्यामध्ये देवांना प्रसन्न करण्याचे मंत्र, (स्तोत्रे) यज्ञ क्रियांचे प्रकार, त्यांचे नियम, मंत्रतंत्र तसेच काही गद्यात्मक विचार हे सर्व एकत्रित होते. महर्षि व्यासांनी या एका वेदापासून चार वेदांची निर्मिती केली. त्यांची नावे अशी :

ऋग्वेद : सर्वाधिक प्राचीन वेद मंत्र ऋग्वेदामध्ये आहेत. यामध्ये अग्नी, सूर्य, आदित्य इंद्र, वरुण इत्यादी देवांना प्रसन्न करण्यासाठी अनेक ऋषींनी रचलेली स्तोत्रे आहेत.

यजुर्वेद : हा गद्यात्मक असून विशिष्ट यज्ञ प्रक्रियांचा यामध्ये समावेश आहे.

सामवेद : यामध्ये ऋग्वेदातील गेय मंत्र स्वतंत्रपणे संकलित केलेले आहेत.

अथर्ववंद : मंत्र, तंत्र, जादूटोणा आदी अभिचार मंत्राचा यामध्ये समावेश आहे.

ऋग्वेदाची रचना मंडल, सूक्त आणि ऋचा यांच्याद्वारे केलेली आहे.

मंडल : मंडल म्हणजे ऋग्वेदाचे विभाग. ऋग्वेदाचे दहा भाग आहेत.

सूक्त : सूक्त म्हणजे अध्याय. ऋग्वेद १०२८ सूक्तामध्ये विभागलेला आहे.

ऋचा : ऋचा म्हणजे कवने अथवा श्लोक. ऋग्वेदामध्ये १०५५२ ऋचा आहेत.

ऋग्वेदांची षडंगे

शिक्षा : ऋग्वेद मंत्र पठणाशी संबंधित उच्चार शास्त्राची माहिती या ग्रंथामध्ये दिली आहे.

कल्प : ऋग्वेदामधील धर्मविधीची माहिती या ग्रंथात दिली आहे.

व्याकरण : व्याकरण शास्त्रावरील ग्रंथ आहे.

ज्योतिष : वेदांग ज्योतिष विषयाची माहिती या ग्रंथामध्ये आहे.

छंदशास्त्र : पद्यरचना करताना उपयोगी पडणाऱ्या छंदाची माहिती या ग्रंथात दिली आहे.

निरुक्त : शब्द व्युत्पत्तिशास्त्र आहे. शब्दांची फोड करून त्यामधील धातूच्या साहाय्याने अर्थाचे स्पष्टीकरण या ग्रंथामध्ये दिलेले आहे.

संहिता

ऋग्वेदातील सूक्तांचा कर्ता ऋषि तसेच सूक्तांची देवता आणि सूक्त रचलेल्या छंदांचा प्रकार यांची माहिती ऋग्वेद संहितेमध्ये दिलेली आहे.

ऋग्वेद अर्थ निष्पत्तीच्या चार पद्धती प्रचारात आहेत.

परंपरागत अर्थ पद्धती : सायनाचार्यांनी ऋग्वेदाचा यज्ञप्रधान अर्थ लावलेला आहे.

आध्यात्मिक अर्थपद्धती : ऋग्वेदाचा संबंध ईश्वराशी जोडून त्याचा आध्यात्मिक अर्थ लावलेला आहे.

गूढवादी अर्थ पद्धती : ऋग्वेदाचा वरवर दिसणारा अर्थ फसवा आहे. सिद्ध पुरूषच ऋग्वेदाचा खरा अर्थ लावण्यास समर्थ आहे, असे मानले जाते.

पाश्चात्त्य अभ्यासकांच्या मते तौलनिक देवताशास्त्र, भाषाशास्त्र, इतिहास, आदींच्या साह्याने ऋग्वेदाचा अर्थ लागू शकतो.

❖❖❖

३६.

यज्ञ

प्राथमिक कालखंडात यज्ञ हे ऋषींच्या आश्रमात चालत असत. पुढे श्रीमंत वर्ग, राजघराणी आपल्या दारामध्ये यज्ञ करू लागले. यज्ञक्रियेसाठी खास गती असणारे ऋषी तयार झाले, इंद्र युद्ध देवता म्हणून पुढे आला. क्षत्रिय इंद्रासाठी खास यज्ञ करीत.

यास्काचार्यांनी यज्ञाची व्याख्या पुढीलप्रमाणे केली आहे :

'यज्ञामध्ये हवन व फलप्राप्तीसाठी याचना केली जाते. मंत्रोच्चारणाबरोबर हवि दिला जातो. यज्ञ मंत्र पूर्णत्वाकडे घेऊन जातात. म्हणून तो 'यज्ञ' आहे.'

सूर्य ही आर्यांची सर्वश्रेष्ठ देवता होती. सूर्यामुळे सृष्टी उत्पन्न झाली. सूर्यामुळे सृष्टीवर जीवन आहे. म्हणून वैदिक धर्मामध्ये सूर्याला महत्त्वाचे स्थान दिलेले आहे. सूर्य आणि यज्ञ अग्नी यामध्ये अग्नी हेच मूलतत्त्व आहे. त्यामुळे यज्ञ अग्नीला हवि अर्पण केला तर तो सूर्याला पोहचतो अशी प्राचीन ऋषींची श्रद्धा होती.

ऋग्वेद काळी नामसंकीर्तन, नामजप, तप, पूजा याद्वारे देवांना प्रसन्न करण्याची कोणतीच पद्धत अस्तित्वात नव्हती. सूर्याला प्रसन्न करण्यासाठी त्याला हवीन्न अर्पण करणे ही एकमेव पद्धत अस्तित्वात होती. एखाद्याला प्रसन्न करण्यासाठी त्याला पोटभर जेवण देणे ही पद्धत तशी पाहिली तर चांगलीच आहे. यज्ञ हे वैदिक धर्मांचे मुख्य अंग होते किंवा यज्ञ म्हणजेच वैदिक धर्म होता. यज्ञामध्ये यज्ञ अग्नीला अर्पण केलेला हवि त्याने देवापर्यंत पोहोचवावा, अशी विनंती यज्ञ अग्नीला केली जाई. यज्ञ अग्नीला दूत अग्नी असे म्हटले जाई.

यज्ञक्रियेमध्ये यज्ञकुंड स्थापन केले जाई. त्या यज्ञ कुंडामध्ये अग्नी प्रज्वलित केला जात असे. अग्नी सतत प्रज्वलित राहावा म्हणून लाकडाच्या तुकड्यांचे साह्य घेतले जाई. तूप, तीळ काही धान्ये आणि पशूंची चरबी मिळून हवि तयार केला जाई. हा हवि मंत्रोच्चारणासहित अग्नीमध्ये टाकला जात असे. एक किंवा अनेक ऋत्विज मंत्रोच्चारण करीत असत आणि होता यज्ञामध्ये हवि अर्पण करीत असे. मंत्रामध्ये

देवतेचे पराक्रम वर्णन केलेले आहेत आणि मंत्राच्या शेवटी याचना केलेली असे. मंत्रोच्चारणाच्या शेवटी स्वाहा म्हणून हवि यज्ञामध्ये अर्पण केला जाई. देवांचे नाव घेऊन इच्छीत देवांना आवाहन केले जात असे.

पुढील काळात यज्ञ पद्धतीमध्ये अनेक सुधारणा होत गेल्या आणि अनेक कडक नियम तयार होत गेले.

मंत्रोच्चारण हे ध्वनी लहरी शास्त्रावर अवलंबून होते. यामध्ये ध्वनी लहरींची गती, लहरींची वारंवारता, लहरींचा विस्तार इत्यादी गोष्टींचा शास्त्रशुद्ध विचार झाला आहे. मंत्रोच्चारणाचे एक शास्त्र तयार झाले. मंत्रोच्चारणामध्ये शब्दांच्या मात्रा पद्धतीचा विचार केला आहे. हवि अर्पण करण्याची क्रिया आणि मंत्रोच्चारणासाठी लागणारा वेळ यांचा मेळ घालण्यासाठी सामगान पद्धत तयार झाली. छंद पद्धती निर्माण झाली. सुरुवातीच्या कालखंडात सूक्तांची संख्या मर्यादित होती. त्यामुळे यज्ञकर्मे मर्यादित काळात पूर्ण होत असत. सूक्तांची संख्या भरपूर वाढल्यानंतर यज्ञकर्मे दीर्घकाळपर्यंत चालत .

वर्षारंभी यज्ञकर्मांना सुरुवात करून ती पावसाळ्यापूर्वी संपवीत. प्रारंभिक कालखंडात स्तोत्रामध्ये सर्वांसाठी सामुदायिक इच्छेची मागणी केली जाई. भरपूर पाऊस पडू दे, अन्नधान्ये भरपूर पिकू दे, नद्यांना भरपूर पाणी दे, पशूंसाठी भरपूर चारा दे, सर्वांना सुखी ठेव, अशा मागण्या यज्ञामध्ये देवांकडे केल्या जात असत. नंतर कौटुंबिक सुख, संपत्तीच्या मागण्या होऊ लागल्या. मला विद्वान संतान दे, पुत्रपौत्रांना भरपूर आयुष्य दे, त्यांना सुखी ठेव, पशूंना साथींच्या रोगांपासून वाचव, अशा मागण्या होऊ लागल्या. नंतरच्या कालखंडात वैयक्तिक इच्छापूर्तीसाठी एखाद्या विशिष्ट देवांचे यज्ञ होऊ लागले. उदा. संतानप्राप्तीसाठी अश्विनीकुमाराचा यज्ञ, आजार बरा होण्यासाठी रुद्राचा यज्ञ इत्यादी प्राथमिक कालखंडात यज्ञ हे ऋषींच्या आश्रमात चालत असत. पुढे श्रीमंत वर्ग, राजघराणी आपल्या दारामध्ये यज्ञ करू लागले. यज्ञक्रियेसाठी खास गती असणारे ऋषी तयार झाले, इंद्र युद्ध देवता म्हणून पुढे आला. क्षत्रिय इंद्रासाठी खास यज्ञ करीत. यज्ञक्रियेसाठी आणि भोजनावळीसाठी मोठ्या प्रमाणावर जनावरांची कत्तल होत असे. यज्ञ हा सकाळ, दुपार आणि संध्याकाळ अशा तीन सवनांमध्ये चालत असे.

यज्ञाचे प्रकार : पंचहवी युक्त (पंचयाम), सप्तविध (सप्ततंतू), त्रिकाल (त्रिवृत्त)

यज्ञ संस्था : अग्निष्टोम, अत्यअग्निष्टोम, उक्थ, षोडशी, अतिरात्र, आप्तोयमी, वाजपेय.

सोमपात्रे : चमू, कलश, वन (पानपत्री) द्रोण, पवित्र, शुक्र, आणि मंथी.

सप्त ऋत्विज : होतृ, अध्वर्यू, अवय, अग्निध, ग्रावस्तुत, प्रशास्तृ, सुदीप.

सोमरस

सोमरस हा यज्ञाचा अविभाज्य घटक होता. सोमपानासाठी स्तोत्राद्वारे देवांना आवाहन केले जाई. सोमरस हे इंद्राचे आवडते पेय होते. हे पेय प्यायल्यावर इंद्राला युद्धासाठी शक्ती, सामर्थ्य, बल प्राप्त होत असे. यज्ञ संपल्यानंतर सोमपान केले जात असे. सोमरस हे यज्ञातील महत्त्वाचे पेय होते. सोमपानामुळे सामर्थ्य, जोश, शक्ती, शौर्य, वीर्य, पौरुषत्व, श्रेष्ठत्व प्राप्त होत असे. एवढेच नव्हे तर सोमपानामुळे मोक्ष प्राप्त होतो, असे समजले जाई. सोमरस पानाचे एवढे महत्व होते की ऋग्वेदातील दहा मंडलांपैकी एक मंडल सोमरसावर खास तयार केले आहे, एवढे महत्त्व सोमरसाला दिले गेले आहे. या मंडलामध्ये सोमरसाला कामपूरक, मदकारक, उत्तम लोकांची प्राप्त करविणारा, तेजस्वी, देवतृप्तीकारक, बलदाता, वीर्यवृद्धीकारक, दीर्घ आयुष्य देणारा, बुद्धीवर्धक, अमृतमय, पौरुषप्रेरक, रसश्रेष्ठ इत्यादी विशेषणे लावली आहेत. सोमरसांमध्ये एवढे गुण आहेत असे सांगितले आहे.

सोमरस हा सोम नावाच्या वनस्पतीपासून तयार केला जात असे. सोमरस काढण्याचे एक तंत्र होते. सोमरसाची पाने चेचून, कुटून त्यातून रस काढला जात असे. नंतर तो लोकरी वस्त्राच्या कपड्यातून अनेक वेळा गाळला जाई. त्यामध्ये मध, तूप, खडीसाखर, वेलदोडे इत्यादी पदार्थ घातले जात. नंतर तो प्राशन केला जाई. सोमरसाच्या अतिवापरामुळे सोम ही वनस्पती नष्ट झाली. त्या काळामध्ये तिची पुनर्लागवड कोणीही केली नाही.

❖❖❖

३७.

वसिष्ठ आणि अगस्त्य

वसिष्ठ हे इक्ष्वाकु कुलाचे पिढ्यान्‌पिढ्या राजगुरू होते. अनेक ग्रंथांमधून इक्ष्वाकु कुलातील प्रत्येक पिढीतील राजांची नावे दिलेली आहेत; परंतु प्रत्येक पिढीचे आणि सर्व इक्ष्वाकु वंशाचे राजगुरू एक वसिष्ठ ऋषि कसे असा प्रश्न पडतो. वसिष्ठ ऋषींना एवढे आयुष्यमान कसे, असा प्रश्न सामान्य वाचकांना पडतो. वसिष्ठ ऋषीच्या कुळातील प्रत्येक पिढीतील व्यक्तीचे नाव न दिल्यामुळे असा संभ्रम होतो. वसिष्ठ हे एक कुळ आहे.

ऋग्वेद ७-३३-१० ते ७-३३-१४ मध्ये अगस्त्य आणि वसिष्ठ या ताऱ्यांचे वर्णन आले आहे. ऋग्वेद ७-३३-१० मध्ये म्हटले आहे की, हे तेजस्वी वसिष्ठ ऋषे, तुमच्या आद्य जन्मामध्ये मित्रावरुणांनी तुम्हास पाहिले आणि अगस्त्य ऋषींनी तुम्हास कुंभातून बाहेर काढले.

या ऋचेमध्ये 'आद्य जन्मामध्ये' असा शब्द आलेला आहे. आद्य या शब्दाचा अर्थ पहिला किंवा मूळचा असा अर्थ होतो. यावरून वसिष्ठ तारे दोन आहेत. त्यांपैकी वरील ऋचेमध्ये वर्णन केलेला हा पहिला वसिष्ठ तारा आहे.

ऋग्वेदाच्या प्राथमिक कालखंडामध्ये ताऱ्यांना देव मानले होते. देवांची गणती करण्यासाठी द्वादश आदित्य, अष्ट वसू तसेच सत्तावीस नक्षत्रांचा उपयोग केला होता. नंतरच्या कालखंडात ताऱ्यांना ऋषींची नावे दिलेली आहेत. परंतु ज्या ताऱ्याला नाव दिलेले नाही आणि अशा सामान्य ताऱ्याचे वर्णन करणे आवश्यक झाले तर त्याला इंद्र हे नाव दिलेले आहे.

श्रीमद्‌भागवत प्राचीन नामकोशामध्ये वसिष्ठ प्रकरणामध्ये म्हटले आहे की, वसिष्ठ तारा महादेवाच्या शापाने मृत झाल्यानंतर चालू मन्वंतरात ब्रह्मदेवाने याला पुन्हा उत्पन्न केले. ताऱ्याच्या जन्मापासून लाखो वर्षांनी तारा वृद्ध होतो. या वृद्धपणामुळे तारा आपोआप नष्ट होतो, मृत्यू पावतो. ताऱ्याच्या या मृत्यूला तारा महादेवाच्या शापाने मृत पावला असे म्हटले आहे. चालू मन्वंतरात ब्रह्मदेवाने याला पुन्हा उत्पन्न केले म्हणजे

दुसऱ्या नवीन उत्पन्न झालेल्या ताऱ्याला आपल्या ऋषींनी वसिष्ठ तारा असे नाव दिले. ब्रह्मदेवाच्या तारकामय देहाच्या वर्णनामध्ये वसिष्ठ ताऱ्याला मानस पुत्र असे म्हटले आहे. अशी शक्यता वाटते की, पहिला वसिष्ठ तारा मृत झाल्यामुळे दुसऱ्या ताऱ्याला वसिष्ठ असे नाव दिल्यामुळे त्याला ब्रह्मदेवाचा मानसपुत्र असे संबोधले असावे किंवा हा नवीन नाव दिलेला तारा ब्रह्मदेवाच्या तारकामय देहाच्या बाजूला असावा.

अगस्त्य तारा आणि वसिष्ठ तारा यांच्या जन्मकथेबद्दल पाहू.

भारतीय ग्रंथांमधून अगस्त्य आणि वसिष्ठ यांच्या जन्माबद्दल आलेल्या कथेचे वर्णन असे - उर्वशीच्या दर्शनाने मित्रावरुणाचे वीर्यस्खलन झाले; ते त्यांनी एका कुंभात साठविले. त्या कुंभामधून अगस्त्य आणि वसिष्ठांचा जन्म झाला. म्हणून त्यांना कुंभयोनी, किंवा द्रोणी असे म्हटले जाते.

ब्रह्मदेवाच्या तारकामय देहाच्या हनुवटीवर जो तारा आहे त्याला अगस्ती हे नाव दिलेले आहे. अगस्ती ऋषि हे अगस्त्य कुलाचा मूळ पुरुष आहे. अगस्ती ऋषीच्या वंशजांना अगस्त्य असे म्हटले जाते. अगस्त्य कुलातील एक ऋषी उत्तर भारतातून विंध्य पर्वत ओलांडून दक्षिण भारतात आले. या अगस्त्यांच्या स्मरणार्थ दक्षिण गोलार्धातील एका ताऱ्याला अगस्त्य तारा असे नाव दिलेले आहे.

आता अगस्त्यांच्या कुंभयोनी या पदवीचे स्पष्टीकरण पाहूया :

अगस्त्य तारा हा दक्षिण गोलार्धात कुंभ राशीच्या खाली आहे. कुंभ राशीचा आकार म्हणजे एक पाणक्या कुंभाच्या (घागरीच्या) साह्याने पाणी ओतत आहे असा दिसतो. या कुंभ राशीजवळच शततारका नक्षत्र आहे. या कुंभातून पडणारे पाणी म्हणजे अनेक तारे-तारका आहेत. अगस्त्य तारा या कुंभातून खाली पडतो आहे असा भास होतो. याच कारणामुळे अगस्त्य ऋषींना कुंभयोनी म्हणजे कुंभातून जन्म झालेला असे म्हटले आहे. कुंभ याचा एक अर्थ द्रोण असाही आहे. म्हणून अगस्त्यांना द्रोणी असेही म्हटले जाते.

आता ऋग्वेद ७/३३/१० या ऋचेबद्दल विचार करू. वसिष्ठ ऋषींनाही अगस्त्याप्रमाणेच कुंभयोनी म्हटले आहे. या ऋचेमध्ये अगस्त्यांनी वसिष्ठांना कुंभातून बाहेर काढले असे म्हटले आहे. म्हणजे अगस्त्य तारा कुंभाच्या खालच्या बाजूला आणि वसिष्ठ तारा कुंभाच्या मुखाजवळ आहे. सध्या वसिष्ठ आणि अगस्त्य हे दोन्ही तोर कुंभ नक्षत्राचे खाली स्पष्टपणे दिसतात.

कौरव-पांडवांचे गुरू द्रोणाचार्य यांच्याबद्दलही अशीच आख्यायिका रचलेली आहे. घृताचीनामक अप्सरेच्या दर्शनाने भारद्वाज मुनींचे रेत पतन पावले. ते त्यांनी द्रोणामध्ये भरून ठेवले. त्यापासून जन्मलेल्या मुलाचे नाव द्रोणाचार्य असे ठेवले. खरे तर द्रोण याचा अर्थ अतिपाऊस देणारा मेघ किंवा विशिष्ट प्रकारचा वृक्ष असा होतो. भारद्वाजांनी आपल्या पुत्राला वरील दोन्ही अर्थाचे नाव दिले होते.

वसिष्ठ हे इक्ष्वाकु कुलाचे पिढ्यान्पिढ्या राजगुरू होते. अनेक ग्रंथांमधून इक्ष्वाकु कुलातील प्रत्येक पिढीतील राजांची नावे दिलेली आहेत; परंतु प्रत्येक पिढीचे आणि सर्व इक्ष्वाकु वंशाचे राजगुरू एक वसिष्ठ ऋषि कसे असा प्रश्न पडतो. वसिष्ठ ऋषींना एवढे आयुष्यमान कसे, असा प्रश्न सामान्य वाचकांना पडतो. वसिष्ठ ऋषीच्या कुळातील प्रत्येक पिढीतील व्यक्तीचे नाव न दिल्यामुळे असा संभ्रम होतो. वसिष्ठ हे एक कुळ आहे.

वसिष्ठ वर्ग (समूह) आणि विश्वामित्र वर्ग (समूह) यांच्यातील संघर्ष इतिहास-प्रसिद्ध आहे. या संघर्षामध्ये वसिष्ठ समूहातील शेकडो माणसे मारली गेली. वसिष्ठ वर्गाला आपला प्रदेश सोडून परागंदा व्हावे लागले. त्यांची घरेदारे विश्वमित्र वर्गाने जाळून टाकली. या संघर्षामध्ये शक्ती नावाचा वसिष्ठवर्गीय ऋषी मारला गेला. याच्या पुत्राचे नाव पराशर होते. पराशराचा पुत्र व्यास ऋषी होते. ब्रह्म मानसपुत्र असणाऱ्या वसिष्ठाच्या पत्नीचे नाव अरुंधती आणि ऊर्जा असे होते.

इक्ष्वाकुचा पुत्र निमि याने 'देह पतन पावो', असा शाप वसिष्ठ ऋषींना दिला होता. निमि याचा एक अर्थ ब्रह्मदेव असाही होतो. वसिष्ठ ऋषी निमिचे निमंत्रण नाकारून इंद्राच्या यज्ञाला उपस्थित झाले होते. म्हणून निमिने हा शाप दिला होता. या शापाचा आणि पहिला वसिष्ठ तारा नष्ट होण्याचा संबंध असावा असे वाटते. या निमिच्या कालखंडात वसिष्ठ तारा नष्ट झाला असावा. याचप्रमाणे यम तारा नष्ट झाल्याचे आपण यम या प्रकरणामध्ये पाहिले आहे.

अगस्त्य ऋषीच्या पत्नीचे नाव लोपामुद्रा असे होते. याला दृढस्यू व दृढास्य, अशी दोन मुले होती. याच अगस्त्याने उत्तर भारतातून दक्षिण भारतात प्रयाण केले. हा धनुर्वेदात निष्णात होता तसेच तत्त्ववेत्ताही होता. याने शेती कसण्यामध्ये अनेक प्रयोग केले.

व्यासपुत्र शुक मुनीच्या जन्माबद्दलही अशीच कपोलकल्पित कथा रचली आहे. शुक याचा अर्थ पोपट असा करून ही कथा रचलेली आहे. आपल्या ग्रंथामध्ये अनेक व्यक्तींच्या नावांवरून अर्थ काढलेला आहे आणि त्या नावाच्या समर्थनार्थ नंतर कथा रचलेल्या आहेत. उदा. दशानन म्हणजे दहा तोंडे असणारा, षडानन म्हणजे सहा तोंडे असणारा, गजानन म्हणजे गजमुख असलेला, ऋष्यशृंग म्हणजे डोक्यावर शिंग असणारा ऋषी, महीसूर - महेशसूर चे महिषासूर करून त्याला म्हैस (हाल्या) चा आकार असलेले चित्र दाखविणे, गजासूर म्हणजे हत्तीचा आकार दाखविणे इत्यादी राक्षस-दैत्य-दानव यांची केलेली वर्णने आणि त्यांची चित्रे तर भयानक असतात. ती सुद्धा माणसे असून सुद्धा त्यांना अमानवी दाखविले जाते. नाग वंशीयांना अर्धा नाग अर्धा माणूस अशा तऱ्हेने चित्रित केले जाते. वराह अवतारात डुकराचे वर्णन केले आहे.

❖❖❖

३८.

दैत्य-दानव

ब्रह्मवादी आणि वैष्णववादी या संघर्षाच्या कालखंडात शैवपंथीय प्रबळ झाले होते. कधी कधी तर शैववादी आणि वैष्णववादी मिळून ब्रह्मवाद्यांशी संघर्ष करीत होते. त्रिपुरासुर (तारकासुर) युद्ध हे याचेच द्योतक आहे. महाभारताच्या कालखंडात भारतामध्ये शैववाद्यांचा प्रभाव वाढलेला दिसतो.

अनेक ग्रंथ आणि पुराणे यांचा अभ्यास केल्यानंतर असे दिसून येते की, ब्रह्माला मानणारे (ब्रह्मवादी) लोक हे दक्षिण भारत, श्रीलंका, ब्रह्मदेश (म्यानमार), मलेशिया, व्हिएतनाम, कंबोडिया, आग्नेय आशियामध्ये असलेली लहान बेटे उदा. फिजी, फिलिपाईन इत्यादी भागात राहात होते. ब्रह्मदेश या देशाच्या नावातच ब्रह्म आहे. या देशांनाच प्राचीन काळी पाताळ लोक असे म्हटले जाते. दक्षिण अमेरिकेलासुद्धा पाताळ लोक असे म्हटले जात असे, दक्षिण अमेरिकेत मय संस्कृतीचा उत्कर्ष झालेला होता. पाताळ लोक म्हणजे ज्या देशाला जाण्या-येण्यासाठी समुद्रातून नौकेच्या साह्याने प्रवास करावा लागत असे, असा देश. मधल्या कालखंडामध्ये आग्नेय आशियातील देशांमध्ये बौद्ध धर्माचा प्रसार झाला. तसेच भारतामध्येही बौद्ध धर्माचा प्रसार झाला. त्या काळामध्ये इंद्रराज्य, सूर-असुर, देव-दैत्य, दानव-राक्षस या संकल्पना मागे पडल्या. तसेच हिंदू मंदिरे, हिंदू संस्कृती, हिंदू धर्मग्रंथ, हिंदू देव इत्यादी काळाच्या पडद्याआड गेल्या. भारतीय पुराण ग्रंथांमध्ये वर्णन केलेला अस्पष्ट इतिहास या देशाबरोबर जोडणे अशक्य झाले. प्राचीन काळचा या देशाबरोबरचा ऐतिहासिक दुवा तुटला. त्यामुळे पुराणामधून लिहिलेला इतिहास खोटा ठरू लागला. या इतिहासाचा अर्थ लावणे अवघड झाले. अर्थात पुराणामध्ये कल्पनाविलास मनोरंजन, अतिरंजकता जास्त आहे. परंतु पुराणामध्येसुद्धा प्राचीन इतिहासाच्या पाऊलखुणा आहेत. हा इतिहास विजेत्यांनी लिहिलेला पराभूतांचा इतिहास आहे.

पुराणामध्ये सूरलोक कसे सद्गुणी होते आणि दानव दैत्य कसे दुर्गुणी होते हेच दाखविले आहे.

जे लोक आर्यावर्तामध्ये राहात होते व लोक वैष्णववादी होते ते लोक स्वत: सूर किंवा देव समजत होते. आर्यावर्ताच्या बाहेरील सर्व प्रदेशात राहाणाऱ्या लोकांना असुर दैत्य, दानव राक्षस असे समजत असत. या लोकांना ओळखण्याची ही खूण होती. यामध्ये हीन भाव नव्हता. याच्याही पुढे जाऊन असे म्हणावेसे वाटते की, जे लोक ब्रह्मवादी होते ते लोक दैत्य, दानव, राक्षस होते. या दैत्य दानवांचे ब्रह्मदेव हे आदिदैवत होते. त्याची ते पूजा-प्रार्थना करीत होते. ब्रह्मदेवाला प्रसन्न करण्यासाठी जप आणि कठोर तपश्चर्या करीत होते. ब्रह्मदेवाकडून ते वर प्राप्ती करून घेत होते. ज्या लोकांना ब्रह्मदेव प्रसन्न होत होते, ते लोक पापी, दुराचारी कसे असतील? दक्षिण भारतात बलिया दानवाची पूजा उत्सव करणारे लोक आजही आहेत. इडा पीडा टळो आणि बलीचे राज्य येवो, अशी ते कामना करतात. असा बली दानव पापी कसा असू शकतो? दानवांचे गुरू शुक्राचार्य होते. शुक्राचार्य पापी लोकांचे गुरू कसे होऊ शकतील? अशा शुक्राचार्यांना इंद्राने आपली कन्या का दिली? इंद्राची पत्नी शची ही वृषपर्वा या दानवाची कन्या होती. हे कसे? शुक्राचार्य हे ब्रह्मदेवाचे पुत्र होते. प्राचीन काळातील देव दानव असा संघर्ष नव्हता तर तो वैष्णववादी आणि ब्रह्मवादी असा संघर्ष होता. या संघर्षामध्ये विष्णू (वैष्णव पंथी) अजिंक्य ठरला.

ब्रह्मवादी आणि वैष्णववादी या संघर्षाच्या कालखंडात शैवपंथीय प्रबळ झाले होते. कधी कधी तर शैववादी आणि वैष्णववादी मिळून ब्रह्मवाद्यांशी संघर्ष करीत होते. त्रिपुरासुर (तारकासुर) युद्ध हे याचेच द्योतक आहे. महाभारताच्या कालखंडात भारतामध्ये शैववाद्यांचा प्रभाव वाढलेला दिसतो. कृष्णाने काही तरी कारणे शोधून एकट्याने किंवा इतरांची मदत घेऊन शैवपंथीयांची (असुर) राज्ये नष्ट केली. प्रागज्योतिषपूरचा राजा नरकासुर याचे एक उदाहरण आहे. हा राजा शिवभक्त होता. प्रागज्योतिषपूर हे रेशीम रस्त्यावरचे महत्वाचे शहर आणि व्यापारविनिमयाचे मोठे केंद्र होते. देशोदेशीचे व्यापारी या ठिकाणी काही दिवस विश्रांती घेऊन पुढच्या प्रवासाला लागत. त्यांच्या मनोरंजनासाठी या ठिकाणी नृत्यशाला, संगीतशाळा, गायनशाला, वेश्यागृहे होती. वस्तू साठविण्यासाठी कोठारे होती. विश्रांतिगृहे, भोजनशाळा होत्या पण किरकोळ कारण पुढे करून कृष्णाने या राज्यावर हल्ला केला. नरकासुराने विश्वकर्म्याच्या मुलीशी विवाह केला, म्हणून कृष्णाने त्याच्यावर हल्ला केला. हा विश्वकर्मा म्हणजे ब्रह्मदेव असा गैरसमज होण्याची शक्यता आहे. विश्वकर्मा ही एक जात आहे. या जातीमधील काहींची आडनावेही विश्वकर्मा अशीच आहेत. परंतु नरकासूर हा शैवपंथीय होता म्हणून त्याला असुर ठरवून ठार मारले.

बाणासुर हा शोणितपूरचा राजा होता. हा शिवभक्त होता तसेच शिवगणात प्रमुख होता. शंकर स्वत: या शोणितपूरचे रक्षण करीत होते. असा राजा पापी दुराचारी कसा असू शकेल? बाणासुर हा केवळ शैवपंथीय होता म्हणून त्याला ठार मारले.

❖❖❖

३९.

मधु-कैटभ दैत्य (ज्वालामुखी)

पूर्वीच्या काळी गावे ही नदीच्या किनाऱ्यावर वसलेली असत. त्यामुळे मालवाहतूक, लोकवाहतूक, सैन्यवाहतूक ही नावातून किंवा होड्यांतून होत असे तसेच पूरपरिस्थितीमध्ये नावा अत्यंत उपयोगी पडत. नावा चालवणे, नावा बांधणे, त्यांची दुरुस्ती हा एक मोठा उद्योग असे. या नावा चालविणाऱ्या समाजाला निषाद असे म्हटले जाई. हे निषाद लोक मासेमारीही करीत असत. त्यामुळे प्राचीन काळी निषाद समाजाला फार मोठे महत्त्व होते. निषाद समुदायाचा 'पंचजन' या संज्ञेमध्ये समावेश केला होता. ब्राह्मण, क्षत्रिय, वैश्य, क्षूद्र आणि निषाद असे मिळून हा पंचजन समुदाय बनला होता.

श्रीमद्भागवताच्या प्राचीन नामकोशामध्ये मधु-कैटभ दैत्य म्हणजे विष्णूच्या कर्णमलापासून उत्पन्न झालेले असुर असे स्पष्टीकरण केलेले आहे. विष्णूने यांना ठार मारले. याच्या शरीरमदाने पृथ्वी भरली म्हणून तिला 'मेदिनी' असे म्हटले जाते. यावरून मधु-कैटभ असुर म्हणजे पृथ्वीवर जागृत होणारे ज्वालामुखी आहेत असे स्पष्ट होते.

पृथ्वी निर्मितीच्या प्राथमिक अवस्थेमध्ये पृथ्वी ही अत्यंत तप्त होती. या अवस्थेमध्ये पृथ्वीच्या भूगर्भातील तप्तरस पृथ्वीचे मृदू कवच फोडून ज्यालामुखीच्या रूपाने बाहेर पडत होता. प्रारंभीच्या काळात असे हजारो ज्वालामुखी पृथ्वीवर अस्तित्वात होते. ज्वालामुखीच्या सततच्या फुटण्यामुळे तप्त रसाचे पर्वत तयार झाले. हे पर्वत नंतर थंड झाले. या पर्वतावरील राख, माती पावसाच्या पाण्यामुळे पृथ्वीवर सर्वत्र पसरली. त्यामुळे पृथ्वीवर सुपीक जमीनचे आवरण तयार झाले. जसजशी पृथ्वी थंड होत गेली तसतसे ज्वालामुखीचे जागृत होणे आपोआप कमी झाले. या क्रियेचे विष्णूला श्रेय देण्यात आले. विष्णूने मधु-कैटभ दैत्याला ठार मारले, अशी कथा रचली गेली.

उत्तंक मुनी आणि राजा कुवलयाश्व या कथेमध्ये ज्वालामुखीचेच वर्णन आलेले आहे, हे स्पष्ट होते. उत्तंकमुनीचा आश्रम मरू देशामध्ये होता. हा मरूदेश म्हणजे पाकिस्तानमधील बलुचिस्तान हा प्रांत असावा. त्यांनी कुवलयाश्व राजाकडे तक्रार केली की, धुंधुमार नावाचा राक्षस पृथ्वीच्या पोटात लपून बसला आहे. तो मधु-कैटभाचा पुत्र आहे. तो आपल्या श्वासोच्छ्वासावाटे पृथ्वीतील वाफ, पाणी, धूळ आणि वायू वारंवार जोरदारपणे बाहेर फेकतो. त्याचवेळी तो 'धुम' असा आवाज करतो. तो मोठ्या प्रमाणावर धूळ आसमंतात फेकतो. त्यामुळे माझ्या तपश्चर्येत व्यत्यय येतो. त्या राक्षसाचा बंदोबस्त करावा.

राजा आपले एकवीस हजार पुत्र घेऊन वरील वर्णन केलेल्या स्थळावर गेला. तेथे त्याला जमिनीस एक मोठे विवर (छिद्र) पडलेले दिसले. राजाने आपल्या सैन्याच्या मदतीने समुद्रापासून विवरापर्यंत चर खणून समुद्राचे पाणी ज्वालामुखीमध्ये आणून सोडले. या क्रियेमध्ये त्याचे एकवीस हजार पुत्र मरण पावले.

उत्तंक ऋषींनी धुंधुमार राक्षाला मधु-कैटभाचा पुत्र असे म्हटले आहे. कारण मधु कैटभ हे अगोदरच विष्णूकडून मारले गेले होते. त्यामुळे धुंधुमाराला मधु-कैटभाचे पुत्र असे म्हणणे योग्य आहे.

कुवलयाश्वाचे एकवीस हजार पुत्र मारले गेले असे म्हटले आहे. हे पुत्र म्हणजे सैनिक आहेत. कारण स्वारीवर असताना सैनिकांना पुत्राप्रमाणेच सांभाळावे लागते. त्यांच्या खाण्या-पिण्याची, शस्त्रांची योग्य व्यवस्था ठेवावी लागते. जखमी झाल्यास औषधोपचार करावा लागतो. सैनिकाचा मृत्यू झाल्यास नंतर त्याच्या कुटुंबाची आर्थिक सोय करावी लागते. सगर राज्याच्या अश्वमेध यज्ञाच्या अश्वाचे रक्षण करताना सगर राजाचे साठ हजार पुत्र मरण पावले, असे वर्णन आलेले आहे. हे साठ हजार पुत्र म्हणजे राजाचे सैनिक होते. सहस्त्रार्जुनाला एक हजार हात होते. बाणासुराला एक हजार हात होते. म्हणजे हे हात म्हणजे सैनिक समजावे. एक हजार हात म्हणजे पाचशे सैनिक होतात. साठ हजार सैनिक हा सुद्धा संख्येचा अतिरेक आहे. देव ऋषि यांचे आयुष्यमानसुद्धा हजारो वर्षे सांगितले आहे. त्यामुळे असे आकडे तारतम्याने घ्यावे लागतात.

सगर राज्याच्या सर्व राज्यातील लोकसंख्यासुद्धा साठ हजार नसेल. कारण पूर्वीची राज्ये ही छोटी असत. आताचे एक-दोन जिल्हे मिळून एक राज्य होत असे. लोकसंख्याही अत्यंत कमी असे. राज्यामध्ये एकच खेडेवजा राजधानीचे गाव असे. अवती भोवती निबिड अरण्य असे. दोन गावांमधील अंतर शंभर ते दीडशे कि. मी. असे. पांडवांना पाच गावे वाटून मिळाली होती. म्हणजे पाचशे चौ. कि. चा प्रदेशाचे त्यांचे राज्य होते. निबिड अरण्ये, नदी-नाले, पर्वत, हिंस्त्र पशू यामुळे दोन गावांना जोडणारे

रस्तेसुद्धा नसत. पूर्वीच्या काळी गावे ही नदीच्या किनाऱ्यावर वसलेली असत. त्यामुळे मालवाहतूक, लोकवाहतूक, सैन्यवाहतूक ही नावातून किंवा होड्यांतून होत असे तसेच पूरपरिस्थितीमध्ये नावा अत्यंत उपयोगी पडत. नावा चालवणे, नावा बांधणे, त्यांची दुरुस्ती हा एक मोठा उद्योग असे. या नावा चालविणाऱ्या समाजाला निषाद असे म्हटले जाई. हे निषाद लोक मासेमारीही करीत असत. त्यामुळे प्राचीन काळी निषाद समाजाला फार मोठे महत्त्व होते. निषाद समुदायाचा 'पंचजन' या संज्ञेमध्ये समावेश केला होता. ब्राह्मण, क्षत्रिय, वैश्य, क्षूद्र आणि निषाद असे मिळून हा पंचजन समुदाय बनला होता.

गंगेला प्रसन्न करण्यासाठी भगीरथ राजाने बारा वर्षे तपश्चर्या केली होती. प्राचीन काळी गंगा ही उत्तरवाहिनी नदी होती. ती भारतामधून वाहात नव्हती. भगीरथाने अथक् प्रयासाने गंगेचा प्रवाह वळवून भारतामध्ये आणला. गंगेला भारतात आणण्यासाठी भगीरथाला हिमालयातील अनेक डोंगर-दऱ्या खणून तसेच उगमाजवळचे पर्वत फोडून गंगेचा मार्ग बदलावा लागला.

गंगेला भारतात आणण्यासाठी बारा वर्षे लागली. त्यालाच 'गंगेला प्राप्तीसाठी भगीरथाने बारा वर्षे तपश्चर्या केली,' असे म्हटले आहे.

❖❖❖

४०.

जलप्रलय

पृथ्वीवरील जलप्रलयाची दोन कारणे संभवतात. पहिले म्हणजे पृथ्वीबाहेरील अवकाशातून मोठा जलसाठा पृथ्वीवर एकाएकी आला पाहिजे. दुसरे कारण म्हणजे पृथ्वीवरील ध्रुव प्रदेशात असणारा बर्फसाठा एका क्षणात वितळून तो समुद्रावर पसरणे. त्यामुळे समुद्राच्या पाणीसाठ्यात वाढ होऊन तो भूभागावर पसरणे. यापैकी दुसऱ्या कारणाची शक्यता जास्त आहे.

भारतीय पुराणे आणि अनेक ग्रंथांमधून पृथ्वीवर झालेल्या जलप्रलयाचे वर्णन आले आहे. पृथ्वीवर जलप्रलय झाला होता. पृथ्वी ही पाण्यामध्ये बुडाली होती. पृथ्वीवरील सर्व भूभाग व अरण्ये पाण्याखाली गेली होती. या जलप्रलयाची सूचना अगोदर मनुला एका माशाने दिली होती. म्हणून मनुने पृथ्वीवर पुन्हा प्राणिसृष्टी निर्माण व्हावी या इच्छेने सर्व प्राण्यांची एक एक जोडपी नावेत बसवली. ही नाव एका देवमाशाने समुद्रातून ओढीत नेऊन ती हिमालयाच्या नौबंधन या शिखराला बांधली. प्रलय ओसरल्यानंतर प्राण्यांच्या जोडप्यांनी प्राणिसृष्टीचा पुन्हा विस्तार केला.

दक्षिण गोलार्धात नौकेच्या आकाराचा एक तारकापुंज आहे आणि जवळच माशाच्या आकाराचाही एक तारकापुंज आहे. हा (दिव्य) नौकेचा आणि (देव) माशाचा तारकापुंज शोधल्यानंतर या शोधाची माहिती कायमची जनमानसात ठसविण्यासाठी नौका आणि देवमासा यावरील कथा रचली गेली. त्याचबरोबर जलप्रलयाची आठवण कायमची ठसविण्यासाठी जलप्रलय आणि नौका यांचा एकत्र उपयोग केला आहे.

सत्यव्रत राजाच्या कालखंडात असा जलप्रलय झाल्याचे वर्णन आले आहे. प्राचीन काळी खोट्या कथा लिहून पुस्तके विकण्याचा धंदा नव्हता. त्यामुळे या कथेमध्ये तथ्यांश आहे.

पृथ्वीवरील समुद्र आपली पाणीसाठ्याची मर्यादारेषा कधीही ओलांडत नाही. संपूर्ण पृथ्वीवर एकाच वेळी कितीही मोठा पाऊस झाला तरी समुद्राच्या पाण्याच्या

पातळीत वाढ होत नाही. कारण समुद्राच्या पाण्याची वाफ होऊनच पाऊस पडत असतो. जेवढ्या पाण्याची वाफ होते तेवढाच पाऊस पडत असतो.

पृथ्वीवरील जलप्रलयाची दोन कारणे संभवतात. पहिले म्हणजे पृथ्वीबाहेरील अवकाशातून मोठा जलसाठा पृथ्वीवर एकाएकी आला पाहिजे. दुसरे कारण म्हणजे पृथ्वीवरील ध्रुव प्रदेशात असणारा बर्फसाठा एका क्षणात वितळून तो समुद्रावर पसरणे. त्यामुळे समुद्राच्या पाणीसाठ्यात वाढ होऊन तो भूभागावर पसरणे. यापैकी दुसऱ्या कारणाची शक्यता जास्त आहे.

प्राचीन काळी एखादा धूमकेतू पृथ्वीवरील उत्तर ध्रुव प्रदेशात अत्यंत वेगाने येऊन आदळला असावा. या आदळण्यामुळे शेकडो अणुबॉम्बची उष्णता उत्तर ध्रुव प्रदेशामध्ये तयार झाली त्यामुळे ध्रुव प्रदेशामध्ये साठलेले बर्फ वितळून तो समुद्रामध्ये मिसळून समुद्राच्या पाणी पातळीत मोठ्या प्रमाणावर अचानक वाढ झाली. पृथ्वीवरील भूभाग, डोंगर पाण्याखाली गेले. पुन्हा काही काळानंतर उत्तर ध्रुवावरील पाणी अतिथंडीमुळे गोठण्यास सुरुवात झाली जसजसे बर्फाचे थर वाढत गेले तसतसे जगातील समुद्राचे पाणी पातळी कमी होत गेली. शेवटी पाणी पातळी नेहमीच्या मर्यादेमध्ये स्थिर झाली. या क्रियेमध्ये शेकडो वर्षे गेली असतील. नंतर पुन्हा पृथ्वीवर वनस्पती सृष्टी आणि प्राणीसृष्टी वाढली.

काही वर्षांपूर्वी एक धूमकेतू गुरुग्रहावर आदळत असतानाचे प्रत्यक्ष दृश्य सर्व जगाने टी. व्ही. वर पाहिले आहे. परंतु शास्त्रज्ञ असा जलप्रलय झाल्याचे मान्य करीत नाहीत. जलप्रलय म्हणजे एक भाकड कथा आहे असे त्यांना वाटते; परंतु जलप्रलयाची सत्यता पडताळून पाहाण्याची वेळ आता येणार आहे. सध्या सूर्याची उष्णता वाढत चालली आहे. त्यामुळे उत्तर ध्रुव प्रदेशातील बर्फ वितळण्याची क्रिया वेगाने होत आहे. बर्फ वितळून ध्रुव प्रदेशाचा भूभाग उघडा पडणार आहे. नंतर शास्त्रज्ञांना एखाद्या धूमकेतूचे अवशेष या भागावर दिसून येतील. प्रत्यक्ष पुरावा मिळाल्यानंतर शास्त्रज्ञ मान्य करतील की एक धूमकेतू या भागावर आदळला होता. त्यामुळे पृथ्वीवर जलप्रलय झाला होता.

या जलप्रलयामध्ये संपूर्ण पृथ्वी पाण्याखाली गेली नव्हती. कारण संपूर्ण अंटार्टिक प्रदेशामधील बर्फ वितळले तरी समुद्राच्या पाण्याची पातळी शंभर फुटांपेक्षा जास्त वाढणार नाही. आपण शंभर फूट उंची गृहीत धरली तर पृथ्वीवरील भूभाग हा शंभर फूट उंचीपर्यंतच पाण्याने व्याप्त झाला असावा. त्यामुळे शंभर फुटांवरील उंचीच्या भूभागावरील प्राणिसृष्टी आणि वनस्पतीसृष्टीला कोणतीही हानी पोहोचली नसणार; परंतु समुद्राच्या पाण्याचा विस्तार वाढल्यामुळे तसेच समुद्राच्या पाण्याचे तापमान वाढल्यामुळे पुढील काही वर्षे पृथ्वीवर मोठ्या प्रमाणावर भयानक पाऊस पडत होता.

जलप्रलयाचा हा वेगळा भयानक अनुभव सर्व प्राण्यांना भोगावा लागला. अवकाशांमध्ये छोट्या-मोठ्या घन वस्तू भटकत असतात. कधी कधी असे घन वस्तुमात्र पृथ्वीच्या कक्षेत येतात आणि पृथ्वीवर आदळतात जर त्या वस्तू छोट्या असतील तर पृथ्वीच्या वातावरणाच्या घर्षणामुळे आकाशातच जळून जातात. अशा छोट्या वस्तू (उल्का) दररोज हजारोच्या संख्येने आकाशात जळताना आपण पाहतो. पण पर्वतप्राय दगड पृथ्वीच्या वातावरणात संपूर्णपणे जळत नाहीत त्यांचा काही भाग वेगाने पृथ्वीवर येऊन आदळतो. त्यामुळे प्रचंड उष्णता निर्माण होते. जलप्रलयाच्या वेळी अशीच पर्वतप्राय वस्तू उत्तर ध्रुवावर आदळली असावी.

❖❖❖

४१.

वराह, मत्स्य आणि कच्छ अवतारांचे वैज्ञानिक स्पष्टीकरण

समुद्रातून भूमी निर्माण होण्याच्या क्रियेलाच आमच्या पुराणामध्ये वराह अवतार असे म्हटले आहे. ऋग्वेद काळात मानवी वसाहती हिमालयाच्या पायथ्याशी होत्या. जसजशी भूमी निर्माण होत गेली तसतशा या वसाहती बंगालपर्यंत पसरत गेल्या.

अनेक पुराणे आणि ग्रंथांमधून विष्णूच्या दहा अवतारांचे वर्णन केलेले आहे. या दहा अवतारांपैकी पहिल्या तीन अवतारांमध्ये भूगर्भशास्त्र आणि भूगोल यांचा समावेश असून राहिलेल्या अवतारामध्ये इतिहासाचा समावेश आहे. वाराह (वराह) हा विष्णूचा एक अवतार आहे. हा अवतार वाराह कल्पामध्ये (भूमि निर्माणकाल) झालेला आहे. वाराह अवतार म्हणजे भरतखंडातील प्राचीन भूगर्भशास्त्रावर आधारित एक कथा आहे. भारतीय ऋषींनी भूगर्भ, भूगोल, इतिहास खगोल इत्यादी शास्त्रे कथेमध्ये गुंफून सर्व लोकांपर्यंत पोहोचविली आहेत आणि ही शास्त्रे त्यामुळे जतन झालेली आहेत. अजून सुद्धा या कथा सर्व लोक श्रद्धापूर्वक ऐकतात आणि वाचतात पण या कथेमध्ये शास्त्र दडलेले आहे हे त्यांच्या ध्यानात येत नाही.

वराह अवताराची कथा थोडक्यात पुढीलप्रमाणे आहे – हिरण्याक्ष राक्षसाने पृथ्वीला समुद्रात बुडवून ठेवले होते. विष्णूने वराह अवतार धारण करून राक्षसाबरोबर घनघोर युद्ध केले. राक्षसाला ठार मारून पृथ्वीला पाताळातून वर काढले व आपल्या जागी स्थापित केले. विष्णूने डुकराचे रूप घेऊन आपल्या सुळ्यांनी हिराण्यक्ष राक्षसाला ठार मारले. पृथ्वीला सुळ्यावर ठेवून पाताळातून वर काढले अशी ही कथा आहे. श्रद्धावान मनुष्य या कथेवर काहीही शंका उपस्थित करीत नाही.

परंतु आजच्या वैज्ञानिक युगात चिकित्सक व्यक्तीला ही कथा पटण्यासारखी नाही. आम्ही पाचवीपासून शिकत आलेलो आहोत की, पृथ्वी सूर्याच्या गुरुत्वाकर्षण शक्तीमुळे आकाशात अधांतरी तरंगत आहे. ती सूर्याभोवती आणि स्वत:भोवती फिरत आहे. पृथ्वीवर समुद्र आहेत. पृथ्वीच्या आसपास सर्वत्र अवकाश आहे. समुद्र नाही, मग ही पृथ्वी राक्षसाने कोणत्या समुद्रात बुडविली. डुकराने राक्षसाबरोबर कसे काय युद्ध केले? डुकराने पृथ्वी कशी काय वर काढली, असे प्रश्न निर्माण होतात. मग हे सर्व थोतांड आहे, काल्पनिक कथा आहे म्हणून नाकारली जाते.

परंतु ही एक सत्यकथा आहे. हिला वैज्ञानिक आधार आहे. या कथेमागे भूगर्भशास्त्र दडले आहे. शब्दांचा अपभ्रंश शोधला आणि शब्दाचा अर्थ योग्य प्रकारे लावला तर या कथेमध्ये दडलेले भूगर्भशास्त्र स्पष्टपणे दिसू लागते.

पृथ्वी म्हटले की पृथ्वीचा ग्रहगोल आपल्यासमोर येतो. पृथ्वी म्हटले की अनेक ग्रहांपैकी एक ग्रह आपल्यासमोर येतो. पृथ्वी या शब्दाचा संस्कृत मराठी शब्द कोषामध्ये भूमी किंवा जमीन असा दिलेला आहे. ऋग्वेदामध्ये तसेच अनेक प्राचीन ग्रंथांमध्ये पृथ्वी हा शब्द भूमी किंवा जमीन या अर्थानेच वापरलेला आहे.

ऋग्वेदामध्ये इंद्राने आर्यांसाठी पृथ्वी निर्माण केली, इंद्राने पृथ्वीचा विस्तार केला. इंद्राने पृथ्वीचा विस्तार दहा पटींनी वाढविला, मनुसाठी इंद्राने पृथ्वीचा विस्तार केला. अशी अनेक भूमीदर्शक वर्णने आलेली आहेत. याचा अर्थ समुद्रामध्ये भूमी निर्माण झाली. समुद्रामध्ये जमिनीचा विस्तार झाला असाच होतो.

महाभारत युद्धामध्ये कर्णाच्या रथाचे चाक पृथ्वीने गिळले, असे वर्णन आलेले आहे. म्हणजे कर्णाच्या रथाचे चाक जमिनीमध्ये रुतले असाच अर्थ होतो. पृथ्वी, आप, तेज, वायू आणि आकाश या पंचमहाभूतांतील पृथ्वी म्हणजे भूमी, आप, तेज, वायू आकाश असा अर्थ आहे. ग.दि. माडगूळकरांनी आपल्या गीतामध्ये पृथ्वी, आप, तेज, वायू यांचा अर्थ माती-पाणी-उजेड-वारा असा साधा केला आहे. या सर्व निरुपणावरून विष्णूने पृथ्वीला समुद्रातून वर काढले म्हणजे पृथ्वी या ग्रह गोलाला वर काढले नाही तर भूमीला समुद्रातून वर काढले, असा अर्थ घेतला पाहिजे.

आता आपण वराह या शब्दाच्या अर्थाविषयी पाहू. संस्कृत मराठी शब्दकोशामध्ये वराह या शब्दाचा अर्थ भूमी आणि डुक्कर असा दिलेला आहे. दुर्दैवाने आपल्या कथाकारांनी डुक्कर हाच अर्थ घेऊन कथा सांगितली आहे. विष्णूने डुकराचा अवतार घेतला, असे चित्र रंगविले गेले.

वर या शब्दाचा अर्थ आवरण, वेष्टण, भूमी असा आहे. आरोह या शब्दाचा अर्थ चढणे, विस्तार, उंची असा आहे. वराह अरोह या संयुक्त शब्दाचा अर्थ पृथ्वीभोवती जमिनीचे आवरण तयार झाले किंवा नवीन भूमी निर्माण झाली असा होतो. वराह आरोह

या शब्दांमधील आरोह हा शब्द लुप्त झाला आणि वराह एवढाच शब्द शिल्लक राहिला.

आता आपण भूमीला समुद्रातून कसे वर काढले ते पाहू. भूगर्भशास्त्र सांगते की, प्राचीन काळी हिमालय पर्वत आणि दक्षिण भारत यांच्यामध्ये समुद्र पसरला होता. हिमालयात उगम पावणाऱ्या नद्या प्राचीन काळी हिमालयाच्या पायथ्याशी समुद्राला मिळत होत्या. या नद्यांनी लाखो वर्षे हिमालयातील गाळ आपल्याबरोबर वाहून आणून समुद्रात भर घातली आणि आजचा उत्तर भारत तयार झाला. या क्रियेला हजारो वर्षे लागली. ही भर घालण्याची क्रिया पंजाबपासून बंगालपर्यंत होत गेली तसेच ब्रह्मपुत्रा या नदीने आसामची आणि बांगला देशाची निर्मिती केली.

या समुद्रातून भूमी निर्माण होण्याच्या क्रियेलाच आमच्या पुराणामध्ये वराह अवतार असे म्हटले आहे. ऋग्वेद काळात मानवी वसाहती हिमालयाच्या पायथ्याशी होत्या. जसजशी भूमी निर्माण होत गेली तसतशा या वसाहती बंगालपर्यंत पसरत गेल्या.

ऋग्वेदामध्ये समुद्राचा उल्लेख अनेक ठिकाणी आला आहे. भुज्यु समुद्रात गेला असता त्याला शोधण्यासाठी तुंग्रने १०० वल्ह्यांची नाव पाठविली, असा एक उल्लेख आहे. समुद्र हिमालयाजवळ नसता तर नावेचा व समुद्राचा उल्लेख येण्याचे कारण नव्हते.

मत्स्य अवतार

समुद्रामध्ये भूमी तयार होण्यासाठी हजारो वर्षांचा कालावधी लागला. ही क्रिया अत्यंत मंद गतीने सुरू होती. शेवटची शेकडो वर्षे ही भूमी पाण्याच्या पृष्ठभागाखाली होती. ती समुद्रामध्ये बुडून होती. ती माशाप्रमाणे पाण्यातच होती. जमिनीच्या या अवस्थेला मत्स्य अवतार अशी संज्ञा दिलेली आहे.

देवमासा आणि मनुही एक कथा आहे. माशाने मनु आणि त्याची पत्नी तसेच सर्व प्राण्यांची जोडपी नावेत बसवून हिमालयात नेली. त्या ठिकाणी सर्व प्राणिंमात्रांचा विस्तार झाला. दक्षिण आकाशातील तारकांच्या नावांवरून ही कथा रचली असावी, असे वाटते.

कच्छ अवतार : (कूर्म अवतार)

संस्कृत-मराठी शब्दकोशामध्ये 'कच्छ' या शब्दाचा अर्थ 'दलदल' असा दिलेला आहे. समुद्रातून भूमी तयार झाल्यानंतर ती वाळण्यासाठी शेकडो वर्षे लागली. अनेक खाच-खळग्यांत पाणी साठले होते. तसेच असे खाचगळगे पावसाच्या पाण्यामुळे पुन्हा भरत असत. समुद्राचे पाणी भरतीच्या वेळी पुनः पुन्हा मागे सरून भूमी ओली होत असे. या काळाला कच्छ अवतार असे म्हटले आहे.

बंगालमधील सुंदर बन हे कच्छ अवताराचे चांगले उदाहरण आहे. गंगा नदीच्या गाळामुळे सुंदर बनची निर्मिती झाली. त्याचा विस्तार होण्याची क्रिया अजूनही सुरू आहे. गंगा नदीला पूर आल्यानंतर समुद्राच्या रेट्यामुळे पाणी सर्वत्र पसरते तसेच समुद्राच्या भरतीमुळे पाणी पसरते. त्यामुळे हा भाग दलदलीचा आहे. अशा तऱ्हेने अवतार कल्पनेमागे भूगोल आणि भूगर्भशास्त्र लपले आहे. त्याचा अर्थ लावणे जरूरीचे आहे.

❖❖❖

४२.

वानर वंश

वानर समाजातील मारुती या एकाच व्यक्तीचा उल्लेख महाभारतामध्ये पाहावयास मिळतो. वानर वंशाचा उल्लेख रामायणापूर्वी आणि रामायणानंतरच्या कोणत्याही ग्रंथामध्ये आलेला नाही. राम जर सीतेच्या शोधासाठी या भागात आले नसते तर या वानर संस्कृतीची ओळख जगाला झाली नसती.

रामायणामध्ये वानरवंशीय मानवी समाजाचे वर्णन आलेले आहे. याच मानव समूहाने रामाला सीतेचा शोध लावण्यास मदत केली होती. रावणाच्या विरुद्ध युद्ध करण्यासाठी याच समूहाने रामाला मदत केली होती. हा मानवी वंश प्रथमच रामायणाच्या रूपाने जगासमोर आला. ऋग्वेद कालखंडापासून रामायण कालखंडापर्यंत मधल्या काळात या वानर समूहाचा कोठेही उल्लेख आलेला नाही. रामायणातील वर्णनावरून वानर समूह हा दक्षिण भारतात राहात होता, असे दिसते. उत्तर भारतात राहणाऱ्या आर्यांशी यांचा कसलाही संबंध आलेला नाही. हा समूह राक्षस जातीप्रमाणे आक्रमक नव्हता. त्यांच्याकडे लढण्यासाठी शस्त्रे नव्हती. मुष्टियुद्ध, मल्लयुद्ध, दगडधोंडे फेकून मारणे, लाठी काठी यांच्या साह्याने हे लोक युद्ध करीत असत. त्यांची लोकसंख्या अत्यंत मर्यादित होती. यामुळे या वानर समाजाने कोणावरही आक्रमण केले नाही; परंतु वानरांचा राजा जो वाली होता त्याने मल्लयुद्धामध्ये रावणाचा पराभव केला होता. त्या वेळेपासून रावण वालीला घाबरत होता. दुंदुभी या राक्षसास वालीने भुयारामध्ये ठार मारले होते. मल्लयुद्ध, मुष्टियुद्ध, गदायुद्धामध्ये हे लोक तरबेज होते. तसेच हे लोक अत्यंत चपळ आणि वेगवान होते. यांच्या अनेक पिढ्या दगडांच्या ढिगामध्ये गेल्यामुळे उंच उड्या मारणे, लांब उड्या मारणे यामध्ये हे पटाईत होते.

वान या संस्कृत शब्दाचा अर्थ वाळलेले फळ, गती, दाट झाडी, भोक, भुयार असा होतो. हे लोक भुयारात राहात होते. वाळलेली फळे, कंदमुळे भक्षण करीत होते. अत्यंत चपळ होते, अरण्यामध्ये राहात होते. या सर्व कारणांमुळे वाल्मीकींनी यांना 'वानर' असे

म्हटले आहे. वानर पशू आणि वानर मानव यामध्ये फरक आहे. दोन्हींच्या नावामध्ये साधर्म्य आहे. जसे सोना-र, कुंभा-र, लोहा-र. त्याचप्रमाणे 'वान' या शब्दाला 'र' प्रत्यय लावून वानर हा शब्द तयार झाला आहे. वरील सर्व गुण असणारे ते वानर होत.

आता आपण वानरांच्या भुयाराविषयी चर्चा करूया. वानरांचे निवासस्थान हे किष्किंधा या ठिकाणी होते, असे रामायणात सांगितलेले आहे. माल्यवान पर्वत, ऋष्यमुख पर्वत यांचाही उल्लेख वानरांच्या संबंधाने आला आहे. ही सर्व स्थाने कर्नाटक राज्यामधील हंपी-विजयनगर या भागामध्ये येतात. याच भागातून तुंगभद्रा नदी उगम पावते. हा भाग दऱ्याखोऱ्यांचा आणि वनांचा आहे. या सर्व भागामध्ये दगडांचा (शिळा) खच पडलेला दिसतो. प्रचंड दगड सर्वत्र अस्ताव्यस्त पडलेले दिसतात. या दगडांचे थरावर थर दिसतात. या भागातील सर्व मोठाले डोंगर हे फक्त मोठाल्या दगडी शिळांचेच आहेत. हे दगड आकाराने प्रचंड आहेत. एक एक दगडाचे वजन शंभर ते दोनशे टन असेल. यांचे वैशिष्ट्य म्हणजे यातील एकही दगड गोलाकार नाही. गोलाकार सोडून बाकीचे सर्व आकार या दगडांमध्ये पाहावयास मिळतात. हे दगड एकमेकांवर वाकडे तिकडे पडलेले आहेत. त्यामुळे या दगडामध्ये खाली-वर बाजूला भुयारे (गुंफा) तयार झालेले आहेत. या सर्व गुहा नैसर्गिक आहेत. या गुहामध्ये प्राचीन काळी जे लोक राहात होते त्यांना रामायणामध्ये 'वानर' असे म्हटले आहे. थंडी, ऊन, वारा, पाऊस यांच्यापासून संरक्षण करण्यासाठी हे लोक अशा नैसर्गिक गुहामधून राहात होते. रामायणकाळ हजारो वर्षापूर्वी होऊन गेला आहे. तेव्हापासून या दगडांची ऊन वारा पाऊस यामुळे झीज होत आलेली आहे. सध्या जर या शिळा एवढ्या मोठ्या आहेत तर रामायणकाळी त्या किती मोठ्या असतील याची कल्पना केलेली बरी! तसेच रामायणकाळी ही भुयारे किती मोठी असतील, किती लांबी रुंदीची असतील याची कल्पना केलेली बरी. मला तर असे वाटते की, कपी (माकड) या संस्कृत शब्दाचे वानर असे भाषांतर रामायणातील वानर या शब्दापासूनच झाले असावे. सध्या हा भाग निर्मनुष्य आहे. त्या वेळच्या वानर संस्कृतीच्या खाणा-खुणा एवढ्या काळानंतर जिवंत राहणे अशक्य आहे. हा प्रदेश अत्यंत मर्यादित आहे. त्यामुळे वानर समूहाची लोकसंख्याही मर्यादितच असावी.

वानर समाजातील मारुती या एकाच व्यक्तीचा उल्लेख महाभारतामध्ये पाहावयास मिळतो. वानर वंशाचा उल्लेख रामायणापूर्वी आणि रामायणानंतरच्या कोणत्याही ग्रंथामध्ये आलेला नाही. राम जर सीतेच्या शोधासाठी या भागात आले नसते तर या वानर संस्कृतीची ओळख जगाला झाली नसती.

मतंग ऋषीचा आश्रम याच भागामध्ये होता. ऋषींचा आश्रमसुद्धा दगडांच्या या नैसर्गिक गुंफेमध्येच असावा. नंतर काही कारणांनी वानर लोकांनी हा प्रदेश सोडून इतर

भागात वस्ती केली असावी. तामिळनाडूमध्ये सध्या वन्नर ही मागासलेली जात आहे. ती या वानर लोकांची असावी. राम-रावण युद्ध संपल्यानंतर पुष्कळ वानर सैनिक परत येऊन तामिळनाडूमध्ये स्थायिक झाले असावेत. त्यामुळे नंतरच्या इतिहासामध्ये वानर म्हणून कोठेही नोंद झाली नाही.

रामायणात वर्णन केलेले वानर म्हणजे झाडावर उड्या मारणारे माकडे आहेत, असा गैरसमज झाला आहे. रामायणात वर्णन केलेले वानर म्हणजे देव, दानव याप्रमाणेच एक मानवाचा वंश आहे. ते सर्व माकडे नसून आपल्याप्रमाणेच माणसे होती एवढे प्रत्येकाने ध्यानात ठेवावे.

❖❖❖

४३.

मानवाचे मूळ स्थान-हिमालय

जसजशी हिमालयाची उंची वाढत गेली तसतस मानवाचे जीवनमान खडतर होत गेले. थंड हवामान, सुपीक जमिनीचा अभाव, तीव्र उताराच्या दऱ्याखोऱ्या यामुळे मानवी जीवन खडतर झाले. त्यामुळे काही मानवी जथे उत्तरेकडे चीनमध्ये गेले. काही मानवी जथे पश्चिमेकडून मध्य आशियात गेले. काही लोक दक्षिणेकडे भारतात हिमालय उतरून आले. अशा तऱ्हेने हिमालय पर्वत हाच सर्व मानव जातींचे मूलस्थान आहे.

आर्य संस्कृतीची निर्मिती आणि विस्तार हिमालय पर्वत आणि त्याचा आसपास झाला आहे. हिमालयाच्या नैसर्गिक ठेवणीचा परिणाम भारतीय संस्कृतीवर मोठ्या प्रमाणावर झाला आहे. वैदिक धर्माची निर्मिती होण्यासाठी हिमालयातील वातावरण मोठ्या प्रमाणावर कारणीभूत ठरले आहे.

वैदिक धर्माच्या प्राथमिक कालखंडात आर्यांची इंद्र ही मुख्य देवता होती. इंद्र ही आर्यांची पर्जन्य देवता होती. ही इंद्र देवता ढग तयार करण्याचे, ढग वाहून आणण्याचे कार्य करीत नव्हती तर आलेल्या ढगांतून मेघवर्षाव करण्याचे कार्य करीत होती.

त्या काळामध्ये पुष्कळ काळेकुट्ट मेघ येत असत पण ते पाऊस न पाडताच पुढे निघून जात असत. हीच त्या काळामध्ये मुख्य समस्या होती, असे ऋग्वेदातील एकंदर वर्णनावरून दिसून येते. ऋग्वेदामध्ये भरपूर ढग घेऊन ये, अशी प्रार्थना इंद्राला केलेल्या नाहीत तर आलेल्या ढगांतून भरपूर पाऊस पडू दे, अशा पुष्कळ प्रार्थना ऋग्वेदामध्ये केलेल्या आहेत. भरपूर ढग येतात पण त्या ढगांमधून वृत्र आणि अही राक्षस पाऊस पडण्यास मज्जाव करतात, असा त्या काळी लोकांचा समज होता. त्या कालखंडात आर्यावर्तामध्ये पुरेसा पाऊस पडला असता तर इंद्र सूक्तांची निर्मिती झाली नसती असे म्हणावेसे वाटते. पाऊस पडत नव्हता म्हणून ऋषींना इंद्राची मनधरणी करावी लागत होती. ऋग्वेदातील अनेक वर्णना वरून आर्यावर्तामध्ये वारंवार दुष्काळ पडत होते असे दिसून येते. दुष्काळामुळे अन्न-

पाण्याच्या गंभीर समस्या निर्माण होत होत्या. दुष्काळामध्ये ऋषींना कुत्र्याची आतडी भक्षण करावी लागली, असे वर्णन ऋग्वेदामध्ये आले आहे. यावरून त्या वेळच्या दुष्काळाची दाहकता दिसून येते. या दुष्काळाच्या अगतिकेमधून इंद्र सूक्ताची रचना झालेली आहे.

आर्यावर्त म्हणजे पश्चिमेस सिंधू नदीपासून पूर्वेस वैशाली (बिहार) पर्यंत हिमालयाच्या पायथ्यालगतचा प्रदेश होता. या प्रदेशाला चिकटूनच दक्षिणेला समुद्र होता. तरीही या प्रदेशात वारंवार दुष्काळ पडत होता; परंतु आजकाल काश्मीर, पंजाब, हरियाणा, उत्तरांचल या प्रदेशांत दुष्काळ फारसे पडत नाहीत. या प्रदेशांत पाऊसमान चांगले आहे. याचे कारण काय असावे?

याचे कारण म्हणजे वेदकाळामध्ये हिमालय पर्वताची उंची पावसाचे ढग अडवण्याएवढी उंच नव्हती. त्यामुळे आलेले ढग पाऊस न पाडताच पुढे निघून जात असत.

रामायणातील बालकांडामध्ये हिमालयाचा एक महत्त्वपूर्ण उल्लेख आलेला आहे. तो म्हणजे हिमालय पर्वत आता उंचीमध्ये विंध्य पर्वताची बरोबरी करू लागला, असा आहे. याचा अर्थ अगोदर हिमालयाची उंची विंध्य पर्वतापेक्षा कमी होती.

तो आता विंध्य पर्वताची बरोबरी करू लागला आहे. विंध्य पर्वताची सरासरी उंची १००० ते १८०० फूट आहे. याचा अर्थ दाशरथी रामाच्या कालखंडात हिमालयाची उंची सरासरी १५०० ते १८०० फूट होती. सध्या बृहद हिमालयाची सरासरी उंची ८००० फूट आहे. राम काळ हा सुमारे ७००० वर्षांपूर्वीचा आहे तर वेद काळ हा सुमारे २४००० वर्षापूर्वीचा आहे. म्हणजे वेद काळामध्ये हिमालयाची उंची फारच कमी होती ती पावसाळी ढग अडवण्याएवढी सक्षम नव्हती. त्यामुळे आर्यावतात वारंवार दुष्काळ पडत होते.

भूगर्भ शास्त्रज्ञ म्हणतात की, हिमालयाची उंची दर १०० वर्षांत ३ फूट वाढते. म्हणजे गणितावरून वेदकालामध्ये ती १००० फुटांपेक्षा कमी येते.

भूगर्भशास्त्र सांगते की, हिमालय पर्वताची निर्मिती ही पृथ्वीमधील पर्वत निर्माणकारी क्रियेमुळे सुमारे ७० लाख वर्षांपूर्वी झाली. सुरुवातीला कोंबाप्रमाणे हिमालय पर्वत समुद्रातून वर आला. ज्या वेळेस हिमालय समुद्रातून वर वर उचलला जात होता त्याच बरोबर समुद्रातील जीव, जंतू, जलचर हिमालयातील भूमीवर आले. त्यामुळे प्राण्याचे रूपांतरण आणि वंशवृद्धी ७० लाख वर्षांपूर्वी हिमालयात प्रथम सुरू झाले. डार्विनच्या उत्क्रांतीवाद सिद्धान्ताप्रमाणे प्राण्यांची उत्क्रांती होत प्रथम मानव प्राणी हिमालयात उत्पन्न झाला. प्राण्यांचा हाच उत्क्रांतीवाद यानंतर पुष्कळ काळांनी म्हणजे २० लाख वर्षांपूर्वी आफ्रिका खंडात सुरू झाला. मानवाची उत्पत्ती एवढ्या उशिरा आफ्रिका खंडात का झाली याला याच्या पाठीमागे भूगर्भशास्त्रीय कारणे आहेत.

जसजशी हिमालयाची उंची वाढत गेली तसतस मानवाचे जीवनमान खडतर होत गेले. थंड हवामान, सुपीक जमिनीचा अभाव, तीव्र उताराच्या दऱ्याखोऱ्या यामुळे मानवी जीवन खडतर झाले. त्यामुळे काही मानवी जथे उत्तरेकडे चीनमध्ये गेले. काही मानवी जथे पश्चिमेकडून मध्य आशियात गेले. काही लोक दक्षिणेकडे भारतात हिमालय उतरून आले. अशा तऱ्हेने हिमालय पर्वत हाच सर्व मानव जातींचे मूलस्थान आहे. मानव प्राणी प्रथम हिमालयात जन्मला. मानवाच्या मेंदूची वाढ प्रथम हिमालयवासी मानवामध्ये मोठ्या प्रमाणावर झाली. त्यामुळे हिमालयातील मानव आफ्रिका खंडातील मानवापेक्षा सुमारे पन्नास लाख वर्षांनी ज्येष्ठ (सीनियर) आहे. परंतु पाश्चिमात्त्य मानव वंशशास्त्रज्ञ हे मान्य करीत नाहीत. ते हिमालयाच्या निर्मितीचा विचार करीत नाहीत. हिमालयाच्या उत्पत्तीच्या वेळी समुद्रातील जलचर प्राणी हिमालयामध्ये आले, तेथेच त्यांची उत्क्रांती झाली, याचा विचार करीत नाहीत. हिमालयातील मानव प्राणी आफ्रिकी मानवापेक्षा ५० लाख वर्षांनी ज्येष्ठ आहे, हे मात्र नक्की आहे.

❖❖❖

४४.

लिंगपूजक

लिंगपूजकांचा समुदाय समुद्राच्या काठाकाठाने व हिमालयाच्या पायथ्यावरून वैशाली देशाच्या पूर्वेकडे गेला. त्यांना भूतान (भूस्थान) या प्रदेश स्थायिक व्हावे लागले किंवा ज्या प्रदेशात हे लोक स्थायिक झाले त्या प्रदेशाला भूस्थान (भूतान) असे नाव दिले गेले. याच ठिकाणी त्यांनी आपला धर्म आणि संस्कृतीचा विस्तार केला. संस्कृत-मराठी शब्द कोशामध्ये शिव या शब्दाचा एक अर्थ शिश्न असा दिलेला आहे. म्हणजे पुढे शिश्न धर्म याचा उल्लेख शिवधर्म असा झाला असावा.

शैवपंथीयांचा मुख्य देव म्हणजे शिवशंकर. शिवशंकर स्मशानात राहतात. स्मशानातील राख अंगाला भस्म म्हणून लावतात. ते भूतांचे प्रमुख आहेत. ते कमरेभोवती वाघाच्या कातडीचा पंचा परिधान करतात, अशी आपली श्रद्धा आहे; परंतु चिकित्सक मनामध्ये प्रश्न निर्माण होतो की, तिन्ही जगाचा स्वामी असणारे शंकर भगवान स्मशानात कशाला राहतील? स्मशानातील राख अंगाला का लावतील? त्यांचे सैन्य म्हणजे भुते कशी असू शकतील? देवाबद्दल आपली अशी एक कल्पना असते की, तो सुवर्णाच्या आसनावर स्थानापन्न होतो. त्याच्या डोक्यावर रत्नखचित सुवर्ण मुकुट असतो. गळ्यात सुंदर फुलांचे हार असतात. त्याचा अत्यंत सुंदर लोभस चेहरा, त्याचे दीपवून टाकणारे तेज या सर्व गोष्टी ध्यानात येतात; परंतु शिवशंकराबद्दल असे काहीच दिसत नाही. शंकराचे वर्णन करताना ते अयोग्य स्वरूपात केले असावे. या संबंधाने पुढीलप्रमाणे विश्लेषण केले आहे.

ऋग्वेद कालखंडात शिश्न पूजकांचा एक धार्मिक विचारप्रवाह होता. शिश्न हेच प्राणिमात्रांच्या निर्मितीचे मूळ कारण आहे, असे त्यांचे मत होते. त्यामुळे ते शिश्न प्रतिकृतीचे पूजन करीत असत. पुढील काळात शिश्न आणि योनी यांचे संयुक्त मूर्तीची पूजा होऊ लागली. थोडक्यात पुरुष आणि प्रकृती हेच तत्त्व याच्या मागे होते. वैदिक लोक या शिश्न पूजकांचा अत्यंत द्वेष करीत असत. त्यांच्यामध्ये अनेक वेळा संघर्ष

होत असे. या संघर्षाला कंटाळून शिश्न पूजक आर्यावर्त सोडून पूर्वेकडील प्रदेशात गेले. तेथेच वस्ती करून राहू लागले. 'देवांची जन्मकथा' या पुस्तकामध्येही हे शिश्नपूजक पूर्वेकडे निघून गेल्याचा उल्लेख आलेला आहे. त्या कालखंडात उत्तर भारताचा मैदानी प्रदेश अस्तित्वात नव्हता. तेथे समुद्र होता. त्यामुळे हा लिंगपूजकांचा समुदाय समुद्राच्या काठाकाठाने व हिमालयाच्या पायथ्यावरून वैशाली देशाच्या पूर्वेकडे गेला. त्यांना भूतान (भूस्थान) या प्रदेश स्थायिक व्हावे लागले किंवा ज्या प्रदेशात हे लोक स्थायिक झाले त्या प्रदेशाला भूस्थान (भूतान) असे नाव दिले गेले. याच ठिकाणी त्यांनी आपला धर्म आणि संस्कृतीचा विस्तार केला. संस्कृत-मराठी शब्द कोशामध्ये शिव या शब्दाचा एक अर्थ शिश्न असा दिलेला आहे. म्हणजे पुढे शिश्न धर्म याचा उल्लेख शिवधर्म असा झाला असावा. भूतान हा देश बौद्धधर्मीय असला तरी पूर्वी तेथे शिव धर्मच अस्तित्वात होता. बौद्ध धर्माच्या प्रभावामुळे तेथील अनेक शैव मंदिरे आणि ग्रंथसंपदा नष्ट झाली. इतिहासकाळापासून ते अद्यापपर्यंत भूतानमधील लोकांना भूतीया असेच म्हटले जाते. भूतीया हा भूतानमधील प्रमुख लोकसमूह आहे. भूतीया स्थान याचा अपभ्रंश भूतान असा झाला. या भूतीया लोकांचा शंकर हा राजा होता. त्याने ईशान्य भारत जिंकून तेथे शिवधर्माचा प्रसार केला. 'शिवलीलामृत' या ग्रंथामध्ये शंकराने त्रिपुरा या राज्यावर केलेल्या स्वारीचे वर्णन आलेले आहे. त्रिपुरा हे राज्य भूतानपासून जवळ येते.

भूतानला लागून असलेल्या नेपाळ या राज्यात सर्व लोक शंकराला मानणारेआहेत. पशुपतिनाथ मंदिर नेपाळमध्येच येते.

शंकराच्या पत्नीचे नाव सती होते आणि पुत्राचे नाव वीरभद्र असे होते. परंतु भारतीयांमध्ये वीरभद्र फार परिचित नाही. परंतु याच धर्मातील महादेव (शंकर) आणि पार्वती आणि त्यांचे पुत्र गणेश आणि कार्तिकेय यांच्या चरित्रावर पुष्कळ ग्रंथ लिहिले गेले आहेत. इतिहासाच्या दृष्टिकोनातून पाहिले तर पहिला राजा असणारा शंकर आणि तपस्वी असणारा शंकर (महादेव) या दोन वेगळ्या व्यक्तिरेखा असाव्यात.

सीता स्वयंवरामध्ये रामाने शंकराचे जुने धनुष्य तोडले होते. यावरून प्रथम शंकर हा एक राजा होता. त्याचे शस्त्र धनुष्य होते हे सिद्ध होते. जनकपूर हे नेपाळमध्ये आहे. भूतान हे नेपाळचे शेजारी राष्ट्र आहे. शंकर हा राम सीता स्वयंवरामध्ये उपस्थित होता. यावरून शंकर हा भूतानचा राजा होता हेही सिद्ध होते.

महाभारतामध्ये अर्जुनाला शंकराने पाशुपत अस्त्र दिल्याचा उल्लेख आलेला आहे. परंतु रामायण आणि महाभारत यामध्ये सुमारे चाळीस पिढ्यांचेअंतर आहे. मग दोन्ही काळी शंकराचे अस्तित्व कसे हा प्रश्न उपस्थित होतो. म्हणजे रामायणापासून महाभारतापर्यंत शंकराच्या अनेक पिढ्या झाल्या होत्या. त्या सर्वांना शंकर असेच म्हटले आहे. आपल्या ग्रंथामध्ये असे अनेक वेळा पाहावयास मिळते की ग्रंथकर्त्याला जर एखाद्या व्यक्ति

विशेषाचे नाव माहिती नसेल तर ग्रंथकर्ता त्या व्यक्तीच्या कुळाचे किंवा त्या कुळातील थोर व्यक्तीचे किंवा त्या कुळातील मुळ पुरुषाचे नाव ग्रंथ लिहिताना उपयोगात आणतो. शंकराचे राजसिंहासनावर बसलेल्या पुढील सर्व पिढ्यांना शंकर हीच उपाधी असावी. विश्रवा मुनींचा पुत्र रावणापासून रामाने वध केलेल्या रावणाच्या अनेक पिढ्या झालेल्या होत्या. त्या सर्वांना रावण असेच म्हटले गेले. वेदकाळापासून ते महाभारतापर्यंत इंद्राच्या वंशामध्ये अनेक पिढ्या होऊन गेल्या. त्या सर्वांना इंद्र असेच संबोधले गेले. एवढेच नव्हे तर एखाद्या राजाचे नाव ग्रंथकर्त्याला माहिती नसले तर तो ग्रंथकर्ता राजाला इंद्र असे संबोधत असे. आदि शंकराचार्यांपासून आजपर्यंतच्या सर्व शंकराचार्यांची गादी चालविणाऱ्या सर्व आचार्यांना शंकराचार्य असेच संबोधले जाते. शंकराच्या बाबतीतसुद्धा असाच प्रकार आहे.

शंकर ही एक ऐतिहासिक व्यक्ती होती याचा एक ऐतिहासिक पुरावा 'काशीखंड' या ग्रंथामध्ये मिळतो. काशीखंड हा स्कंदपुराणाच्या सात खंडांपैकी एक आहे. या ग्रंथामध्ये तारकासुर युद्धकथेमध्ये मुचकुंद राजाचा उल्लेख आलेला आहे. हा मुचकुंद राजा इक्ष्वाकु वंशीय मांधाता राजाचा कनिष्ठ पुत्र होता. हा मुचकुंद राजा वैवस्वत मनुपासून पंचवीस पिढ्यांनी झाला होता. (आमचा महाभारतपूर्व राजकीय आणि सांस्कृतिक इतिहास, पान क्र. १९ पुणे विद्यापीठ प्रकाशन, १९६२)

तारकासुर आणि देवराज इंद्र यांच्यामध्ये युद्ध होऊन यामध्ये इंद्राचा पराभव झाला होता. म्हणून नारदाच्या सूचनेवरून इंद्राने राजा मुचकुंद यास युद्धामध्ये मदतीसाठी बोलाविले होते. तरीसुद्धा इंद्र आणि मुचकुंदाच्या संयुक्त सेनेचा तारकासुराने (त्रिपुरासुर) पराभव केला होता. काही कालावधी गेल्यानंतर शंकरपुत्र कार्तिकयाने तारकासुरावर आक्रमण करून तारकांसुराचा वध केला.

हा एक इतिहास आहे. या युद्धाचे 'शिवलीलाअमृत' या ग्रंथामध्येही वर्णन आलेले आहे. याचा अर्थ असा होतो की, शंकर, कार्तिकेय, देवराज इंद्र आणि मुचकुंद हे समकालीन होऊन गेलेले आहेत. मुचकुंदाचा ऐतिहासिक कालखंड निश्चित झाला तर शंकर आणि कार्तिकेयाचा कालखंड निश्चित होऊ शकेल. शंकर आणि कार्तिकेय हे सुद्धा वैवस्वत मनुनंतर पंचवीस पिढ्यांनी होऊन गेले होते. या व्यक्ती अत्यंत प्राचीन काली होऊन गेल्या होत्या म्हणून त्यांना देवत्व प्राप्त झालेले आहे परंतु या व्यक्ती ऐतिहासिक होत्या, हेही स्पष्ट होते.

प्राचीन इतिहासामध्ये 'गण' हा शब्द लोकसमूहदर्शक वापरलेला आहे. शंकर हा भूतीया गणाचा मुख्य होता. भूतीया गण या शब्दाचा अपभ्रंश 'भूत गण' असा झाला. पहिल्या कालखंडात शैवपंथविरोधी ग्रंथकारांनी भूतीया गणऐवजी भूत गण असा उल्लेख करून अनेक कथा रचल्या. शंकराला भुतांचा राजा केले. भुते स्मशानात राहतात. म्हणून शंकराचे निवासस्थानही स्मशान करून टाकले. शंकर स्मशानातील राख विभूती

म्हणून अंगाला लावतो, असे वर्णन केले. पुढच्या ग्रंथकारांनी पहिल्या ग्रंथकारांचा शब्द प्रमाण मानून अनेक कथा लिहिल्या. जादूटोण्याचा आणि मुख प्रणेता आदिनाथ यास शंकर करून टाकले. शंकराच्या गळ्यात मानवी कवट्या असणारी प्रतिमा तयार केली. ते भूत पिशाच्याला प्रसन्न करण्यासाठी हे लोक स्मशानात जाऊन साधना करीत असत. त्यामुळे शंकराची प्रतिमा मलिन झाली. शंकर हा भूत पिशाच्यांचा देव झाला.

या सर्वांवर कडी केली ती तांत्रिक पंथाने. शाक्तपंथीय लोकांनी शंकरचे चरित्र अयोग्य पद्धतीने उभे केले. त्यांनीही शंकराला भूत गणांचा राजा करून टाकले. खरे पाहिले तर भूतीया लोकच शंकराची प्रजा होती, सेवक होते, सैनिक होते. ज्या प्रमाणे राम-कृष्ण या मानवी देहधरी पुरुषांना देवत्व प्राप्त झाले. त्याचप्रमाणे मानवी देहधारी शंकराला शैव पंथाचे दैवत म्हणून मान्यता प्राप्त झाली. सर्व ग्रंथामध्ये शंकराचे चरित्र मानवी देहधारी व्यक्तीप्रमाणेच रेखाटले आहे. शंकराने हिमालयाची पुत्री पार्वतीबरोबर विवाह केलेला आहे. गणेश आणि कार्तिकेय, अशी दोन मुले त्यांना झालेली आहेत आदी.

या प्रकरणामध्ये मी इतिहासाच्या नजरेतून सत्य शोधण्याचा प्रयत्न केलेला आहे. यामागे कोणाच्याही धार्मिक श्रद्धेला ठेच पोहोचविण्याचा अजिबात उद्देश नाही याची वाचकांनी नोंद घ्यावी ही विनंती.

❖❖❖

४५.

गायी आणि घोडे

वेदकाळात गायीची पैदास वाढविण्यासाठी पुष्कळ कालावधी लागे. गायी जतन करताना रोगराई, हिंस्त्र पशु इत्यादी अनेक संकटे उभी राहात असत. या सर्व कारणांमुळे ऋग्वेदकाळात गायी अत्यंत दुर्मिळ असत. अश्वत्थाम्याला गायीचे दूध म्हणून गव्हाचे पीठ पाण्यात कालवून दिले होते ते याच कारणामुळे.

आज आपल्याला गायीचे विशेष महत्त्व वाटत नाही. खेड्यांमध्ये शेतकऱ्यांकडे गायी असतात, गायीचे मोठाले बाजार भरतात. आज गाय म्हणजे एक सामान्य पशु आहे.

परंतु ऋग्वेदाच्या प्राथमिक कालखंडात गाय एक दुर्मिळ पशू होता हे ऐकून आपल्याला आश्चर्य वाटेल. त्या काळी गाय अत्यंत मौल्यवान होती. गाय दारात असणे म्हणजे अप्रूप होते.

अरण्यामध्ये गायींचे कळपच्या कळप भटकत असत पण गाय आपल्या दारात नसे. अरण्यातील गाय पकडणे, तिला माणसाळवणे, तिचा दुधासाठी उपयोग करून घेणे ही एक अशक्य कोटीतील गोष्ट होती.

अरण्यातील गायीचे कळप जेवढे हिंस्त्र प्राण्यांना भीत होते तेवढेच माणसांना सुद्धा भीत असत. गायी माणसांचा नुसता वारासुद्धा पडू देत नसत. माणसांना पाहताच त्या दूर पळून जात.

समजा फासे लावून किंवा फसवून एखादी गाय पकडलीच तर ती दहा व्यक्तींनासुद्धा आवरत नसे, एवढी ती धष्टपुष्ट आणि मारकी होती. अरण्यातील गायी या अत्यंत चलाख, धिप्पाड आणि मारक्या असत. अशी जर गाय जबरदस्तीने पकडून आणली तर ती जिवंत राहात नसे. अशी गाय बांधून ठेवली तर ती रात्रंदिवस ओरडत असे, आढेवेढे हिसके घेऊन, चारा पाणी वर्ज्य करून, मृत्युमुखी पडत असे.

त्यासाठी एकच मार्ग शिल्लक असे गाय व्याली की लक्ष ठेवून तिचे वासरू पकडून आणीत असत. नुसतेच जन्मलेले वासरू आपल्या आईबरोबर दोन ते तीन तासांत पळू शकत नाही. असे नुकतेच प्रसवलेले वासरू कळपाचा विरोध मोडून पकडून आणले जाई. ती जर कालवड असेल तर ठीक नाही तर पुन्हा प्रश्न निर्माण होई.

असे वासरू जगविणे कठीण असे. चारा खाईपर्यंत त्याला शेळ्या-मेंढ्याचे दूध पाजले जाई. अशा तऱ्हेने ते माणसांच्या सहवासात असल्यामुळे आपोआप माणसाळत असे. ते प्रजननक्षम होईपर्यंत सांभाळावे लागे. प्रजनन वाढविण्यासाठी अशाच प्रकारे खोंडसुद्धा सांभाळावा लागे. एवढे करूनही गायीची सुलभ प्रसूती झाली नाही तर ती दगावत असे. गायीचे दूध काढणे कठीण काम असे. अशातऱ्हेने वेदकाळात गायीची पैदास वाढविण्यासाठी पुष्कळ कालावधी लागे. गायी जतन करताना रोगराई, हिंस्त्र पशु इत्यादी अनेक संकटे उभी राहात असत. या सर्व कारणांमुळे ऋग्वेदकाळात गायी अत्यंत दुर्मिळ असत. अश्वत्थाम्याला गायीचे दूध म्हणून गव्हाचे पीठ पाण्यात कालवून दिले होते ते याच कारणामुळे.

जी अवस्था गायी माणसाळवण्याची होती तीच अवस्था घोडे माणसाळवण्याची होती. घोड्यांना लहानपणापासूनच शिक्षण द्यावे लागे. त्याला लगामाची सवय करावी लागे. त्याच्यावर बसण्याची, पळण्याची, इकडे-तिकडे वळण्याचे शिक्षण द्यावे लागे. खटाऱ्याला जुंपून ते ओढण्याचे शिक्षण द्यावे लागे. ओझे वाहून नेण्याचे शिक्षण द्यावे लागे.

गायीचा उपयोग दुधासाठी तसेच यज्ञात हवी देण्यासाठी लागणारे तूप तयार करण्यासाठी होत असे. घोड्यांचा वाहन म्हणून, ओझे वाहण्यासाठी रथासाठी तसेच युद्धामध्ये वापर होत असे.

ऋग्वेद काळात गायीची आणि घोड्यांची पैदास करणे हा एक मोठा व्यवसाय होता. पणी लोक मध्य आशियातून गायी, घोडे आणून भारतात विक्री करीत असत.

❖❖❖

४६.

वैदिक धर्माचे पतन आणि उत्थान

या अंध:कारमय कालखंडात हिंदुस्थानात दोन दार्शनिक पुढे आले. त्यांपैकी एक होता गौतम बुद्ध आणि दुसरे होते वर्धमान महावीर. या दोन्ही दार्शनिकांना आणि त्यांच्या विचारांना लोकांनी उत्स्फूर्तपणे साथ दिली. कारण त्यांना वैदिक धर्म, त्यामधील कर्मकांडे, यज्ञयाग यांच्यापासून मुक्तता पाहिजे होती. या दोघांनी ही वैदिक धर्मातील यज्ञ पद्धतीला विरोध केला. यज्ञामध्ये दिल्या जाणाऱ्या पशुबळी आणि नरबळीचा निषेध केला. वैदिक धर्मामधील देव नाकारले. समाजामधील जादुटोणा, मंत्रतंत्र यांना विरोध केला. या प्रकारांमधून चालणाऱ्या किळसवाणे आणि अघोरी प्रकारांना विरोध केला. अहिंसा आणि प्रेम यांना धर्माशी जोडले. धर्माला नैतिक अधिष्ठानाची जोड दिली.

वैदिक धर्मामध्ये अग्नी ही मुख्य देवता होती. त्याचबरोबर अश्विनीकुमार, भृगू, अंगीरस इत्यादी ताऱ्यांनाही देव मानले होते. वैदिक धर्मामध्ये इंद्र, वरुण, वायू अशा निसर्ग घटकांनाही देव मानले होते. या देवांना प्रसन्न करण्यासाठी स्तोत्राबरोबर यज्ञाद्वारे हवि अर्पण करण्याची पद्धत होती.

यज्ञ हे वैदिक धर्माचे मुख्य अंग होते. ऋग्वेदाच्या प्राथमिक कालखंडात यज्ञकर्मेही मर्यादित लोक मर्यादित कालखंडात आणि व्यापक हितासाठी केली जात असत. यज्ञकर्मेही ऋषींच्या आश्रमापुरते मर्यादित होती. त्यामध्ये आश्रमवासी आणि शिष्यगण भाग घेत. यज्ञकार्ये ही पवित्र आणि निस्वार्थी भावनेने केली जात होती. त्या वेळी सूक्त रचनाही मर्यादित होती. यज्ञकर्ते देवाकडे सर्व कल्याणाची प्रार्थना करीत होते.

पुढील काळात सूक्त रचना वाढत गेली. देवांची संख्या वाढत गेली. प्रत्येक देवतेसाठी वेगळा यज्ञ होऊ लागला. यज्ञाचे अनेक प्रकार निर्माण झाले. प्रत्येक प्रकारच्या यज्ञामध्ये विशिष्ट गती आणि प्रावीण्य असणारे ऋषी तयार झाले, राज्यकर्ते तसेच त्यांच्या दरबारातील लोक उदा. प्रधान, सेनापती तसेच श्रीमंत यज्ञकर्मे करू

लागले. हे लोक ऋषींना बोलावून आपल्या दारात यज्ञकर्मे करवून घेऊ लागले. त्यासाठी ऋषीना दक्षिणा देण्यात येऊ लागल्या. हे लोक पुण्य संपादन करण्यासाठी, वैयक्तिक इच्छापूर्तीसाठी, संपत्ती प्राप्तीसाठी, संतान प्राप्तीसाठी, आजार बरा होण्यासाठी यज्ञ करू लागले. यज्ञाला उत्सवाचे स्वरूप प्राप्त झाले. आपल्या प्रतिष्ठेला साजेल अशा भोजनावळीसाठी खर्च करू लागले. त्यासाठी अनेक ऋषींना यज्ञात बोलावले जाऊ लागले. क्षत्रियांमध्ये इंद्र या देवतेवर विशेष आस्था होती. युद्धापूर्वी, युद्धानंतर इंद्राचे यज्ञ होवू लागले. प्रत्येक संकट निवारण्यासाठी यज्ञ हाच एकमेव उपाय आहे, असा लोकांचा समज निर्माण झाला. प्रत्येक इच्छेसाठी वेगळा यज्ञ होऊ लागला. यज्ञाने फलप्राप्ती झाली नाही तर पुन्हा यज्ञ. एका ऋषीने केलेल्या यज्ञामुळे फलप्राप्ती झाली नाही तर दुसरा जास्त विद्वान असणाऱ्या ऋषीकडून पुन्हा यज्ञ होऊ लागला. यज्ञामध्ये बळी देण्यात येणाऱ्या पशूंची संख्या प्रतिष्ठेप्रमाणे वाढत होती.

यज्ञ समारंभ हे गरिबांच्या आवाक्याबाहेरचे कार्य होते. ते यज्ञामध्ये राबून यज्ञाचे पुण्य संपादन करीत असत. यज्ञासाठी समिधा आणणे, भोजन व्यवस्थेसाठी अरण्यातून लाकूडफाटा आणणे, भोजनासाठी लागणाऱ्या पशूंना कापणे, कातडी काढणे, अन्न शिजविणे, स्वच्छता करणे, पत्रावळी उचलणे, पाणी भरणे आदी कामे गरीब वर्ग स्वखुशीने करीत होता. ज्या त्या कामात प्रावीण्य मिळाल्यामुळे पुढे ही कामे वंशपरंपरेने पुढची पिढी करू लागली.

पुढे यज्ञामध्ये नरबळी देण्याची प्रथा सुरू झाली. पुण्य संपादनाचे आमीष दाखवून, कधी गरीब लोकांना पैसे देऊन तर कधी धाक दाखवून, कधी विकत घेऊन नरबळीसाठी स्त्रिया, पुरूष, मुले गोळा केली जात असत. काही लोकांचा यज्ञकार्यासाठी मानवी बळी पुरविणे हा धंदा बनला. त्यामुळे गरीब लोकांमध्ये भय निर्माण झाले. प्रत्यक्ष यज्ञकर्म करणारे आणि यज्ञकार्यात राबणारे अशा वेगळ्या वर्गामध्ये समाजाची विभागणी झाली.

अथर्व वेदातील जादुटोणा आणि मंत्रतंत्र विद्या आत्मसात केलेले मांत्रिक आणि विद्येच्या सिद्धीसाठी धडपडणारे शिष्यगण यांनी समाजामध्ये भय उत्पन्न केले. नरबळी मिळविण्यासाठी लोकांचे मुडदे पाडले जाऊ लागले. फलप्राप्तीसाठी अघोरी कृत्ये केली जाऊ लागली. त्यासाठी नरबळी, पशुबळी देण्यात येऊ लागले. सर्व लोक हे अंधश्रद्धेच्या खाईत लोटले गेले. शिष्यगण आणि मांत्रिक गुरू पैशासाठी लोकांना धमकावू लागले.

या सर्वांवर कडी केली ती शाक्त पंथीयांनी. योनी पूजा, मदिरा प्राशन आणि मांस भक्षण या त्रिसूत्रीवर आधारलेल्या या अघोरी पंथाने व्यभिचार माजविला होता. अनेक शाक्त देवींसमोर पशुहत्या केल्या जात होत्या.

अशा तऱ्हेने वैदिक धर्माला विकृत स्वरूप प्राप्त झाले होते. नरबळीसाठी शेकडो हत्या आणि पशुबळीसाठी हजारो पशुहत्या देशातील विविध भागांत होत होत्या. वैदिक धर्म हा अनियंत्रित झाला होता. अनेक अंधश्रद्धा फोफावल्या होत्या. यज्ञकर्माचा अतिरेक, तंत्रमंत्राचा अतिरेक झाला होता. लोकांना अशा प्रकारातून सुटका हवी होती. लोक व्यभिचार आणि अशा किळसवाण्या प्रकारांना कंटाळले होते. लोकांना भयापासून मुक्ती पाहिजे होती. गरीब कुटुंबे असुरक्षित असत. कुटुंबातील कोणत्या व्यक्तीला बळी देण्यासाठी पळवून नेले जाईल याची शाश्वती नव्हती.

एवढे मोठे यज्ञयाग, स्तोत्र पठण करूनसुद्धा फलप्राप्ती शून्य होती. दुष्काळ पडण्याचे थांबत नव्हते. लोक दुष्काळामुळे अन्नाअभावी मरत होते. साथीच्या रोगांमध्ये हजारो लोक मृत्युमुखी पडत होते. कधी अतिवृष्टीमुळे गावेच्या गावे वाहून जात होती. अन्नधान्याची नासाडी होत होती. समाजामध्ये उच्च-नीच, गरीब-श्रीमंत तसेच जातिभेद निर्माण झाले होते. लोकांच्या हालअपेष्टा, दु:खे कमी न होता वाढत होती. अंधश्रद्धा पसरल्या होत्या. मंत्रतंत्र, जादुटोणा करणाऱ्यांचा एक नवा वर्ग तयार होऊन लोकांची छळवणूक होत होती.

यज्ञसंस्थेच्या आणि वैदिक कर्मकांडाचा हा एक प्रकारे पराभव होता. वैदिक धर्माचे हे एक प्रकारे अपयश होते. वैदिक धर्माचा फोलपणा सिद्ध झाला होता.

वेदरचना काळात परमेश्वराच्या अस्तित्वासंबंधी तसेच परमेश्वराप्रत पोहोचण्याच्या मार्गासंबंधाने आणखी कांही मत प्रवाह अस्तित्वात होते. इतरही दार्शनिक या संबंधाने आपले विचार मांडत होते. त्यांचा प्रसार करीत होते. परंतु वैदिक धर्माच्या प्रवाहापुढे यांचे विचार टिकाव धरत नव्हते. त्यांच्या विचारांना समाजात फारशी मान्यता मिळत नव्हती. त्यांचे परमेश्वराचे स्वरूप वेगळे होते. त्यांच्या प्रार्थना पद्धती वेगळ्या होत्या. यामध्ये कांही मूर्तिपूजक लोकही होते. ऋषी आणि त्यांचे शिष्य यांच्या संघटनेपुढे हे दार्शनिक टिकाव धरू शकत नव्हते.

ऋग्वेदातील उल्लेखावरून शिश्न पूजकांचा एक पंथ त्या काळात अस्तित्वात होता. प्रकृती आणि पुरुष या दोन्हीमुळे सृष्टीचा विस्तार झाला, असे त्यांचे मत होते. यामध्ये पुरुषतत्त्व श्रेष्ठ आहे असे ते मानत. प्राणिसृष्टीचा विस्तार होण्यासाठी शिश्न हेच कारणीभूत आहे, असे त्यांचे मत होते.

ते शिश्नाकृती मूर्तीची पूजा करीत. पुढे शिश्न आणि योनी यांची मूर्ती करून ते पूजत असत. पुरुष आणि स्त्रीचे चिन्ह म्हणून त्याला ते लिंग असे संबोधित. याचाच पुढे शैव पंथ तयार झाला. काही बाहेरून येणारे परकीय लोक आपल्याबरोबर त्यांचे देव आणून त्यांची प्रार्थना करीत. या सर्व धर्मपंथीयांची ऋग्वेदामध्ये असुर म्हणून संभावना केलेली आहे. त्यांना अयज्ञ असे म्हटले जाई. त्यांचा नाश करावा, अशी इंद्राकडे प्रार्थना केली आहे.

अशा या अंध:कारमय कालखंडात हिंदुस्थानात दोन दार्शनिक पुढे आले. त्यांपैकी एक होता गौतम बुद्ध आणि दुसरे होते वर्धमान महावीर. या दोन्ही दार्शनिकांना आणि त्यांच्या विचारांना लोकांनी उत्स्फूर्तपणे साथ दिली. कारण त्यांना वैदिक धर्म, त्यामधील कर्मकांडे, यज्ञयाग यांच्यापासून मुक्तता पाहिजे होती. या दोघांनी ही वैदिक धर्मातील यज्ञ पद्धतीला विरोध केला. यज्ञामध्ये दिल्या जाणाऱ्या पशुबळी आणि नरबळीचा निषेध केला. वैदिक धर्मामधील देव नाकारले. समाजामधील जादुटोणा, मंत्रतंत्र यांना विरोध केला. या प्रकारांमधून चालणाऱ्या किळसवाणे आणि अघोरी प्रकारांना विरोध केला. अहिंसा आणि प्रेम यांना धर्माशी जोडले. धर्माला नैतिक अधिष्ठानाची जोड दिली. यांनी उपनिषदामध्ये सांगितलेल्या ध्यान योगाचा प्रचार केला. प्राणिमात्रांवरील प्रेम, शांतीचा स्वीकार केला. धर्माशी मानवी आचार आणि विचार यांना जोडले. देशातील अनेक लोकांनी या नव्या तत्त्वाचा स्वीकार केला. या तत्त्वांना पुढे जैन व बौद्ध धर्म म्हणून मान्यता मिळाली. हिंदुस्थानातील अनेक भागांतून वैदिक धर्माचे उच्चाटन झाले. या दोन्ही धर्मांमध्ये बौद्ध धर्माला विशेष मान्यता मिळाली. जगभरात त्याचा प्रसार झाला.

पुढे विद्यारण्य सरस्वती या दार्शनिकाचा उदय झाला. त्याने वैदिक धर्माची पुर्नस्थापना केली पण त्याचबरोबर यज्ञक्रिया आणि वैदिक देव यांचे पुनरूज्जीवन केले नाही. बौद्ध धर्माच्या अपूर्णत्वावर विचार मांडले. अरण्यके आणि उपनिषद यामध्ये सांगितलेल्या जीवात्मा आणि परमात्मा यांच्या संबंधाचा प्रचार केला. आत्मा आणि परमात्मा एकच आहे.

आत्म्याचा विकास केला तर परमात्म्याची प्राप्ती होते, असा विचार मांडला. "अहं ब्रह्मास्मि" या उक्तीद्वारे प्रत्येक प्राणिमात्र हा ईश्वराचा अंश आहे, या मताचा त्यांनी जोरदार प्रचार केला. त्याचबरोबर बौद्ध आणि जैन धर्मातील अहिंसा आणि प्रेम यांचाही स्वीकार केला. याच कालखंडात बौद्ध धर्मात अनेक पंथ आणि उपपंथ निर्माण झाले होते. बुद्ध मूर्तीची मूर्तिपूजा होऊ लागली होती. बौद्ध धर्मातील अनेक पंथांमध्ये बौद्ध तत्त्वांच्या अर्थाबद्दल मतभिन्नता निर्माण झाली होती. शंकराचार्यांनी अनेक बौद्ध पंडितांबरोबर धार्मिक वादविवाद करून त्यांना पराभूत केले. त्यांना बौद्ध धर्माचा त्याग करून वैदिक धर्म स्वीकारण्यास भाग पाडले. अनेक जैन आचार्यांबरोबर वादविवाद केला. त्यांचा या तत्त्वचर्चेमध्ये पराभव केला. अशा तऱ्हेने वैदिक धर्मातील काही पद्धतींना फाटा देऊन जैन व बौद्ध धर्मातील काही तत्त्वांचा स्वीकार करून नवीन वैदिक धर्माची रचना केली. त्याच वेळी नवीन आध्यात्मिक तत्त्वज्ञानाची यामध्ये त्यांनी भर घातली. अशा तऱ्हेने हिंदुस्थानामध्ये बौद्ध धर्माचा लोप झाला आणि हिंदू धर्माची पुर्नस्थापना झाली.

❖❖❖

४७.

बुद्ध अवतार रहस्य

शंकराचार्यांनी बौद्ध धर्माचा प्रतिवाद करताना प्रथम वैदिक धर्मातील काही अनिष्ट गोष्टींचा धिक्कार केला. त्यांनी यज्ञयाग, त्यातील कर्मकांडे, यज्ञयागातील होणारी हिंसा यांचा निषेध केला. उपनिषदातील आत्मतत्त्व आणि परमात्मा या तत्त्वज्ञानाचा नवीन हिंदू धर्मामध्ये समावेश केला. ब्रह्मांडामध्ये सर्वत्र चैतन्य भरले असून प्रत्येक प्राणिमात्रात त्याचे अस्तित्व आहे या अव्दैतवादाचा स्वीकार केला. त्याचबरोबर बौद्ध धर्मातील अहिंसा, दया, क्षमा, शांती यांचा हिंदू धर्माने स्वीकार केला. अशा तऱ्हेने बौद्ध धर्म हिंदू धर्मात समाविष्ट झाला.

हिंदू पुराणग्रंथातून श्री विष्णूचे जे दशावतार वर्णिले आहेत त्यातला नववा बुद्धावतार आहे. हे दशावतार खालीलप्रमाणे :

मत्स्यं, कूर्मौ वराहश्च नृसिंहो वामनस्तथा ।
रामा रामश्च रामश्च बुद्ध : कल्कीच ते दश ॥

श्रीमद्‌भागवत ग्रंथात प्रथम स्कंदाच्या तिसऱ्या अध्यायात विष्णूंच्या अवतारांची संख्या एकवीस सांगितली आहे. त्यातला विसावा बुद्धावतार आहे. विष्णूपुराण, अग्निपुराण, वायुपुराण वगैरे ग्रंथांतूनही बुद्धावताराचा उल्लेख आला आहे. भविष्य पुराणात बुद्धावताराचा असा उल्लेख आहे.

मत्स्य कूर्म वराहंच नारसिंहं च वामनम् ।
रामं रामंच कृष्णंच बुद्धंच कल्किनं तथा ॥
गतोअस्मि शरणं देवं हरिनारायणं तथा ।
प्रणातोस्मि जगन्नाथं स मे विष्णूः प्रसिदतु ॥

अग्निपुराणात म्हटले आहे :

वक्ष्ये बुद्धावतारंच पठतःश्रुण्वतोर्थदम

अलीकडच्या काळात आर्यविद्यासुधारक ग्रंथात :

तिष्ये धर्मनृपस्य राज्यसमयात कलि व्यतीते अकल्पे ।
श्री विष्णोर्वतार एष नवमो बुद्ध मिधानोभवत ॥

असा बुद्धावताराचा उल्लेख आलेला आहे.

मराठीत वामन पंडितांसारख्या विद्वान कवीनेही कृष्णावतार सरल्यावरि बौद्ध होतो, असा उल्लेख केलेला आहे.

साहित्यदर्पणकार भट्टविश्वनाथ यांनी ध्यानाच्या योगाने सगळ्या विश्वावर प्रभुत्व स्थापित करण्याचा उल्लेख करून बुद्धाचा गौरव केलेला आहे.

हिंदू धर्मातील लग्नप्रसंगी म्हटल्या जाणाऱ्या मंगलाष्टकेचे शेवटचे तीन चरण पुढीलप्रमाणे आहेत.

द्वापारीचा तो कृष्ण आठवा ।
कलिमाजी बुद्ध तो नववा ।
कल्की पुढे दहावा ।

म्हणजे वरील सर्व वर्णनाचा एकच अर्थ निघतो, तो म्हणजे कृष्ण अवतारानंतर सुमारे अडीच हजार वर्षांनी विष्णूने भगवान बुद्ध अवतार घेतला होता. सर्व भारतीय ग्रंथ आणि पुराणे यांनी विष्णूंच्या मागील आठ अवतारांचा गौरव केलेला आहे. सनातन धर्माला जेंव्हा जेव्हा ग्लानी येते तेव्हा तेव्हा भगवान विष्णू अवतार घेऊन धर्मावर आलेली जळमटे दूर करून धर्माचे पुनरुत्थान करतात. विष्णू आपल्या प्रत्येक अवतारामध्ये अनेक दैत्य, दानव, राक्षस यांचा वध करून धर्म शत्रूंचा नाश करतात. एवढेच नव्हे तर विष्णूंनी कृष्ण अवतारामध्ये पांडवांकडून कौरवाच्या तेरा अक्षौहिणी सैन्याचा नाश करविला. तसेच अनेक असुरांचा स्वतः वध केला. विष्णू हा प्रत्येक अवतारामध्ये अजिंक्य राहिले. विष्णू म्हणजे विजय हे समीकरण तयार झाले होते. विष्णू देवाला पराभव हा शब्द माहिती नव्हता.

परंतु बुद्ध अवतारामध्ये विष्णूचे कार्य एकदम उलटे आहे. बुद्ध अवतारामधील विष्णूंचे कार्य मागील सर्व अवतार कार्यापेक्षा एकदम वेगळे आहे. विष्णूंनी बुद्ध अवतार घेऊन सनातन धर्माची ग्लानी दूर करणे तर राहोच पण सनातन धर्म मृतवत करून टाकला. वैदिक धर्म विष्णूंनी परागंदा करून टाकला. वैदिक धर्माचे नामोनिशाण हिंदुस्थानामधून पुसून टाकण्यास हा विष्णू अवतार कारणीभूत ठरला.

विष्णूंच्या या बुद्ध अवताराला विरोध करण्यासाठी एक दाक्षिणात्य द्रविडी ब्राह्मण पुढे आले. ते ब्रह्मवादी होते. त्यांचे नाव होते विद्यारण्य सरस्वती. विद्यारण्यांत ज्यांनी साथ दिली, तेही दाक्षिणात्य ब्राह्मण होते. त्यांची नावे अशी - उद्योतकराचार्य, कुमारीलभट्ट, मध्वाचार्य, रामानुजाचार्य, वल्लभाचार्य, उदयनाचार्य, जयंतस्वामी. या सर्वांनी आपले पांडित्य पणाला लावून बौद्ध धर्मावर हल्ला केला. यांनी आपल्या बुद्धी प्रभावानुसार बौद्ध मतांचे खंडन केले आणि हिंदू तत्त्वज्ञान कसे श्रेष्ठ आहे, ते सिद्ध केले. या आचार्यांची दांडगी विद्वत्ता, विशाल बुद्धी, अप्रतिम विवाद कौशल्य, असामान्य प्रतिभा आणि बिनतोड युक्तिवाद यांच्या जोरावर बौद्ध मताचे खंडन झाले. अनेक बौद्ध विद्वानांना धार्मिक वादविवादामध्ये त्यांनी पराभूत केले आणि त्यांना सनातन धर्म स्वीकारण्यास भाग पाडले. विद्यारण्य सरस्वतींनी सर्वंखलु इदम, ब्रह्म सर्वत्र आहे, अहं ब्रह्मास्मी म्हणजे मी ब्रह्म आहे, तत त्वंमसी म्हणजे तू ब्रह्म आहेस हा घोष करीत आसेतु हिमाचल बौद्ध धर्माला मागे हटवून सनातनी धर्माची पुर्नस्थापना केली. त्यासाठी त्यांनी संपूर्ण देश पादाक्रांत केला. जेथे जेथे बौद्ध धर्माची पीठे होती तेथे जाऊन बौद्ध विद्वानांना आव्हान दिले. जाहीर सभेमध्ये अनेक राजप्रमुखांच्या उपस्थितीत बौद्ध आणि सनातन धर्म यांच्या तत्त्वज्ञानावर चर्चा करून, वादविवाद करून बौद्ध विद्वानांना पराभूत करून त्यांना बौद्ध धर्मापासून परावृत्त केले. त्याचबरोबर तेथील राजसत्तेनेही सनातन धर्म स्वीकारला. त्याचबरोबर धर्माच्या मार्गदर्शनाखाली देशामध्ये चार दिशांना चार पीठे स्थापन केली. त्या ठिकाणी विद्वान आचार्यांच्या नेमणुकीची व्यवस्था केली. हे सर्व जग ब्रह्ममय आहे, असा त्यांचा अद्वैतवादाचा सिद्धात होता.

बौद्ध धर्माच्या पराभवाबरोबरच वैष्णववाद्यांचा पर्यायाने बुद्ध अवतार घेणाऱ्या विष्णूंचा हा एक प्रकारे पराभव होता. हा पराभव कोणी दैत्य, दानव, यांनी केला नव्हता तर एका ब्रह्माला मानणाऱ्या ब्रह्मवादी विद्यारण्य सरस्वती नावाच्या द्रविडी ब्राह्मणाने केला होता. या अगोदर वैष्णववाद्यांनी ब्रह्मदेवांची अनेक मार्गांनी निंदा केली होती. ब्रह्मदेव म्हणजे स्त्रीलंपट, दुराचारी, स्वैराचारी, स्त्रीभोगेच्छु आहे अशी प्रतिमा त्यांनी जनमानसांत उभी केली होती. परंतु आज ब्रह्मा, विष्णू आणि महेश यामध्ये ब्रह्मा श्रेष्ठ ठरला होता. हा वैष्णववाद्यांना आणि पुराणकारांना मोठा धक्का बसला होता. पुराणकारांनी शंकराचार्यांना अवतार कल्पनेत उभे करणे तर सोडाच पण शंकराचार्यांचे साधे कौतुक किंवा गौरवसुद्धा केलेला नाही. त्यांनी या विषयावर गप्प बसणेच पसंत केले. कारण शंकराचार्यांचे कौतुक करणे म्हणजे ब्रह्मदेवाचे उदात्तीकरण करणे असे झाले असते तसेच धर्माचा रक्षणकर्ता म्हणून आजपर्यंत उभ्या केलेल्या विष्णूच्या प्रतिमेला फार मोठा धक्का बसला असता.

वैदिक धर्मातील तीन गोष्टींना बुद्धाचा मुख्य आक्षेप होता - यज्ञयाग पद्धती, यज्ञयागामध्ये होणारी प्राण्यांची आणि मानवी हिंसा, समाजामधील उच नीचता. सनातन धर्मातील तत्त्वज्ञान आणि विचार पद्धती यांना गौतम बुद्धाचा विरोध नव्हता. बुद्ध दर्शन ही सांख्य दर्शनाची व्यवहारोपयोगी आवृत्ती होती. बौद्ध धर्मातील चार आर्यप्रमेये आणि अष्टांगिक मार्ग वैदिक धर्माशी मिळतीजुळती आहेत. फक्त त्यांच्या नावात फरक आहे. पाप-पुण्य, कर्म-अकर्म, पुनर्जन्म, परलोक, अनित्यता, अनात्मता या सर्वांसाठी बुद्धाने वेगळी नावे दिली. मोक्ष यासाठी 'निर्वाण' हे नाव दिले. गौतम बुद्ध हा जन्माने सनातनधर्मी होता. तो याच संस्कृतीमध्ये वाढला होता. तपश्चर्या आणि ध्यानधारणा या हिंदू पद्धतीचा अवलंब करूनच बुद्धाला केवल ज्ञान प्राप्ती झाली. बुद्धाने आपल्या आयुष्यात ध्यानयोगाचा प्रचार केला होता. वैदिक धर्मातील आचार, विचार आणि उपासना पद्धतीचा बुद्धाने स्वीकार केला होता. आपण काढलेला धर्ममार्ग नवा नाही, असे गौतम बुद्धाने वारंवार शिष्यांना बजावून सांगितले होते. खुद् शंकराचार्य आणि इतर दर्शनकार यांना बौद्ध धर्म आर्य धर्माहून बाह्य वाटत नव्हता. यज्ञयागासरखी बाह्य साधने न वापरता मनुष्याने स्वतःच्या प्रयत्नाने स्वतःची अध्यात्मिक उन्नती करून निर्वाणप्राप्ती करावी असे बौद्ध मत होते. आचरणाची शुद्धता, खरे खरे शील, इतरांबद्दल दयाभाव यांच्या जोरावर निर्वाण प्राप्त करता येते, असे तथागताचे मत होते. आमच्या साधुसंतांनी, महात्म्यांनी हेच वेगळ्या भाषेत सांगितले आहे. जे का रंजले गांजले त्यासी म्हणे जो आपुले॥ तोचि साधू ओळखावा देव तेथेचि जाणावा॥ अशीच शिकवण आमच्या संतांनी दिलेली आहे. हिंदू देव-देवता आणि बौद्ध देव-देवता एकच आहेत. त्यांची नावे बुद्ध धर्मात वेगळी आहेत इतकेच. वैदिक धर्मातील ब्रह्मदेव तो बुद्धाचा महाब्रह्मा, विष्णूचा तो पद्मपाणी (अवलोकितेश्वर), हिंदूंचा शिव तो बुद्धांचा महायोगी, हिंदूंची जी शक्ती देवता ती बौद्धांची तारा नावाची देवता आहे. मंजुश्री, आदिबुद्ध, वज्रधात्री, लोचना, मामकी इत्यादी देवांची पूजा बौद्धधर्मीय करतात. हिंदू धर्मातील अनेक मंत्रांप्रमाणे बौद्ध धर्मामध्येही 'ॐ मणिपद्मो हुंम' हा प्रभावशाली मंत्र आहे. भूत, पिशाच्च, राक्षस, नाग असे उल्लेख बौद्ध ग्रंथातून आलेले आहेत. गौतम बुद्धाच्या निर्वाणानंतर दोनशे वर्षांपर्यंत बौद्ध धर्माला वेगळे नाव नव्हते. तोपर्यंत बौद्ध धर्माला 'महायान पंथ' असेच नाव होते. बुद्ध निर्वाणानंतर दोनशे वर्षांनी भरलेल्या पहिल्या धर्मसभेमध्ये महायान पंथ हे नाव बदलून बौद्ध धर्म असे नामांतर केले गेले.

शंकराचार्यांनी बौद्ध धर्माचा प्रतिवाद करताना प्रथम वैदिक धर्मातील काही अनिष्ट गोष्टींचा धिक्कार केला. त्यांनी यज्ञयाग, त्यातील कर्मकांडे, यज्ञयागातील होणारी हिंसा यांचा निषेध केला. उपनिषदातील आत्मतत्त्व आणि परमात्मा या तत्त्वज्ञानाचा नवीन हिंदू धर्मामध्ये समावेश केला. ब्रह्मांडामध्ये सर्वत्र चैतन्य भरले असून प्रत्येक

प्राणिमात्रात त्याचे अस्तित्व आहे या अव्दैतवादाचा स्वीकार केला. त्याचबरोबर बौद्ध धर्मातील अहिंसा, दया, क्षमा, शांती यांचा हिंदू धर्माने स्वीकार केला. अशा तऱ्हेने बौद्ध धर्म हिंदू धर्मात समाविष्ट झाला.

आता प्रश्न उरतो तो हिंदू धर्मातील जातीयवादाचा. बौद्ध धर्माने जातीयवाद नाकारला होता. सर्व हिंदुस्थानमध्ये जवळजवळ नऊशे वर्षे बौद्ध धर्म प्रस्थापित झालेला होता. तरीसुद्धा हिंदुस्थानमधील जातीय रचना बौद्ध धर्म बदलू शकला नाही हे या देशाचे दुर्दैव आहे. मी मी म्हणणारा भारतीय ख्रिश्चन समाज आजही मुला-मुलीचे लग्न ठरविताना मूळ जातीचा विचार करतो. हिंदुस्थानमध्ये राहिलेल्या व्यक्तीच्या मनातील जात काही जात नाही.

हिंदू धर्मामध्ये तेहतीस कोटी देव आहेत. त्यांच्या संख्येत अजूनही भर पडत आहे. आम्ही दगडालाही देव मानणारे आहोत. आम्ही ख्रिश्चनाच्या मेरी मातेला नवस करतो, पीर दर्ग्याला नवस बोलतो. जेथे देवत्वाचा अंश आहे तेथे आम्ही जातो. तेहतीस कोटी देवांमध्ये गौतम बुद्धांची भर पडली तर हिंदू धर्माला काही फरक पडणार नाही. गौतम बुद्धाची जर सुंदर मोहक मूर्ती दिसली तर त्या मूर्तीपुढे नतमस्तक होण्यास कोणाची हरकत नसावी. शेवटी तो विष्णूचा नववा अवतार आहे!

❖❖❖

४८.

बद्रिनाथ धाम

आज जो हिमालय मानवी जीवनासाठी जेवढा जटिल आहे तेवढा तो प्राचीन काळी नव्हता. हिमालयाची उंची प्राचीन काळी फार कमी होती. तसेच भूस्खलन, नद्यांचे पूर आणि भूकंप यामुळे प्राचीन काळापासून मानवी वस्ती नष्ट होत आलेली आहे. गावे नष्ट होणे आणि पुन्हा उभारणी करणे या क्रिया या भागात वारंवार होत आलेल्या आहेत. अशी स्थिती प्राचीन काळी नव्हती. त्या वेळी मानवाच्या सांस्कृतिक आणि बौद्धिक विकासाला पूरक वातावरण होते. म्हणूनच प्राचीन काळी येथील मानव देवत्वाला पावला होता.

भारतामध्ये चार दिशांना चार धाम आहेत : रामेश्वर धाम, द्वारका धाम, जगन्नाथ धाम आणि बद्रिनाथ धाम असे चार दिशेला चार धाम आहेत. बद्रिनाथ धाम हे हिमालय पर्वतामध्ये गंधमादन पर्वतावर असलेल्या नर आणि नारायण पर्वतांपैकी नारायण पर्वतावर स्थित आहे. याच पर्वतामधून गंगेची उपनदी असलेली अलकनंदा नदी उगम पावते. याच नदीच्या किनाऱ्यावर बद्रिनाथ मंदिर आहे.

या बद्रिनाथ क्षेत्राला सत्ययुगामध्ये मुक्तिप्रदा, त्रेतायुगामध्ये योगसिद्धदा, द्वापारयुगामध्ये विशाला आणि कलियुगामध्ये बद्रिका आश्रम, बद्रिधाम, बद्रिनारायण असे म्हटले जाते. बद्रिनारायण द्वापारयुगामध्ये विशाल राजाची राजधानी होती.

अठरा पुराणे, श्रीमद्भागवत, योगवासिष्ठ, रामायण-महाभारत, देवी भागवत इत्यादी ग्रंथांमध्ये बद्रिनारायणावर अनेक कथा लिहिलेल्या आहेत. हे क्षेत्र अत्यंत पवित्र, पुण्यकारक, मोक्षदायी, मुक्तिदायी, पापनाशक आणि दिव्य आहे. आदिकालापासून या ठिकाणी देवी-देवतांचा निवास आहे. अनेक ऋषि-मुनी, साधु संतांनी या ठिकाणी तपश्चर्या केलेली आहे. अनेक राजे लोक राजसंन्यास घेतल्यानंतर वानप्रस्थी म्हणून या ठिकाणी येऊन राहात होते. देशातील अनेक तीर्थयात्री या स्थानाला भेट देतात.

केदारखंडाच्या मताप्रमाणे हरिद्वारपासून उत्तरेचा भाग हा स्वर्गभूमी आहे आणि दक्षिणेकडील भाग हा मृत्युलोक आहे. हरिद्वारपासून वरचा भाग हा पुराणामध्ये त्रिविष्टप म्हणून वर्णन केलेला आहे. तिबेट हा त्रिविष्टपचा अपभ्रंश आहे. बौद्ध धर्म प्रसारापूर्वी तिबेटमध्ये हिंदू धर्म आणि हिंदू संस्कृती अस्तित्वात होती. शैव पंथीयांचे कैलास, मानसरोवर, केदारेश्वर, बद्रिनाथ, पशुपतिनाथ, वैष्णवांचे थोलिंग मठ (आदिबदरी), गंगोत्री, यमुनोत्री ही ठिकाणे प्राचीन काळी तिबेटमध्ये समाविष्ट होती. सिंधू, सरस्वती, गंगा, यमुना, अलकनंदा, मंदाकिनी याच प्रदेशातून वाहात होत्या. भगीरथ राजाने गंगेचा प्रवाह दक्षिणवाहिनी बनविण्यापूर्वी गंगा नदी उत्तरवाहिनी होती. त्रिविष्टप या संस्कृत शब्दाचा अर्थ स्वर्ग असाच होतो आणि मृत्युलोक याचा अर्थ संसार करणारे लोक असा होतो. या दिव्य भूमीवर राहणारे लोकसुद्धा दिव्य होते. दिव्य याचा अपभ्रंश देवलोक होतो. पुराणामध्ये वर्णन केलेली इंद्रलोक, विष्णुलोक, ब्रह्मलोक, वरुणलोक, वायुलोक अग्निलोक इत्यादी सर्व लोक हे प्राचीन काळी या त्रिविष्टपमध्ये अस्तित्वात होते. तिबेटमध्ये बौद्ध धर्माचा प्रसार झाल्यानंतर या सर्व लोकविषयक कल्पना मागे पडल्या. फक्त कैलास हे शंकराचे स्थान यथावत राहिले. कारण कैलास हे एक निर्मनुष्य असलेला, बर्फाच्छादित असलेला एक लिंगाकार पर्वत आहे.

भगवान बद्रिनाथाचे मंदिर हे नारायण पर्वतावर उभे आहे. या मंदिराच्या बाजूने अलकनंदा नदी वाहते. नदीच्या वेगवान प्रवाहामुळे पर्वतामध्ये अत्यंत खोल दरी तयार होऊन एकाच पर्वताचे दोन पर्वत तयार झालेले आहेत. हे क्षेत्र प्रसिद्ध होण्यामागे एक महत्त्वाचे कारण आहे ते म्हणजे अलकनंदा नदीला चिकटूनच एक गरम पाण्याचे मोठे कुंड आहे. बाराही महिने या कुंडामध्ये एक गरम पाण्याचा झरा येऊन पडतो. त्यामुळे ऋषि-मुनी कडाक्याच्या थंडीमध्ये या कुंडामध्ये बसून तपश्चर्या करीत होते. या कुंडाच्या आसपास अनेक मोठमोठ्या शिळा आहेत. त्यामुळे या ठिकाणचे वातावरण हे ऊबदार राहते.

श्री नारायण मूर्ती ही शालिग्राम शिलेपासून बनलेली आहे. या मूर्तीची बनावट अत्यंत चमत्कारी आहे. वेगळ्या पंथाच्या भक्तांना तसेच वेगळ्या धर्माच्या लोकांना आपल्या श्रद्धेप्रमाणे या मूर्तीमधून इष्टदेवतेचे दर्शन होते. ही मूर्ती सर्वधर्मसमावेशक आहे. मंदिराच्या आसपास अनेक शिळा, कुंडे, तीर्थे आणि पाण्याचे स्रोत्र असून त्या सर्वांना देवस्वरूप मानलेले आहे.

बदरिका आश्रम हे क्षेत्र प्राचीन काळी शैव क्षेत्र होते. नंतर वैष्णवांनी ते शैवांना फसवून बळजबरीने ताब्यात घेतले आहे. यासंबंधाने एक कथा प्रचलित आहे. ती अशी :

एकदा विष्णू फिरत फिरत या क्षेत्री आले. त्यांना हे क्षेत्र अत्यंत आवडले. म्हणून त्यांनी हे क्षेत्र ताब्यात घेण्याचे ठरविले. विष्णू लहान बालकाचे रूप घेऊन शंकराच्या

घराच्या पायरीवर रडत बसले. शंकर, पार्वतीने या बालकाला पाहिल्यानंतर मायेने त्याला घरात घेऊन गेले. दुसऱ्या दिवशी मुलाला घरात राखण करण्यासाठी बसवून शंकर-पार्वती स्नानासाठी गेले. परत आल्यानंतर त्यांना असे दिसले की, बालक घरामध्ये आतून कडी लावून बसला आहे. त्यांनी दरवाजा उघडण्यासाठी सांगितले असता आतील बालकाने त्यांना सांगितले की हे माझे घर आहे. मी तुम्हाला आत येऊ देणार नाही. तुम्ही तुमच्यासाठी दूर घर बांधून राहा. शंकर, पार्वती नाइलाजाने हे क्षेत्र सोडून केदारनाथ येथे राहावयास गेले.

बदरी या नावाच्या समर्थनार्थ पुराणामध्ये दोन कथा आलेल्या आहेत. एका कथेप्रमाणे या ठिकाणी बोर (बदरी) या फळाचे झाडाचे वन होते. ही बोराची फळे बारमाही पिकलेली असत. ती मधुर होती. तपश्चर्येला आलेली ऋषि-मुनी या बदरी वृक्षाची फळे खाऊनच उदरनिर्वाह करीत. सध्या मात्र तेथे एकही बोरांचा वृक्ष सापडत नाही. दुसरी कथा अशी आहे - लक्ष्मीने बोरांचे वृक्षाचे रूप घेऊन या ठिकाणी तप करीत असणाऱ्या विष्णूवर छाया धरली. बदरी याचा अर्थ लक्ष्मी असा आहे. बदरी नारायणाचा अर्थ पुढे लक्ष्मी नारायण असाच केला गेला.

अनेक पुराणकारांनी अनेक कथा-उपकथा लिहून या वैष्णव क्षेत्राचे महत्त्व वाढविले. बद्रिनाथ म्हणजे विष्णूचे वैकुंठ आहे, असे चित्र निर्माण केले. अलकनंदा (गंगा) विष्णूच्या चरण पादुकापासून उगम पावते. नारदासहित अनेक ऋषि-मुनी, देवी-देवता या ठिकाणी विष्णूची आराधना करतात, किन्नर गंधर्व गायन करतात, अशी अनेक वर्णने रसाळ आणि अलंकारिक भाषेत लिहिली. जय-विजय हे वैकुंठाचे द्वारपाल आहेत, असे सांगितले गेले. जय-विजय हे पर्वताचे दोन खांब आहेत. ते पर्वताचे सुळके नाहीत, ते खांबच आहेत. हे पर्वत अलकनंदेच्या दोन्ही तीरांवर द्वारपालासारखे उभे आहेत. यांची उंची हजारो फूट आहे. याच्या पायाचे क्षेत्रफळ आणि शिखराचे क्षेत्रफळ सारखेच असावे. खरोखरच हा निसर्गाचा एक चमत्कार आहे. अशा तऱ्हेने नियोजनबद्ध रीतीने हळुवारपणे प्राचीन काळी भदरीनाथाचे (गंगानाथाचे) असणारे हे क्षेत्र बद्रिनाथाचे (लक्ष्मीनाथाचे) केले गेले.

नर-नारायण पर्वत हा गंधमादन पर्वतावर आहे. म्हणजे पर्वताचा हा दुसरा मजला आहे. नर-नारायण पर्वताला नर या मानव नामाबरोबर का जोडले आहे ते समजत नाही. नर शब्दाऐवजी देवतावाचक लक्ष्मी-नारायण पर्वत, विष्णुनारायण पर्वत इत्यादी नावांनी का संबोधले नाही? असे वाटते की, ही पर्वताची जोडी असल्यामुळे या पर्वताचे नाव नर-नारी पर्वत असावे. नंतरच्या काळात बद्रिनारायणाचे वास्तव्य या पर्वतावर झाल्यानंतर नारी पर्वताचे नारायण पर्वत असे नामकरण केले असावे. त्यामुळे या पर्वताचे नर-नारायण पर्वत असे नाव प्रचारात आले असावे. नर नारायण

पर्वताला अनेक पुराणांमध्ये ऋषी असेच म्हटले आहे. नर-नारायण हे ऋषी विष्णूचा अंश अवतार आहे. नर-नारायण ऋषींनी साठ हजार वर्षे तपश्चर्या केली, असेही वर्णन आलेले आहे. पर्वताला ऋषी म्हणण्याचे प्रयोजन काय असावे? साठ हजार वर्षे तपश्चर्या म्हणजे हे या पर्वताचे आयुष्यमान असावे. कारण गंधमादन पर्वताची निर्मिती लाखो वर्षांपूर्वी झाली आहे. याची पूर्ण वाढ झाल्यानंतर याच पर्वतावर पुन्हा नर-नारायण पर्वताची निर्मिती झाली. अनेक पुराणांच्या मते नर-नारायण ऋषी किंवा पर्वताने विष्णूच्या अंशाने पृथ्वीवर सज्जनांचे रक्षण करण्याकरिता आणि दुर्जनांचा नाश करण्याकरिता अनेक अवतार घेतले आहेत. याची संगती लावता येत नाही. नर पर्वताचा आकार आकाशातून पाहिला असता तो धनुष्यासारखा दिसतो. हा धनुष्याचा आकार जनमानसांत ठसविण्यासाठी प्रल्हाद आणि नर ऋषींची युद्धकथा रचली आहे.

आणखीन एक कथा पुराणात आलेली आहे. या कथेप्रमाणे नर-नारायण ऋषींचा तपोभंग करण्याकरिता इंद्राने अनेक अप्सरा ऋषींकडे पाठविल्या; परंतु या अप्सरांना लज्जित करण्याकरिता नारायण ऋषींनी आपल्या जांघेतून उर्वशीची निर्मिती केली. याचा अर्थ असा की, नारायण पर्वतामधून पर्वताचा एक सुळका निघालेला आहे. हा पर्वताचा सुळका नारायण पर्वताच्या खांद्यामधून निघाल्यासारखा दिसतो. त्या सुळक्याचे नाव आहे उर्वशी पर्वत. हा उर्वशी पर्वत म्हणजे पर्वताचा तिसरा मजला आहे. अशा तऱ्हेने कथेमधून उर्वशी पर्वत निर्मितीचे रहस्य सांगितले आहे.

बद्रिनाथ क्षेत्र वैष्णव क्षेत्र कसे झाले याबद्दल आणखी एक कथा प्रचलित आहे. ही कथा स्थानिक लोकांच्या लोकगीतांमधून वर्णन केली जाते. थोलिंग मठ (आदिबदरी) हे विष्णू क्षेत्र प्रख्यात होते. नंतर या भागात बौद्ध धर्माचा प्रसार झाला. येथील विष्णूंना बौद्ध तांत्रिकांनी मंत्र-तंत्राद्वारे जखडून ठेवले होते. विष्णू त्यांच्यापासून सुटका करू इच्छीत होते. विष्णूने रात्रीच्या वेळी छप्पर तोडून तेथून पलायन केले. एका लहान बालकाचे रूप घेऊन ते लपत छपत बद्रिधाममध्ये पोहोचले. या कथेचा एक निष्कर्ष निघतो की, वैष्णव भक्तांनी थोलिंग मठ मधून विष्णूमूर्ती गुपचूप पळवून आणली आणि तिची स्थापना बद्रिनाथ येथे केली.

बद्रिनाथ मंदिर राजा पुरुख्याने बांधल्याचा उल्लेख पुराणामध्ये मिळतो. भूकंपामुळे या मंदिराची अनेक वेळा पडझड झालेली आहे. हे मंदिर तिबेटशी होणाऱ्या व्यापारी मार्गावर होते. बुद्ध धर्म याच मार्गाने तिबेटमध्ये गेला. बौद्ध धर्म प्रचारक बौद्ध भिक्षुकांची वर्दळ याच रस्त्यावर होती. बद्रिनाथाच्या पायथ्याशी असणारे जोशीमठ हे बौद्धकालामध्ये बुद्धाचे महत्त्वाचे पीठ होते. या सर्व कारणांमुळे बद्रिनाथ क्षेत्राला बौद्ध धर्माची मोठी झळ सोसावी लागली. सुमारे आठशे वर्षे हे क्षेत्र उजाड झाले होते. तेथे बुद्ध मूर्तींची पूजा होत होती. बौद्ध धर्मीयांकडून या मंदिरातील मूर्तींची विटंबना होऊ नये म्हणून विष्णुभक्तांनी

सर्व मूर्ती नारद कुंडामध्ये फेकून दिल्या होत्या किंवा बौद्धधर्मीयांनी हिंदू धर्मीय देवतांच्या मूर्ती नारद कुंडामध्ये फेकून दिल्या. आदि शंकराचार्यांनी या मूर्ती पाण्याच्या बाहेर काढल्या होत्या. परंतु शेकडो वर्षे पाण्यात पडल्यामुळे त्या मूर्तींची झीज झाली होती. म्हणून नवीन मूर्तीची स्थापना केली गेली. पंधराव्या शतकामध्ये रामानुजीय सांप्रदायाचे स्वामी वरदाचार्यांच्या प्रेरणेने गढवालनरेशांनी सध्याच्या भव्य मंदिराची निर्मिती केलेली आहे.

हिमालय पर्वताचा विचार करताना दोन प्रमुख गोष्टी ध्यानात घ्याव्या लागतात. एक म्हणजे हिमालय पर्वताची वाढत जाणारी उंची आणि या ठिकाणी वारंवार होणारे भूकंप. हिमालय पर्वताची उंची दर शंभर वर्षांमध्ये तीन फुटांनी वाढत आहे. उंची वाढण्याचा हा वेग प्राचीन काळी याहीपेक्षा जास्त होता. आज जो हिमालय मानवी जीवनासाठी जेवढा जटिल आहे तेवढा तो प्राचीन काळी नव्हता. हिमालयाची उंची प्राचीन काळी फार कमी होती. तसेच भूस्खलन, नद्यांचे पूर आणि भूकंप यामुळे प्राचीन काळापासून मानवी वस्ती नष्ट होत आलेली आहे. गावे नष्ट होणे आणि पुन्हा उभारणी करणे या क्रिया या भागात वारंवार होत आलेल्या आहेत. अशी स्थिती प्राचीन काळी नव्हती. त्या वेळी मानवाच्या सांस्कृतिक आणि बौद्धिक विकासाला पूरक वातावरण होते. म्हणूनच प्राचीन काळी येथील मानव देवत्वाला पावला होता.

टीप : लेखकाने स्वत: बद्रिनाथ धामची तीर्थयात्रा केलेली आहे.)

संदर्भ : बदरीनाथ धाम दर्पण (हिंदी)

लेखक : शिवराजसिंह रावत

❖❖❖

टीप

बद्रिनाथ मंदिराच्या गाभाऱ्यात विष्णू, नारायण, नर यांच्या मूर्ती आहेत. विष्णुमूर्ती द्विभुज असून ती पद्मासनस्थ आहे. तिबेटमधील थोलिंग मठ (ल्हासा) येथून आणलेली मूळ मूर्ती हीच असावी. या मूर्तीच्या शेजारी बद्रिनारायणाची मूर्ती आहे. ही मूर्ती चतुर्भुज असून हिच्या हातात शंख, चक्र, गदा व पद्म आहे. मूर्तीच्या डाव्या स्कंधावर उर्वशी, उजव्या स्कंधावर श्री देवी, मुखाजवळ भू देवी व मुखाच्या डाव्या बाजूला लीलावतीची मूर्ती आहे. असे वाटते की या दोन्ही मूर्तींचा मेळ घालवण्यासाठी नंतरच्या काळात अनेक कथा-उपकथा रचल्या गेल्या. काही कथांप्रमाणे नर-नारायण हे अंश अवतार घेतात, तर काही कथांमध्ये विष्णू प्रत्यक्ष अवतार घेऊन धर्माचे रक्षण करतात.

४९.

वालखिल्य ऋषी

सूर्याच्या भोवती अंगठ्या एवढे आणि हिऱ्याप्रमाणे किंवा सूर्याप्रमाणे तेजस्वी तुकडे असावेत असे वाटते. त्यांची संख्या साठ हजाराचे आसपास असावी. ते सूर्याच्या प्रकाशामुळे चमकत असावेत. ते तेजस्वी असल्यामुळे त्यांना ऋषीची उपमा दिली असावी.

श्रीमद्‌भागवताच्या प्राचीन नामकोशामध्ये वालखिल्य ऋषी यांची व्याख्या पुढीलप्रमाणे दिलेली आहे. स्वायंभू मन्वंतरातील ऋतुऋषी आणि क्रिया यांचे साठ हजार पुत्र, हे अंगुष्ठा मात्र असून सूर्याप्रमाणे तेजस्वी आहेत. हे सूर्याची स्तुती करतात.

संस्कृत-मराठी शब्द कोशामध्ये वालखिल्य याचा अर्थ 'हिराकस' आणि 'ऋषी' असा दिला आहे. ऋत याचा अर्थ 'तेज व पाणी' असा दिलेला आहे. क्रिया याचा एक अर्थ गती असा दिलेला आहे.

आपल्या पुराणामध्ये एक कथा आलेली आहे. ती अशी त्वष्ट्र याची कन्या सज्ञा (त्वाष्टी) ही विवस्वान सूर्याला दिलेली होती. परंतु त्याच्या या कन्येला सूर्याचे तेज सहन होईना, म्हणून त्याने सूर्याला एका चक्राने घासून काढले. तेव्हापासून सूर्याचे तेज कमी झाले.

कोणताही ऋषी अथवा मनुष्य हे अंगुष्ठाएवढे असू शकत नाहीत. तसेच कोणत्याही ऋषीला साठ हजार पुत्र असू शकत नाहीत. तसेच ते सूर्याची स्तुती करतात असे म्हटले आहे. कोणालाही स्तुती करण्यासाठी ती व्यक्ती किंवा दैवत जवळ असणे आवश्यक असते, म्हणजे वालखिल्य हे सुद्धा सूर्याचे जवळ असतील . हिराकस याचा अर्थ हिऱ्याच्या चुरा किंवा बारीक तुकडे.

एकूणच या वर्णनावरून सूर्याच्या भोवती अंगठ्याएवढे आणि हिऱ्याप्रमाणे किंवा सूर्याप्रमाणे तेजस्वी तुकडे असावेत असे वाटते. त्यांची संख्या साठ हजाराचे आसपास असावी. ते सूर्याच्या प्रकाशामुळे चमकत असावेत. ते तेजस्वी असल्यामुळे त्यांना

ऋषीची उपमा दिली असावी. आपण पाहिले आहे की, हिऱ्याला दध्यंच ऋषी असे म्हटले गेले आहे.

अजून विज्ञान सूर्याचे पूर्ण संशोधन करू शकले नाही. जेव्हा सूर्याचे पूर्ण संशोधन होइल तेव्हा विज्ञानाला हे वालखिल्य ऋषींचे अस्तित्व माहिती होईल. मला वेद आणि पुराणावर पूर्ण विश्वास आहे. फक्त मी काढलेला अर्थ योग्य ठरावा एवढेच.

❖❖❖

५०.

आईनस्टाईनचा सिद्धान्त आणि काही कथा

आईनस्टाईनच्या वेळ आणि वेग या सापेक्षवादाच्या सिद्धान्ताच्या अगोदर आपल्या ऋषिमुनीना हा सिद्धान्त माहिती होता. कथेचा भाग सोडला तर या कथेद्वारे हा सापेक्षवादच यामध्ये मांडला आहे.

श्रीमद्भागवत प्राचीन नामकोश खंड १६ मधील रेवत प्रकरण

सूर्यवंशीय आनर्ताचा मुलगा राजा रेवत याने कुशस्थली (द्वारका) या नगरीची स्थापना चाक्षुस मन्वंतराचे शेवटी केली. याची कन्या रेवती होती. तो रेवतीला बरोबर घेऊन ब्रह्मदेवाकडे स्थळ विचारण्याकरीता गेला असता ब्रह्मसभेमध्ये गायन चालू होते. म्हणून तो तेथे थांबला. एवढ्या वेळात पृथ्वीवर वैवस्वत मन्वंतर सुरू होऊन युगाच्या सत्तावीस चौकड्या संपून द्वापारयुग संपत आले होते. राजास ब्रह्मदेवाने रेवती बलरामास देण्यास सांगितले. त्याप्रमाणे त्याने आपली पुत्री बलरामास दिली.

आईनस्टाईनचा सिद्धान्त असे सांगतो की, जर आपण प्रकाशाच्या वेगाने अवकाशात प्रवास केला तर आपले घड्याळ चक्क थांबेल. म्हणजे कालचक्र थांबेल व आपले वस्तुमान (वजन) हे अनंत (इन्फिनिट) होईल. अवकाशयानाचा वेग वाढवीत एक लाख किलोमीटर केला तर कालचक्राचा वेग कमी होतो. दोन लाख किलोमीटर वेग केला तर कालचक्राचा वेग आणखी कमी होतो आणि आपला वेग प्रकाशाच्या वेगाएवढा म्हणजे तीन लाख कि. मीटर केला तर काल कुंठित होतो. काल पूर्णपणे थांबतो. प्रकाशाच्या वेगापेक्षा जास्त वेगाने प्रवास केला तर आपण भूतकाळात जातो.

रैवत प्रकरणात हेच सांगितले आहे.

रेवतराजा आणि रेवती प्रकाशाच्या वेगाने ब्रह्मलोकाकडे गेले असतील. ब्रह्मलोकही अवकाशात प्रकाशाचे वेगाने प्रवास करीत असेल. तर तेथे काळाचे अस्तित्व नसेल. राजा बह्मलोकी एक-दोन तास थांबला असेल या वेळात पृथ्वीवर अठ्ठावीस युगे संपत

आली होती या सर्व युगामध्ये रेवत आणि रेवती यांचे वय वाढले नव्हते. या वेळेस बलराम द्वारकेमध्ये होता. त्याच्याशी रेवतीचे लग्न लावून दिले.

या कथेचा अर्थ असा होतो की, आईनस्टाईनच्या वेळ आणि वेग या सापेक्षवादाच्या सिद्धान्ताच्या अगोदर आपल्या ऋषिमुनींना हा सिद्धान्त माहिती होता. कथेचा भाग सोडला तर या कथेद्वारे हा सापेक्षवादच यामध्ये मांडला आहे. पृथ्वीवर परत आल्यानंतर रेवत आणि रेवती यांचे वय काही तासांनी वाढले असणार.

आईनस्टाईनचा सिद्धान्त आणि ब्रह्मदेवाचे पुत्र

सनक, सनन्द, सनातन व सनतकुमार हे ब्रह्मदेवाचे चार मानसपुत्र आहेत. अर्थात हे चार तारे आहेत. हे पुत्र नेहमीच पाच सहा वर्षांच्या बालकाप्रमाणे दिसतात.

माझ्या माहितीप्रमाणे ब्रह्मांडातील तारे हे प्रकाशापेक्षा कमी वेगाने आपले स्थान बदलत असतात. परंतु मध्यंतरी वर्तमानपत्रात एक बातमी होती ती अशी – शास्त्रज्ञांना ब्रह्मांडामध्ये एक तारा प्रकाशाच्या वेगाने भ्रमण करीत आहे असे आढळून आले.

आईनस्टाईनच्या थिअरीप्रमाणे एखादी वस्तू प्रकाशाच्या वेगाने अवकाशात प्रवास करीत असेल तर त्याचे कालचक्र थांबते आणि वस्तूची अवस्था आहे तशीच राहते.

ब्रह्ममानसपुत्र हे प्रकाशाच्या वेगाने ब्रह्मांडात भ्रमण करीत असतील तर त्याची अवस्था आणि वय आहे तसेच राहील. म्हणून भागवतात म्हटले आहे की, सनकादिकाचे वय पाच सहा वर्षांच्या बालकाप्रमाणेच आहे.

❖❖❖

५१.

लंका आणि रावणाचा ऐतिहासिक शोध

प्राचीन काळी हिमालयाच्या चारही बाजूंनी समुद्र होता. आजच्याप्रमाणे दिसणारी भूमी, देश, प्रदेश नव्हते. द्वीप म्हणजे तिन्ही बाजूने समुद्र असणारा प्रदेश होय. ज्या वेळेस जंबुद्वीपाची निर्मिती झाली त्यावेळेस हिमालय हा समुद्रसपाटीलाच होता. त्यामुळे समुद्राचे पाणी जंबुद्वीपाच्या तिन्ही बाजूंनी खाडीप्रमाणे पसरले होते, परंतु जंबूद्वीपाच्या पूर्वेच्या बाजूने पर्वत होता. म्हणून हे द्वीप होते. हे द्वीप साधारणपणे गोलाकार होते. या द्वीपाच्या मध्यभागी मेरू पर्वत होता.

ज्यांना भारतीय प्राचीन संस्कृतीचा अभ्यास करावयाचा आहे, ज्यांना प्राचीन संस्कृती जाणून घ्यावयाची आहे. अशा लोकांनी हिमालय पर्वताच्या निर्मितीचा इतिहास समजून घेतला पाहिजे. हिमालय पर्वताने भारतीय संस्कृतीच्या निर्मितीमध्ये महत्त्वाची भूमिका बजावली आहे. अतिप्राचीन काळी पृथ्वीवर सर्वत्र समुद्र पसरला होता. या समुद्राला शास्त्रज्ञांनी 'स्टेथीस समुद्र' असे नाव दिलेले होते. शास्त्रज्ञ असे म्हणतात की, याच समुद्रामधून पृथ्वीच्या पर्वत निर्माणकारी शक्तीमुळे हिमालय पर्वत अत्यंत संथगतीने समुद्रातून वर उचलला गेला. हिमालयाच्या निर्मितीला सुमारे सत्तर लाख वर्षांपूर्वी सुरुवात झाली. हिमालय पर्वत दर शंभर वर्षांनी तीन फूट या वेगाने उंच होत आहे. म्हणजे हिमालयाला आजची उंची गाठण्यास सत्तर लाख वर्षे लागली.

हिमालय हा समुद्रसपाटीच्या वर उचलत असताना समुद्रातील जलचर, जीवजंतू व शेवाळजन्य पदार्थ हिमालयात आले. या प्राण्यापासून डार्विनच्या उत्क्रांतीवाद सिद्धान्ताप्रमाणे मानवप्राणी व वनस्पतींची वाढ आणि विकास झाला. मानवाच्या मेंदूचा विकास होऊन जगामध्ये प्रथम भारतीय संस्कृतीचा विकास झाला. हिमालय उचलत असताना जेव्हा तो समुद्राच्या पाण्याच्या समपातळीत आला तेव्हा हिमालयामध्ये अनेक पर्वत शिखरांची निर्मिती व वाढ झाली. चिखल आणि गाळामुळे पर्वत शिखरांच्या भोवती भूमी निर्माण झाली.

प्राचीन काळी हिमालयाची भौगोलिक रचना कशी होती ते आपण पाहू.

हिमालयाच्या पूर्व-पश्चिम तीन रांगांमधील मध्य हिमालयामध्ये मेरू किंवा सुमेरू नावाचा वैशिष्ट्यपूर्ण पर्वत आहे. हा पर्वत तिबेटच्या पामीरचे पठाराच्या दक्षिणेस आहे. या पर्वताच्या आसपास जी भूमी तयार झाली त्या भूमीचे नाव 'जंबुद्वीप' असे आहे. अनेक विद्वानांना असा प्रश्न पडतो की, हिमालय पर्वतामध्ये असलेली भूमी द्वीप कसे असू शकते? परंतु हे विद्वान हिमालयाचे आजच्या कालातील भौगोलिक चित्र डोळ्यांसमोर उभे करतात. प्राचीन काळी हिमालयाची भौगोलिक स्थिती कशी होती याचा विचार करीत नाहीत.

प्राचीन काळी हिमालयाच्या चारही बाजूने समुद्र होता. आजच्याप्रमाणे दिसणारी भूमी, देश, प्रदेश नव्हते. द्वीप म्हणजे तिन्ही बाजूने समुद्र असणारा प्रदेश होय. ज्या वेळेस जंबुद्वीपाची निर्मिती झाली त्यावेळेस हिमालय हा समुद्रसपाटीलाच होता. त्यामुळे समुद्राचे पाणी जंबुद्वीपाच्या तिन्ही बाजूंनी खाडीप्रमाणे पसरले होते, परंतु जंबूद्वीपाच्या पूर्वेच्या बाजूने पर्वत होता. म्हणून हे द्वीप होते. हे द्वीप साधारणपणे गोलाकार होते. या द्वीपाच्या मध्यभागी मेरू पर्वत होता. हेच द्वीप आजच्या आपल्या विषयाशी महत्त्वपूर्ण आहे.

आमच्या ऋषींनी या द्वीपाचे आठ भागात (प्रांतात) विभागणी केलेली आहे. त्यांना नावे दिलेली आहेत. ती पुढीलप्रमाणे आहेत : स्वर्णप्रस्थ, चंद्रशुक्ल, आवर्तन, रमणक, मंदर हरिण, पांचजन्य, सिंहल, लंका. जंबुद्वीप हे गोलाकार असल्यामुळे यातील प्रत्येक प्रांत हा द्वीपच होता. यातील आठवे द्वीप जे लंका आहे या द्वीपासच 'रावणाची लंका' म्हणून आपण सिद्ध करणार आहोत. हिमालयामध्ये मंदार, मेरूमंदार, सुपाश्व, कुमुद, कैलास, निशध, गंधमादन, माल्यवान इ. चोवीस महत्त्वाचे पर्वत आहेत.

हिमालयातील अनेक नद्यांनी गाळाचे वहन करून आजचा पाकिस्तान-चीन, बांगलादेश-भारत या देशांची निर्मिती केली आहे. समुद्राची पातळी पूर्वीपासून आहे तशीच आहे. परंतु हिमालयाची उंची एवढी वाढली की, पूर्वी हिमालयातील भूमी द्वीप होती, या म्हणण्यावर आपला विश्वास बसत नाही. प्राचीन काळापासून भौगोलिक स्थिती आणि भूगर्भीय स्थिती मोठ्या प्रमाणावर बदलत गेली. त्यामुळे वरील वर्णन म्हणजे एक थोतांड आहे असे वाटू लागते.

जसे ब्रह्मांड उत्पत्ती, सूर्य उत्पत्ती नक्षत्रे, राशी इ. ची माहिती आपल्या ऋषींनी आंतर्ज्ञानाने जाणून घेतली होती त्याचप्रमाणे ऋषींनी भारतीय संस्कृतीचा प्राचीन इतिहास, पूर्वीचा भूगोल, भूगर्भ इ. ची माहिती आपल्या अंतःचक्षुंनी जाणली होती. श्रीमद्‌भागवताच्या प्राचीन नामकोषामध्ये लंकेबद्दल काय माहिती दिली आहे ती आपण पाहू :

लंका : जंबुद्वीपाच्या सभोवती क्षार समुद्रात असलेल्या अष्टद्वीपांपैकी एक द्वीप. यात त्रिकुट पर्वत आहे. या त्रिकुट पर्वतावर शंभर योजने लांब व तीस योजने रुंद असलेली एक नगरी. वरील वर्णनावरून हे स्पष्ट होते की, लंका हिमालयातील जंबुद्वीपाजवळ होती. ती भारताच्या दक्षिण टोकाला असणारी लंका नव्हे. जंबुद्वीप, मेरूपर्वत, कैलास ही स्थाने फक्त हिमालयातच होती. जगामध्ये दुसरीकडे कोणत्याही ठिकाणी नव्हती. याच मेरू पर्वतावर पुलस्त्य ऋषी आणि विश्रवा ऋषींनी तप केले होते. विश्रवा ऋषी हे रावणाचे पिता होते, पुलस्त्य ऋषी रावणाचे पितामह होते. म्हणून रावणाचा जन्म या जंबुद्वीपावरच झाला होता. पुढे हीच लंका रावणाला मिळाली होती. नंतर रावणाचा सावत्र भाऊ कुबेराने कैलास पर्वताच्या जवळ अलका नगरी येथे आपली वसाहत स्थापन केली. कुबेर जर आजच्या श्रीलंकेत राहिला असता तर लंकेहून दूर कैलास पर्वतावर पोहोचणे प्राचीन काळी शक्य नव्हते. दोन्हीच्या मध्ये समुद्र होता. त्या काळामध्ये नावा, जहाजे नव्हती.

राज्य स्थापनेसाठी कुबेराला एवढ्या दूर कैलास पर्वतावर जाण्याची आवश्यकता नव्हती. कारण श्रीलंकेजवळ असणारा संपूर्ण दक्षिण भारत संपूर्णपणे मोकळा होता. त्याच्यावर कोणाचीही राजकीय सत्ता नव्हती. कुबेर दक्षिण भारतावर सहजपणे राज्य करू शकला असता, प्राचीन काळी हिमालयामध्ये सूर, असुर, देव, दैत्य, दानव, गंधर्व इ. मानवी समूह राहात होते. रावण परिवाराचे या सर्व समूहाशी रोटी-बेटी व्यवहार झाले होते. श्रीलंकेमध्ये राहून रावण एवढ्या दूर हिमालयात, रोटी-बेटी व्यवहार करू शकला नसता. त्याऐवजी श्रीलंकेजवळच्या लोकांमध्ये रोटी-बेटी व्यवहार सहजपणे करू शकला असता.

गंगोत्री-ऋषिकेश मार्गावर गंगोत्रीपासून दहा कि.मी. अंतरावर आजही लंका नावाचे एक लहानसे खेडे आहे. हा भाग त्रिकूट पर्वत म्हणून ओळखला जातो. हीच रावणाची प्राचीन लंका आहे. इतिहासकार डॉ. सांकलिया यांनी गंगोत्री जवळ असलेली लंका हीच रावणाची लंका आहे, असे मत मांडले होते. त्यासाठी त्यांनी अनेक पुरावेही दिलेले होते.

रावण

रावण हे एका व्यक्तीचे विशेष नाम नसून राजा या अर्थी सामान्य नाम आहे. जसे प्राचीन काळी भारतात कुरू वंश, पुरू वंश, सूर्य वंश होते त्याप्रमाणे रावण हा एक वंश होता. या वंशाने दीर्घ कालपर्यंत राज्य केले. या वंशात अनेक राजे होऊन गेले.

पुलस्त्य

रावणाचे स्थलकाल निश्चितीसाठी रावणाच्या काही नातेवाइकांची माहिती घेणे आवश्यक आहे. पुलस्त्य हविर्भूती ही यांची पत्नी होती. याला आगस्त्य आणि

विश्रवा असे दोन पुत्र होते. चालू मन्वंतराच्या अकराव्या पर्यायातील सत्य युगात याने मेरुपर्वताजवळ तपश्चर्या केली होती. हा रावणाचा पितामह होता.

विश्रवा

पुलस्त्य व हविर्भूती यांचा पुत्र. याला कुबेर, रावण, कुंभकर्ण व विभिषण असे पुत्र होते व सुर्पणखा ही एक पुत्री होती. याशिवाय त्याला केशिनी, राका, बलाका आणि पुष्पोत्कटा या पत्नी होत्या .

सूर्यवंशीय नरिष्यंत कुलातील दम राजाचा पुत्र तृणबिंदू याने आपली गो नामक कन्या पुलस्त्य ऋषींना दिली होती. तसेच सूर्यवंशीय दिष्टकुलातील बंधुराजाचा पुत्र तृणबिंदू याने ईडविडा नामक कन्या विश्रवा ऋषीला दिली होती. भारद्वाज ऋषींची पुत्री देववर्णिनी ही विश्रवा ऋषींना दिली होती. असे तीन उल्लेख भागवतात आले आहेत. यांचा पडताळा केल्यानंतर हे तिन्ही उल्लेख मूळ पुलस्त्य व विश्रवा ऋषीच्या संबंधाने नाहीत असे दिसून आले. श्रीमद्भागवतामध्ये रावणासंबंधाने काय वर्णन आले ते आपण पाहू :

रावण

चालू मन्वंतरातील पुलस्त्य पुत्र विश्रवा व केशिनी (कैकसी) यांचा पुत्र. याने उग्र तप करून शंकर आणि ब्रह्मदेवाकडून अनेक वर मागितले. याची पत्नी मंदोदरी व पुत्र मेघनाद (इंद्रजित). याने त्रैलोक्यातील अनेक सूर व राजे यांचा पराभव केला. रामाने याचा वध केला. याचा जन्म चालू मन्वंतराच्या अकराव्या चौकडीत झाला. चोविसाव्या चौकडीत याचा मृत्यू झाला, याने चौदा चौकड्या आयुष्याचा उपभोग घेतला. रावणाची आई कैकयी ही राक्षसवंशीय होती. म्हणून रावणालाही राक्षस वंश मिळाला. आता आपण रावणाच्या आयुष्याचा विचार करू.

रावणाचा जन्म चालू मन्वंतराच्या अकराव्या चौकडीत झाला. याचा मृत्यू चोविसाव्या चौकडीत झाला होता. युगांच्या एका चौकडीमध्ये चार युगांचा समावेश होतो. सत्य, त्रेता, द्वापार आणि कली अशी युगांची चार नावे आहेत. रावणाने चौदा चौकड्या राज्य केले म्हणजे याने छप्पन युगे राज्य केले. एका युगाच्या चौकडीमध्ये चार लक्ष त्रेचाळीस हजार वर्षे होतात. चौदा चौकड्या मध्ये साठ लाख अठ्ठेचाळीस हजार वर्षे होतात. जगातल्या कोणत्या ही माणसाला एवढी वर्षे आयुष्य असू शकत नाही. म्हणून रावणाच्या वंशातील सर्व पिढ्यांचे मिळून एवढे आयुष्य असावे. परंतु भारताचा राजकीय आणि सांस्कृतिक इतिहास तर तीस हजार वर्षांच्या पुढे जात नाही. प्राचीन काळी एक युग किती वर्षांचे होते याचा उल्लेख कोठेही नाही, तसेच कोणत्या राजाच्या कारकिर्दीत कोणते युग सुरू झाले किंवा संपले याचाही उल्लेख नाही. एका

युगामध्ये रावणाची एक पिढी धरली तर छप्पन पिढ्या होतात. राम मनुपासून सुमारे पंचाहत्तर पिढ्या नंतर झाला होता.

याच्या मध्ये दुसरी एक मेख अशी आहे की, रावणाचा मृत्यू चोविसाव्या चौकडीत झाला. तर राम हा चालू मन्वंतराच्या अठ्ठाविसाव्या चौकडीतील त्रेता युगात झाला. रामाने रावणाच्या पिढीतील शेवटच्या रावणाला मारले. म्हणजे चोविसाव्या चौकडीपासून अठ्ठाविसाव्या चौकडीपर्यंत चार चौकड्या वाढतात. याचाही मेळ कसा घालावयाचा हा प्रश्न पडतो. रावणाच्या पहिल्या वंशाची सुरुवात कोणत्या काळात झाली हा प्रश्न पडतो. वसिष्ठ, वाल्मीकी, भृगु ही कुले मनुनंतर नावारूपास आलेली आहेत. मनुच्या अगोदर जंबूद्वीपात प्राचीन बर्हि हा राजा राज्य करीत होता. त्यामुळे पुलस्त्य आणि विश्रवा ऋषी प्राचीन बर्हिच्या समकालीन होऊन गेले असतील असे वाटते. बलीने चालू मन्वंतराच्या सातव्या पर्यायात भृगुकच्छ येथे यज्ञ केला होता असा एक उल्लेख आलेला आहे. त्यामुळे बलीनंतर पंधराव्या पिढीत रावणाचा जन्म झाला असावा. बलीची मुलीची मुलगी वज्रज्वाला ही कुंभकर्णाला दिली होती. कधीकधी आपल्या मुलाला पूर्वजांचे नाव दिले असल्याचे आढळून येते. त्यामुळे कुंभकर्णाचा सासरा नंतरचा एखादा बली असावा.

अशा द्विधा मनःस्थितीत रावणाच्या पहिल्या राजाचा कालखंड हा प्राचीन बर्हिच्या समकालीन गृहित धरून चालावे लागते. भागवताप्रमाणे रावणाचा मृत्यू आणि रामाचा जन्म यामध्ये चार चौकड्याचा फरक पडतो. या फरकाचे उत्तर अंदाजाने किंवा तर्काने शोधावे लागते. असे वाटते की, आपल्या ऋषींनी भारताचा इतिहास म्हणून फक्त आर्यावर्तातील राजांचा इतिहास लिहिला आहे. त्यात ही फक्त वैदिक धर्मीय राजांचाच इतिहास लिहिलेला आहे. आर्यावर्त म्हणजे उत्तरेस हिमालय आणि दक्षिणेस नर्मदा नदी आणि पश्चिमेस सिंधू नदी आणि पूर्वेस वैशाली यांच्या मधला प्रदेश येतो. विदर्भात अनेक यादव राजे प्राचीन काळापासून राज्य करीत होते. पण त्यांचा इतिहास व राजांची वंशावळ यांचा उल्लेख भागवतात नाही. रावणाने अनेक पिढ्यांपर्यंत काशीमध्ये राज्य केले होते, पण रावणाची वंशावळ लिहिली नाही. म्हणून असे वाटते की छप्पनाव्या पिढीनंतर रावण दक्षिण भारतात गेला होता. म्हणून चोविसाव्या चौकडीत रावणाचा मृत्यू लिहिला आहे. चोविसाव्या चौकडीपासून अठ्ठाविसाव्या पिढीपर्यंत रावणाच्या सोळा पिढ्या वाढतात. पहिल्या छप्पन पिढ्या व नंतरच्या सोळा पिढ्या मिळून रावणाच्या बहाहत्तर पिढ्या होतात. म्हणजे रामाच्या आणि रावणाच्या पिढ्या जुळतात. आपण एक युग म्हणजे एक पिढी असा हिशोब धरलेला आहे.

कालपरत्वे पाताळ या संकल्पनेमध्ये बदल झालेला दिसतो. जेव्हा दैत्य आणि दानव गंधमादन पर्वत व माल्यवान पर्वताचे पायथ्याशी राहत होते, तेव्हा हिमालय

पर्वतावर राहाणारे लोक या पायथ्यालाच पाताळ असे म्हणत होते. नाग जातीचे लोक जेव्हा हिमालय उतरून नर्मदा नदीच्या दक्षिणेकडे राहत होते; त्या वेळेस आर्यावर्तातील लोक या भागाला पाताळ समजत होते. जेव्हा भारतीय लोक समुद्रमार्गे जहाजातून आग्नेय आशियातील लोकांकडे व्यापारासाठी जाऊ येऊ लागले त्या वेळेस भारतीय लोक आग्नेय आशियाला पाताळ म्हणत होते.

हिमालयातील भौगोलिक स्थिती जीवनासाठी कष्टमय होऊ लागली. त्या वेळेस हिमालयातील अनेक समुदाय (मानवी) भारतात आले. या समुदायांबरोबर जंबुद्धीपातील सिंहल विभागातील लोकही भारतात दक्षिण भारताच्या दक्षिण टोकापर्यंत गेले. नंतर ते श्रीलंका बेटावर स्थायिक झाले. त्यांनी आपणास सिंहल वंशीय नाव धारण करून श्रीलंका बेटाला ही 'सिंहल बेट' नाव दिले.

रावण हा ऋषिकुलात जन्मलेला होता. त्याच्यावर चांगले संस्कार झाले होते. त्यामुळे रावणाच्या पहिल्या काही पिढ्या सुसंस्कृत होत्या. तपश्चर्या, ध्यान धारणा करणाऱ्या होत्या. नंतर रावणाचा परिवार, भाऊबंद यांची संख्या वाढली. तसेच कुबेर कुटुंबाची सदस्य संख्या वाढली. त्यामुळे रावण आणि कुबेर यांच्यात कुटुंब कलह वाढला. रावणाची राक्षसी प्रवृत्ती जागृत आली. त्यामुळे कुबेर हा अलकनंदेच्या उगमाजवळ अलकावती नावाची वसाहत स्थापून राहू लागला. रावण लंकेमध्ये राहू लागला. कुटुंबाची मोठी सदस्य संख्या, भाऊबंद, नातीगोती यांच्या जोरावर रावण प्रबळ झाला. त्याने हिमालयातील अनेक राज्ये काबीज केली. गंधर्व, देव, दानव, वनामध्ये राहणारे आदिवासी, पर्वतीय राजे यांचा पराभव केला. कैलासापासून गढवाल, नेपाळ, तिबेट हे सर्व प्रदेश काबीज केले. रावण हा हिमालयातील राजांचा सम्राट झाला. रावणाच्या अनेक पिढ्यांनी हिमालयात राज्य केले.

दरम्यान हिमालयातील भौगोलिक आणि भूगर्भीय स्थिती बदलली होती. हिमालय हा मानवी जीवनपद्धतीसाठी अत्यंत जिकिरीचा झाला. त्याच वेळेस उत्तर भारतामध्ये नवीन प्रदेश तयार होऊ लागले होते. हिमालयातील अनेक मानवी समुदाय आर्यावर्तामध्ये दाखल झाले होते. रावण आपल्या राक्षस परिवारासह भारतामध्ये उतरून रांची जवळील छोट्या नागपूरच्या पठारावर राहू लागला. त्याने त्या ठिकाणी आपली राजधानी स्थापन केली. हा प्रदेश वनांनी व्याप्त होता. या वनामध्ये हिमालय उतरून अनेक वनजाती जमाती या भागात राहावयास आलेल्या होत्या.

इतिहासकार डॉ. हिरालाल यांच्या मते या भागातील आदिवासी गोंड आणि कोरकु हे आजही रावणाचा सन्मानजनक उल्लेख करतात. त्यांच्या लोकगीतांमध्ये रावण हा एक दैवी राजा म्हणून उल्लेख येतो. नंतरच्या काळात नाग जातीचे लोक सध्याच्या झारखंडमध्ये येऊन वस्ती करून राहू लागले. यांची वसाहत बरसूर, जिल्हा दंतेवाडा

येथे होती (संदर्भ : पर्यटन ॲटलास भारत) या नागापैकी एक जटी नावाच्या राजाचा पराभव रावणाने केला होता. याच कालखंडात मध्य भारतात महिष्मती येथील हय हय राजा कार्तवीर्य अर्जुन (सहस्त्रार्जुन) याचा आणि रावणाचा संघर्ष होउन सहस्त्रार्जुनाने रावणाचा पराभव करून त्याला महिष्मती येथे कित्येक दिवस डांबून ठेवले होते.

हा सहस्त्रार्जुन मनुनंतर साधारणपणे तीस पिढ्यांनी झाला होता. याच राजाला पुढे परशुरामाने ठार केले. परशुरामाने हय हय कुलातील एकवीस राजांचा पराभव केला होता. रावण, परशुराम आणि सहस्त्रार्जुन हे समकालीन होते. पुढे रावणाच्या दोन पिढ्यांनी काहीही हालचाल केली नाही. नंतरच्या एका रावणाने आर्यावर्तावर चाल करून पुरू, कुरू आणि अनेक सूर्यवंशीय राजांचा पराभव केला. रावणाने आपला सेनापती क्षेमक यास काशी राजावर पाठविले. याने काशी राजा पहिला दिवोदास यास काशीतून पळवून लावले. या लढाईत क्षेमक ठार झाला. हे पाहून रावणाने काशी ताब्यात घेऊन अयोध्येचा कोशल नरेश अनरण्य याचे वर चाल करून अनरण्यास ठार केले. हा अनरण्य मनुपासून साधारणपणे चौतीस पिढ्यांनी झाला होता. या कालखंडापासून रावणाने काशी हीच राजधानी करून तेथेच राहू लागला.

काही कालानंतर कोशल राजा ऋतुपर्णाचा प्रपौत्र मित्रसह सौदास याने काशीवर हल्ला करून रावणास काशीमधून हाकलून दिले. हा मित्रसह राजा मनुनंतर सुमारे एकसष्ट पिढ्यांनी झाला होता व रामाच्या अगोदर तेरा पिढ्या झाला होता. याचा अर्थ रावणाच्या पंचवीस ते सत्तावीस पिढ्यांनी काशीमध्ये वास्तव्य केले होते. या नंतर रावणाच्या पुढच्या पिढ्या दक्षिण भारतात राहवयास गेल्या. या पिढ्यांनी द. भारतात नेमकी कोठे वसाहत केली होती, याचा उल्लेख कोठेही सापडत नाही. या कालखंडामध्ये दक्षिण भारतातील राजकीय स्थिती काय होती ते आपण पाहू. नर्मदा नदीच्या दक्षिण भागात व सध्याच्या झारखंड या प्रदेशात नाग राजांच्या वसाहती होत्या. विदर्भामध्ये हय हय यांच्या काळापासून अनेक यादव राजे राज्य करीत होते. पूर्वेकडे कलिंग राज्ये होती. पश्चिम भागात कोकणामध्ये भार्गव समूह राहत होता. अगस्ती वंशजाचे अनेक आश्रम दक्षिण भारतात होते. आंध्र भागात हिरण्यकश्यपूचे वंशज राहण्यासाठी आले होते. यांची वसाहत अहो बिलम येथे होती. (संदर्भ : पर्यटक ॲटलास भारत) यांच्या दक्षिणेकडे कर्नाटकामध्ये हंपी (किष्किंधा) येथे वानर जातीची वसतिस्थाने होती. याच्या जवळ मातंग ऋषींचा आश्रम होता. तामिळनाडू भागात द्रविडांचे राज्य होते. श्रीलंकेमध्ये सिंहल वंशीय लोक राहात होते. रावण जेव्हा या बेटावर राहाण्यास आला, तेव्हा त्याने मूलस्थान जे लंका होते या लंकेचे नाव या बेटाला दिले किंवा वाल्मिकी ऋषींनी रामायणामध्ये रावणाचे मूळ ठिकाण म्हणून सिंहल बेटाला लंका हे नाव दिले. रावण काही काळापर्यंत कर्नाटकातील गोकर्ण येथे राहिला असावा असे वाटते. कारण

या गोकर्ण येथे रावणाच्या नावाने एक आत्म (अमृत) लिंग आहे. यांचे वर्णन काही ग्रंथांमधून आलेले आहे. राजा रावण आणि वानर राजा वाली यांचा संघर्ष झाला होता. वालीने रावणाचा पराभव केला होता. नंतर वालीला रामाने ठार केले होते. म्हणजे वालीने पराभव केलेला रावण, वाली आणि राम हे समकालीन होतात. याच रावणाला नंतर रामाने ठार केले. याचा अर्थ रावणाच्या शेवटच्या पिढीबरोबर वालीचा संघर्ष झाला होता. राम सीतेच्या शोधासाठी अरण्यातून फिरत होता. सीतेचे हरण कोणी केले हे अगोदर रामाला माहिती नव्हते. जटायूची आणि रामाची गाठ पडली होती. त्या वेळेस जटायूने रामाला सीतेचे हरण रावणाने केले आहे असे सांगितले. परंतु रावण नेमका कोणत्या प्रदेशात राहातो हे त्याने सांगितले नव्हते; तसेच रामालाही रावण कोठे राहातो हे माहिती नव्हते. रावणाचा पत्ता रामाला माहिती असता तर, रामाने सीतेच्या शोधासाठी अनेक महिन्यांचा वेळ वाया घालविला नसता. त्याने ताबडतोब लंकेच्या दिशेने धाव घेतली असती. सुग्रीवाने सीतेच्या पर्यायाने रावणाच्या शोधासाठी चारही दिशेला वानर सैन्य पाठविले होते. सुग्रीवाला रावणाचा पत्ता माहीत असता तर त्वरेने लंकेकडे जाण्याची तयारी केली असती. चारही बाजूला वानर सैन्य पाठविण्याला रामानेही विरोध केला नाही. रावणाने सीतेला पळवून नेले हे नक्की समजले होते, तरी सर्वांनी मिळून लंकेच्या दिशेने कूच करणे आवश्यक होते. मारुती आणि अंगद सीतेच्या व रावणाच्या शोधासाठी दक्षिण समुद्रापर्यंत पोहोचले होते. तेथपर्यंत सीताही सापडली नव्हती ना रावणही सापडला नव्हता. म्हणून सर्वांनी आत्महत्येचा विचार केला. तेवढ्यात जटायूचा भाऊ संपाती भेटला. मारुतीने त्याला सर्व हकीगत सांगितली. मग संपातीने रावणाचा ठावठिकाणा कोठे आहे ते मारुतीला सांगितले. त्यानंतर मारुती सीतेच्या, रावणाच्या शोधासाठी समुद्र मार्गाने गेला. सीतेचा शोध करणे म्हणजे समुद्रात पडलेला लाकडाचा तुकडा शोधण्यासारखे होते. सीतेचा शोध म्हणजे रावणाच्या स्थानाचा शोध घेणे होते.

आमच्या दृष्टीने रावण म्हणजे त्रैलोक्याचा सम्राट आहे. आमच्या ग्रंथामध्ये लंकेच्या वैभवाची भरभरून वर्णनं केली आहेत. ती भव्यदिव्य सोन्याची आहे. ती रावणाची राजधानी म्हणून कशी भक्कम आहे याचे वर्णन आम्ही वाचले आहे. परंतु सध्याच्या श्रीलंकेच्या रहिवाशांना लंकेबद्दल काही माहिती नाही. रावणाबद्दल काहीही माहिती नाही. राम-रावणाच्या युद्धाबद्दल काहीही माहिती नाही. रामायणाबद्दल काहीही माहिती नाही. श्रीलंकेच्या प्राचीन ग्रंथामध्ये रामाचा, रावणाचा, लंकेचा काहीही उल्लेख नाही. त्यांच्या लोकगीतांमध्ये यापैकी कशाचाही उल्लेख नाही. राजधानीचे प्राचीन अवशेष किंवा इतर कसलेही ऐतिहासिक पुरावे सापडत नाहीत. यावरून असे वाटते की, रावणाचे वास्तव्य या श्रीलंकेमध्ये फारच थोड्या कालावधीसाठी असावे.

रावण स्थिरस्थावर होऊन प्रसिद्धीला येण्या अगोदर राम-रावणाचे युद्ध झाले होते. त्यात रावण ठार झाला. त्याच बरोबर रावणाचे अस्तित्व नष्ट झाले. रावण वसाहत करण्यासाठी लंकेकडे जात असताना वालीचा आणि रावणाचा संघर्ष झाला असावा. त्याच रावणाला नंतर तीस ते चाळीस वर्षांनी रामाने ठार केले असावे. वालीचे वयाच्या विसाव्या वर्षी रावणाचा संघर्ष झाला असावा. साधारणपणे वयाच्या पन्नासाव्या वर्षी रामाने वालीला ठार केले असावे. त्याच वर्षात रावणाचा वध झाला असावा.

छप्पन युगांपूर्वी झालेल्या रावणाच्या पत्नीचे, मुलांचे, भावांची, भावाच्या पत्नीची, सगेसोयऱ्यांची जी नावे होती, तीच नावे शेवटच्या रावणाचे संबंधाने कशी आली असा प्रश्न उपस्थित होतो.

❖❖❖

५२.

समुद्र मंथन – एक विश्लेषण

शतपथ ब्राह्मण आणि तैत्तिरीय संहितेप्रमाणे मत्स्य, कूर्म आणि वराह हे तीन अवतार प्रजापतीने (ब्रह्मदेव) धारण केले आहेत. परंतु, ब्रह्मदेवाचे महत्त्व कमी करून विष्णूचे महत्त्व वाढविण्यासाठी नंतर पुराणकारांनी हे तिन्ही अवतार विष्णूच्या नावे करून टाकले.

अनेक पुराणे आणि ग्रंथामधून समुद्र मंथनाची कथा आलेली आहे. समुद्र मंथन हा माझ्यासाठी एक महत्त्वाचा विषय होता. या कथेचा अर्थ लावणे माझ्यासाठी आवश्यक होते. त्यासाठी या विषयाचे मनन आणि चिंतन पुष्कळ दिवस चालू होते. त्यासाठी अनेक पुस्तकाद्वारे माहिती मिळविणे चालू होते. मनामध्ये या विषयासंदर्भाने अनेक प्रश्न सतावत होते. खरोखरच प्राचीन काळी असे समुद्र मंथन झाले होते का? असे समुद्र मंथन शक्य आहे का? समुद्रामधून अशी रत्ने बाहेर येणे शक्य आहे का? या सर्वांची उत्तरे शोधत होतो. ही जर कथा असेल तर या कथेचा अर्थ काय आहे असा प्रश्न मनाला सतावत होता. शेवटी अनेक तर्क लढवून आणि विचार करून मी या कथेचा अर्थ निश्चित केला आहे. हा मी लावलेला अर्थ सर्वमान्य होईल अशी अपेक्षा आहे.

समुद्र मंथन हे प्रत्यक्षात झाले नव्हते. ही एक कथा आहे एवढे निश्चित. परंतु या कथेमध्ये काही महत्त्वाचे अर्थ दडलेले आहेत.

सर्व पृथ्वीवर पसरलेल्या सागराला प्राचीन काळी आपल्या ऋषींनी एकच नाव दिलेले आहे, ते म्हणजे क्षीरसागर. क्षीर म्हणजे पाणी. पाण्याचा सागर, याच क्षीर सागरला सध्या विभागानुसार हिंदी महासागर, प्रशांत महासागर, अटलांटिक महासागर इ. नावे दिलेली आहेत.

ऋग्वेदानुसार सूर्य (नारायण) याचे निवासस्थान वैश्विक उदकात आहे. म्हणून विष्णूचे निवासस्थान क्षीरसागर मानले आहे.

एकूम कथेवरून हे स्पष्ट होते की, कथा वैष्णव भक्ताने रचलेली आहे. या कथेनुसार दुर्वास ऋषीने इंद्राला शाप दिलेला होता. इंद्राची संपत्ती (श्री) ही निस्तेज होईल, क्षीण होईल असा तो शाप होता. काही कथेनुसार इंद्राची संपत्ती समुद्रात पडलेली होती.

समुद्रात पडलेली संपत्ती बाहेर काढण्यासाठी देवांनी आणि इंद्राने विष्णूची मदत घेण्याचे ठरवले.

विष्णूने आपल्या शक्तीने मंदार पर्वत समुद्रात आणून ठेवला. पर्वत समुद्रामध्ये बुडू लागल्यामुळे विष्णूने कूर्म (कासव) अवतार धारण करून पर्वताला आपल्या पाठीवर ठेवले. विष्णूच्या इतर अवतारांचे विस्तृत वर्णन मिळते. परंतु कूर्म अवताराचे फारसे वर्णन पुराणामधून आलेले नाही. शतपथ ब्राह्मण आणि तैत्तिरीय संहितेप्रमाणे मत्स्य, कूर्म आणि वराह हे तीन अवतार प्रजापतीने (ब्रह्मदेव) धारण केले आहेत. परंतु ब्रह्मदेवाचे महत्त्व कमी करण्यासाठी आणि विष्णूचे महत्त्व वाढविण्यासाठी नंतरच्या पुराणकारांनी हे तिन्ही अवतार विष्णूच्या नावावर करून टाकले. पर्वतरूपी रवीला फिरण्यासाठी वासुकी सर्पाची दोरी केली. वासुकी हा एक नागवंशीय राजा आहे. नागवंशीयाचा सर्व ग्रंथ आणि पुराणामध्ये सर्प असाच उल्लेख केलेला आहे. ही एक पुराणामधील शोकांतिका आहे. नागवंशीय हे महादेवाच्या गळ्यातील ताईत होते. ते महादेवाचे भक्त होते म्हणून त्यांचा उल्लेख सर्प असा केला असावा. नागवंश हा एक मानवजातीमधील प्राचीन वंश आहे. राजा नहुष हा नागवंशीय राजा होता. त्याने इंद्रावर स्वारी करून इंद्रपद घेतले होते. नहुष इंद्र पत्नी भेटावयास जाताना ऋषींना आपल्या पालखीचे भोई केले होते. रस्त्याने जाताना ऋषींनी 'सर्प हो' असा शाप नहुषाला दिला होता. असे वाटते की ऋषीचा हा शाप खरा करण्यासाठी पुराणकारांनी नागवंशीयाचा सर्प असाच उल्लेख केला आहे. समुद्र घुसळण्यासाठी वासुकी सर्पाची दोरी करून शैव भक्तांचा छळ दाखविण्याचा प्रयत्न केलेला आहे. नहुषाचा वचपा काढलेला आहे.

समुद्र मंथन ही कथा रचण्यामागे पुढील उद्देश होते :

- विष्णूचे श्रेष्ठत्व दाखवणे, विष्णूचे चातुर्य दाखवणे.
- शंकराची मानहानी करणे, शंकराला तुच्छ लेखणे.
- वासुकी सर्पाचा दोरी सारखा उपयोग करून शिवभक्तांना अपमानित करणे.
- दानवांचा नाश करून ब्रह्मदेवाला तुच्छ लेखणे.
- चंद्राची उत्पत्ती पृथ्वीमधून झाली हे कथन करणे.
- राहू या ग्रहाची उत्पत्ती.
- सूर्यग्रहणाची सुरुवात.
- कूर्म, धन्वंतरी आणि मोहिनी या विष्णूच्या तीन अवतारांचे वर्णन.
- विष्णूच्या आभूषणांचे वर्णन

समुद्रातून बाहेर आलेली चौदा रत्ने अशी :

- श्रीलक्ष्मी
- हलाहल विष
- कौस्तुभ
- पारिजातक
- सुरा
- धन्वंतरी
- चंद्र
- कामधेनू
- ऐरावण (ऐरावत)
- अप्सरा
- उच्च श्रैवस
- शारंध धनुष्य
- शंख
- अमृत

काही पुराणांमध्ये अप्सरेच्या ऐवजी रंभा असा उल्लेख आहे. शंखाचे नाव देवदत्त असे दिलेले आहे आणि उच्च श्रैवस घोडा असा उल्लेख आलेला आहे.

समुद्र मंथन हा विषय समजणे सोपा जावे म्हणून या विषयाशी संबंधित शब्दांचे अर्थ पुढे देत आहे.

रत्नाकर – समुद्र, अमृत – अमर, देव, धन्वंतरी, मद्य, एक प्रकारची शरीरातील नाडी, सोमरस, पाणी, औषध, तूप, दूध भात, मालमत्ता, सोने, पारा, विष, ब्रह्म, मध
अमृत अंशू – चंद्र, अमृत, अग्रभू – उच्चश्रैवस घोडा
चंद्र – कापूर, चंद्र, पाणी, सोने, लाल मोती.
श्री – संपत्ती, लक्ष्मी, समृद्धी, वैभव, राजलक्ष्मी, सौंदर्य, कांती, कीर्ति, सद्गुण, सरस्वती, अर्थ, काम, धर्म, कमळ, अलंकार, स्त्रीधन
लक्ष्मी – संपत्ती, सुदैव, सौंदर्य, कांती, तेज, सिद्धी, यश, विष्णू पत्नी
ऐरावण – इंद्राचा हत्ती (पूर्वेचा दिग्गज) इंद्रधनुष्य, आकाशातील वीज
वासुकी – सर्पाचा राजा
पारिजातक – प्राजक्ता, कडुनिंब, पांगरा
कौस्तुभ – विष्णूच्या गळ्यातील रत्न
सुरा – दारू, धन्वंतरी – देवाचा वैद्य, श्रेयस – संपत्ती

खरे म्हणजे देव त्रैलोक्यामध्ये सर्व शक्तिमान होते. त्यांच्याकडे अनेक अतर्क्य शक्ती होत्या. देवसेना स्वतःच्या बळावर समुद्र मंथन करू शकली असती. परंतु दानवांचा शेवटी नाश करण्याचा उद्देश ठेवूनच दोघांनी दानवांना मदतीसाठी बोलावले.

समुद्र मंथन सुरू झाले. समुद्रातून प्रथम विष बाहेर आले. समुद्राच्या पाण्यात विष कोठून आले? समुद्राचे पाणी विषारी असते तर जलचरांची उत्पत्ती समुद्रामध्ये झाली नसती. परंतु कथाकारांना महादेवांना विष पाजावयाचे होते. महादेवांचे स्थान हीन दर्जाचे दाखववयाचे होते. पर्यायाने शैव पंथीयांची मानहानी करावयाची होती. अग्नी, वायू, वरूण, सूर्य, चंद्र असे तेहतीस कोटी देव असताना शंकराला विष पाजवले गेले. शैव आणि वेदिक पंथीयामध्ये वैदिक कालापासून संघर्ष चालू होता. हा संघर्ष युद्धाच्या रूपानेही झाला होता. या संघर्षाला कंटाळून शैवपंथीय आर्यावर्त सोडून दूर

पूर्वेकडे भूस्थानामध्ये स्थायिक झाले होते. आता वैदिकांची जागा वैष्णवांनी घेतली होती. तलवारीच्या ऐवजी आता लेखणीद्वारे संघर्ष सुरू होता. वैष्णवांनी कथेद्वारे विष्णूचा श्रेष्ठपणा दाखवून शिवाची मानहानी करणे चालू ठेवले होते. विष्णूच्या दहा अवतारांना उत्तर म्हणून शैवांनी शिवपत्नी सतीचे नऊ अवतार उभे केले. विष्णूप्रमाणे दुर्गेनेही अनेक दैत्य व दानवांचा वध केला. विष्णूचे निवासस्थान क्षीरसागर आहे म्हणून शिवाचे निवासस्थान पर्वत (कैलास) केले. पृथ्वीतून निघालेले पर्वत म्हणजे शिवाच्या पिंडी आहेत असे भासवले. कैलास पर्वताला लिंगस्वरूप मानले. शंकराला विष पाजले ते त्याने कंठात धारण केले. म्हणून त्यांना नीलकंठ नाव देऊन शैवानी सारवासारव करण्याचा प्रयत्न केला आहे.

आता चौदा रत्नांपैकी कोणती रत्ने कुणाकडे गेली ते पाहू.

प्रथम श्रीलक्ष्मी विष्णूने घेतली. ती विष्णूची पत्नी म्हणून मान्यता पावली. धन्वंतरी हा विष्णूचा एक अवतार आहे. भागवत पुराणामध्ये विष्णूचे बावीस अवतार सांगितले आहेत. त्यापैकी कूर्म हा अकरावा, धन्वंतरी हा बारावा आणि मोहिनी हा विष्णूचा तेरावा अवतार आहे. कौस्तुभ मणी हा विष्णूच्या गळ्यात आभूषण म्हणून विराजमान झाला. विष्णू या देवतेची मूर्तीही चतुर्भुज मानलेली आहे. विष्णूच्या काही मूर्तींच्या हातात शंख, चक्र, गदा आणि श्री म्हणजे कमळ असते. काही मूर्तींच्या हातात कमळाऐवजी एक हात अभय मुद्रेमध्ये असतो. याप्रमाणे शंख हा विष्णूला मिळाला. काही मूर्ती या चक्रधारी आहेत. हे चक्र म्हणजे कृष्णाच्या सुदर्शन चक्राचे द्योतक आहे. प्राचीन काळी गदा हे सर्वसामान्य शस्त्र होते. त्यामुळे गदा ही विष्णूच्या हातात दर्शविली जाते. शारंग धनुष्य विष्णूला मिळाले. विष्णूने अनेक असुरांचा वध केलेला आहे. विष्णू हा एक वीर योद्धा होता. म्हणून हे शारंग धनुष्य विष्णूला मिळाले. या कथेमधून विष्णूला वरील आभूषणे कशी प्राप्त झाली, कोठून आली हे दर्शविणे हाही या कथेचा उद्देश आहे. तसेच विष्णूचे तीन अवतार दर्शवणे हाही या कथेचा उद्देश आहे.

आता इंद्राकडे कोणती रत्ने आली हे आपण पाहू. पारिजातक, कामधेनू, रंभा, अप्सरा ही रत्ने इंद्राला मिळाली. ऐरावण म्हणजे आकाशातील वीज आहे. ऋग्वेदाप्रमाणे त्वष्ट्ने इंद्रासाठी विजेपासून वज्र हे अस्त्र तयार करून दिले होते. ते त्याला परत मिळाले. उच्च श्रेयस याचा अर्थ संपत्ती. घोडे ही राजाची एक प्रकारची संपत्ती मानली जात असे.

सुरा ही दानवांना मिळाली.

आता आपण चंद्र या महत्त्वाच्या विषयाकडे वळू.

इंद्र कोणी घेतला याबद्दल कथेमध्ये कोणताही उल्लेख नाही. महादेवाच्या मस्तकावर चंद्रकोर आहे. पूर्ण चंद्र नाही. म्हणजे चंद्रकोर चंद्र होऊ शकत नाही. शंकराच्या जटेवर चंद्रकोर कशी आली याची माहिती कोठेही वाचनात आलेली

नाही. जटेवर पूर्णचंद्र का नाही? ही चंद्रकोरच का याचे उत्तर मला तरी सापडले नाही. असे वाटते की, चंद्रकोरीचा आणि त्रयोदशी (शिवरात्र) यांचा काही संबंध असावा. कारण त्रयोदशी दिवशी सूर्योदयापूर्वी पूर्वदिशेला जेवढी चंद्रकोर दिसते तेवढ्याच आकाराची चंद्रकोर महादेवाच्या जटेवर दिसते. चंद्र कोणत्याही रत्नाच्या व्याख्येमध्ये बसत नाही. तरीसुद्धा या कथेमध्ये चंद्र समुद्रातून बाहेर आलेला आहे. राहू या ग्रहाचे वर्णन ही याच कथेमध्ये आलेला आहे. यामध्ये काहीतरी महत्त्वाचा अर्थ दडलेला आहे, असे मला वाटते.

चंद्र काही सर्व संपत्ती बरोबर समुद्रात पडू शकत नाही. चंद्र हा इंद्राची संपत्ती होऊ शकत नाही. चंद्र समुद्रातून निघाल्या नंतर तो कोणत्याही देवाच्या वाटणीमध्ये गेला नाही. चंद्राचे स्थान आकाशामध्ये असताना तो समुद्रात बाहेर कसा आला याचे उत्तर मी शोधले आहे.

या कथेद्वारे चंद्राची उत्पत्ती पृथ्वीच्या सागरातून किंवा पृथ्वीच्या गर्भातून झाली आहे असे दर्शवले आहे. भारतीय विचार सारणीनुसार चंद्र हा पृथ्वीचा पुत्र आहे. म्हणजे चंद्राची उत्पत्ती पृथ्वीपासून झालेली आहे. यावरून असे वाटते की प्राचीन काळी पृथ्वीचा काही भाग पृथ्वीपासून अलग होऊन चंद्राचा जन्म झाला आहे. या पृथ्वीच्या तुकड्यालाच आपण चंद्र म्हणतो, पृथ्वीचा काही भाग पृथ्वीपासून अलग होऊन पृथ्वीच्या शून्य गुरुत्वाकर्षण शक्तीमध्ये भ्रमण करू लागला. हेच या कथेमध्ये सांगितले आहे. आधुनिक शास्त्रज्ञांना ही असे वाटते की, प्राचीन काळी चंद्राच्या आकाराचा पृथ्वीच्या कवचाचा भाग पृथ्वीपासून अलग होऊन चंद्राची निर्मिती झाली. पृथ्वीपासून अलग झालेल्या भागामुळे पृथ्वीवर जो खड्डा पडला त्याचा अटलांटिक महासागर तयार झाला. काही शास्त्रज्ञांच्या मते आफ्रिका खंडाच्या पूर्वेस आणि आशिया खंडाचे दक्षिणेस पृथ्वीवर गोंडवन नावाचे आणखीन एक खंड होते. पण ते सध्या अस्तित्वात नाही. मग हे खंड कोठे गेले? हे गोंडवन खंड पृथ्वीपासून अलग होऊन त्याच्यापासून तर चंद्राची निर्मिती झाली नसेल ना?

चंद्राची उत्पत्ती होण्याअगोदर सूर्याला ग्रहण लागत नव्हते. तसेच राहू हा छायाग्रहही अस्तित्वात नव्हता. सूर्याला ग्रहण लागण्यासाठी चंद्राची आवश्यकता आहे. अमावस्येच्या दिवशी ज्या वेळेस सूर्य, चंद्र आणि पृथ्वी सरळ एका रेषेत येतात त्या वेळेस सूर्याला ग्रहण लागते. म्हणजे सूर्य राहूग्रस्त होतो. म्हणजे राहू सूर्याला गिळतो. सूर्यग्रहणा दिवशी आपणास चंद्राचा काही भागच दिसतो. सूर्याचा काही भाग छायाग्रस्त दिसतो. दुसऱ्या भाषेत सांगावयाचे तर सूर्यग्रहणाचे दिवशी सूर्याच्या काही भागाचे प्रकाशकिरण पृथ्वीपर्यंत पोहचत नाहीत. सूर्याचा हा भाग प्रकाशित दिसत नाही. धड त्या भागावर अंधारही दिसत नाही. सूर्याचा तो भाग सावलीसारखा भासतो.

समुद्र मंथन या एकाच कथेमध्ये समुद्रातून चंद्राचा जन्म झालेला आहे आणि राहूचाही जन्म झालेला आहे. देव दानवांच्या युद्धामध्ये राहू हा कधीही सेनापती नसतो. परंतु या कथेमध्ये राहूला मुद्दाम सेनापती केलेले आहे. राहूने अमृत प्राशन केल्यानंतर विष्णूने त्याचा शिरच्छेद केलेला आहे. परंतु अमृत प्राशनामुळे त्याला मृत्यू येत नाही आणि जिवंत असूनही तो मृतवत झालेला असतो. तो आकाशात फिरत राहतो. सूर्यग्रहणाचे वेळी तो सूर्याला ग्रासतो. परंतु सूर्य काही वेळाने त्यामधून सहीसलामत बाहेर पडतो.

कथेच्या शेवटी देवदानवांचे युद्ध होऊन देवदानवांचा नाश करतात. दानव हे ब्रह्माला मानणारे होते. या कथेमध्ये शैव आणि ब्रह्मपंथीयांचा असा दोघांचा ही उपमर्द केलेला आहे आणि विष्णूला सर्व श्रेष्ठ ठरविले आहे. अनेक कथांमध्ये असे वर्णन आलेले आहे की दानव हे पाताळात राहात होते. ते समुद्रातून वर येऊन देवावर हल्ला करीत होते. पाताळ म्हणजे समुद्रातील बेटे. भारताचा दक्षिण द्वीपकल्प समुद्रातून वर येऊन म्हणजे समुद्रामार्गे येऊन असा अर्थ घेतला पाहिजे. थायलंडची राजधानी बँकॉक येथे घरे, दुकाने, मोठमोठे मॉल, इथल्या कंपन्या, मोठ्या इमारती यांचेसमोर चतुर्भुज मूर्ती असलेल्या ब्रह्मदेवाचे एक मंदिर असते. ब्रह्मदेवाला थाई भाषेत एरावन किंवा महा ताहप्रोह असे म्हणतात. ताहप्रोहाचे मुख्य मंदिर MBK चौकात आहे. रावण आणि इंद्रजिताचे दोन पुतळे बँकॉकच्या सुवर्णभूमी आंतरराष्ट्रीय विमानतळावर आहेत. थायलंडमध्ये रावण आणि इंद्रजिताला रक्षक देवता मानले जाते. यावरून हे स्पष्ट होते की दानव जाती आग्नेय आशियामध्ये राहात होती. त्यांची मुख्य देवता ब्रह्मदेव होती.

❖❖❖

संदर्भ ग्रंथ

१. ऋग्वेदाचे मराठी भाषांतर .. डॉ. सिद्धेश्वर शास्त्री चित्राव
२. गीर्वाणलघुकोश संस्कृत-मराठी शब्दकोश .. ज. वि. ओक
३. आमचा महाभारतपूर्व राजकीय व सांस्कृतिक इतिहास .. डॉ. ह. रा. दिवेकर
४. वास्तव रामायण .. डॉ. पी. व्ही. वर्तक
५. भारताचा सामान्य भूगोल .. पदे-तोंडारकर-पुजारी
६. ताऱ्यांचे अंतरंग .. डॉ. प्रभाकर कुंटे
७. आकाश कसे पाहावे .. आनंद घैसास
८. श्रीमद्भागवत .. अच्युत जयंत प्रभू
९. निरुक्तम (हिंदी) .. डॉ. जमुना पाठक
१०. काशीखंड कथासार .. डॉ. ज्ञानेश्वर तांदळे.
११. श्रीमद्भागवत खंड १६ वा (प्राचीन नामकोश) .. पं. महादेवशास्त्री जोशी
१२. शिवलीलामृत
१३. रामायण (कथासागर)
१४. देवांची जन्मकथा .. पुष्पा त्रिलोकेकर

❖❖❖

लेखक परिचय

बापू भानुदास कुंभार
पत्ता : उपलाई बु.॥, ता. माढा, जि. सोलापूर - ४१३२०९
दूरभाष : ७७०९५८१४०७

- नोव्हेंबर, १९४९मध्ये सामान्य कुटुंबात जन्म. सोलापूरमधील ग्रामीण भागात प्राथमिक व माध्यमिक शिक्षण आणि सोलापूरमधून कॉमर्स विषयात पदवी
- कुर्डुवाडी येथील डी.सी.सी. बँकेत काही काळ आणि नंतर रेल्वेमध्ये तिकीट तपासनीसाची नोकरी. दौंड, कुर्डुवाडी, सोलापूर येथे रिझर्वेशन आणि स्क्वॉड या दोन्ही क्षेत्रात कार्यरत, ऑगस्ट २००९मध्ये निरीक्षक म्हणून सेवानिवृत्त
- प्रथमपासून धार्मिक व ऐतिहासिक पुस्तके वाचण्याची आवड, चिकित्सक वृत्ती, चिंतनशीलता व शोधक वृत्तीमुळे लेखन कार्यास सुरुवात

पुस्तकाचे नाव	लेखकाचे नाव	किंमत
गंधाळलेली फुले	यशवंत पाटील (ललित)	१९०/-
भवताल	मनीषा आवेकर (ललित)	१८०/-
सामर्थ्य विचारांचे	सतीश सूर्यवंशी (सुविचार)	२५०/-
अभिनयांकित	जयश्री दानवे (ललित)	२५०/-
मोलाची ठेव	कृष्णा पाटील (कथा)	२२८/-
बासरी	किरण वेताळ (कविता)	१२५/-
द जेनेटिक वेडिंग रिंग	मंदार मुंडले (नाटक)	९९/-
फुलांच्या दुनियेत	मृणाल तुळपुळे (ललित)	१७०/-
Incremental learning of Electricity Smart Meter Data	Archana Y. Chaudhari Preeti Mulay (technical)	८५०/
छोड अकेला फिर जाओ	उर्मी रुमी (कथा)	१७०/-
प्रवासातून प्रबोधन	श्रीराम भास्करवार (ललित)	१९०/-
गढीवरच्या आईसाहेब	डॉ. यशवंत पाटील (कादंबरी)	१५०/-
भरून येणाऱ्या डोळ्यांतून	अरुणकुमार जोशी (कविता)	१२०/-
द्रौपदीबाई पठाण	प्रिया गोगावले-विखे (कादंबरी)	१६०/-
मुरडण	बालाजी मदन इंगळे (ललित)	१३०/-
अन्नगाथा	डॉ. मृणाल पेडणेकर (माहितीपर)	१४०/-
विवेकवेल	वसंत गायकवाड (चरित्र)	४९९/-
व्यक्तिमत्त्व विकासाचा कोलाज	विनोद बिडवाईक (सेल्फ हेल्प)	२००/-
निवडक डॉ. गिरीश दाबके	डॉ. गिरीश दाबके (साहित्य)	५२०/-
कवडसे	डॉ. अरविंद वैद्य (ललित)	३५०/-
रुबाब	अमोल सोंडकर (कादंबरी)	१४०/-
Titan slayers	Soha Mehendale (कॉमिक)	१८०/-
An Eternal	Dr. Arjun Shirsath (कविता)	१४०/-
Karmaveer Bhaurao Patil : Life and work of a rebel	Bharat Kavathekar (चरित्र)	१९०/-

पुस्तकाचे नाव	लेखकाचे नाव	किंमत
महासत्तेच्या वाटेवर	युवराज कोरे (माहितीपर)	१४०/-
घेरं	वासुदेव डहाके (कादंबरी)	६७०/-
स्वयंविकासाची स्वयंप्रेरणा	विनोद बिडवाईक (सेल्फ हेल्प)	२२०/-
माझा युरोप प्रवास	अशोक केसरकर (प्रवास)	२८०/-
इंडिया डायरी	प्रमोद देशपांडे (माहितीपर)	२००/-
India Dairy	Pramod Deshpande (English)	२४०/-
राम तोचि विठ्ठल	शीला देशमुख (ललित)	१५०/-
चैत्रपालवी	चैत्राली कुळकर्णी (कविता)	१८०/-
काट्यातले मोरपीस	अरुण कटारे (कविता)	१८०/-
पालवी	काशीराम बोर (कविता)	१३०/-
अंतरंग सावल्यांचे	सदाशिव शेंडे (कविता)	१९०/-
भावबंध	मोहन सरडे (ललित)	१७०/-
ईशोपनिषद	सुरेश गर्जे (अध्यात्म)	१५०/-
फुलबाग	सुरेश गर्जे (ललित)	१२०/-
रामराज्य	सुरेश गर्जे (अध्यात्म)	१७०/-
तुका आकाशाएवढा	सुरेश गर्जे (अध्यात्म)	२२०/-
पैसा, पैसा आणि पैसा	सुरेश गर्जे (ललित)	१७०/-
भारतभर सायकलभ्रमण	दत्तात्रय मेहेंदळे (ललित)	३७०/-
कचराकोंडी ते पंधरा कोटी	सतीश वैजापूरकर (माहितीपर)	१८०/-
कोवळी पाने	संदीप काळे (कविता)	१२५/-
धूमधडाका	मयूरेश कुळकर्णी (कथा)	२३०/-
Unalome	Shweta Bharati (अध्यात्म)	२५०/-
होम मिनिस्टर	युवराज कोरे (कादंबरी)	१८०/-
ओवीरूप भगवद्गीता	आर. जी. पाटील (अध्यात्म)	८७०/-

पुस्तकाचे नाव	लेखकाचे नाव	किंमत
आरोग्यधाम	बी. के. तेली (चौधरी) (आरोग्य)	१५०/-
सप्रेम	अर्जुन शिरसाठ (कविता)	१४०/-
साष्टांग	अर्जुन शिरसाठ (कविता)	१४०/-
रेन वॉटर हारवेस्टींग	प्रवीण खांडवे (माहितीपर)	१९९/-
शिवसूत्र	योगेश क्षत्रिय (सेल्फ हेल्प)	२९०/-
Vitality in human resource	Vinod Bidvaik (self help)	२९९/-
Holistic approach	Vinod Bidvaik (self help)	१२०/-
The genetic wedding ring	Mandar Mundale (Ebook only)	९९/-
Andra Recipe	Vijaya Lakshmi (Telgu book)	९९०/-

www.ingramcontent.com/pod-product-compliance
Lightning Source LLC
LaVergne TN
LVHW050843051026
849532LV00006BA/2087
* 9 7 8 8 1 1 9 3 1 1 9 6 5 *